छत्रपती शिवाजी महाराज आणि शिवकाल

(१६३० – १७०७)

Chhatrapati Shivaji Maharaj and His Times
(1630-1707)

डॉ. गणेश राऊत

डायमंड पब्लिकेशन्स

छत्रपती शिवाजी महाराज आणि शिवकाल

डॉ. गणेश राऊत

Chhatrapati Shivaji Maharaj and His Times

Dr. Ganesh Raut

प्रथम आवृत्ती : जून २०१३

ISBN 978-81-8483-528-1

© डायमंड पब्लिकेशन्स

मुखपृष्ठ

शाम भालेकर

प्रकाशक

डायमंड पब्लिकेशन्स

२६४/३ शनिवार पेठ, ३०२ अनुग्रह अपार्टमेंट

ओंकारेश्वर मंदिराजवळ, पुणे-४११ ०३०

☎ ०२०-२४४५२३८७, २४४६६६४२

info@diamondbookspune.com

www.diamondbookspune.com

प्रमुख वितरक

डायमंड बुक डेपो

६६१ नारायण पेठ, अप्पा बळवंत चौक

पुणे-४११ ०३० ☎ ०२०-२४४८०६७७

प्रा. डॉ. गणेश राऊत

लेखक-परिचय

एच. व्ही. देसाई महाविद्यालयात इतिहास विभागप्रमुख म्हणून गेली १९ वर्षे कार्यरत. महाराष्ट्र राज्य अभ्यासक्रम आराखडा-२०१० इतिहास व नागरिक शास्त्र समितीचे चेअरमन म्हणून कार्यरत. आत्तापर्यंत ३ स्वतंत्र पुस्तके, ५ पुस्तकांचे सहलेखक, १ अनुवाद, ३ ग्रंथांमध्ये लेखन समाविष्ट, १० पुस्तकांचे संपादन, दिवाळी अंक संपादक म्हणून काम केले आहे. भारतीय इतिहास व अनुसंधान परिषद, दिल्ली आणि डायमंड पब्लिकेशन्स, पुणे यांच्या संयुक्त विद्यमाने २००६ मध्ये ११ इतिहास विषयक ग्रंथ प्रकल्पाचे 'प्रकल्प संपादक' म्हणून काम पाहिले. M.C.J. अभ्यासक्रमात तीन विद्यार्थ्यांना रिसर्च गाईड म्हणून मार्गदर्शन. दै. लोकसत्तामध्ये ३ वर्षे नियमित स्तंभलेखन. मराठी प्रकाशक परिषदेचा विक्रमी वाचक पुरस्कार, महाराष्ट्र ग्रंथोत्तेजक संस्थेचा उत्कृष्ट चरित्र लेखन पुरस्कार. पुण्यातील हेरिटेज वॉक, किल्ले गाईड, पोवाडा प्रशिक्षण, मोडी प्रशिक्षण इत्यादी उपक्रमांचे संचालन.

अनुक्रम

लेखक–परिचय

प्रकरण १

शिवकालीन इतिहास अभ्यासाची साधने

Sources

या प्रकरणात आपण शिवकाळा संदर्भातील वाङ्मयीन साधने आणि अलिखित साधने अभ्यासणार आहोत. वाङ्मयीन साधनांमध्ये संस्कृत साधने, मराठी साधने, हिंदी साधने, फारशी साधने, पोर्तुगीज साधने, डच साधने, फ्रेंच साधने, परकीय प्रवाशांची प्रवासवर्णने आणि अलिखित साधने यांचा आढावा घेणार आहोत.

इतिहास : इतिहास हा शब्द इति + ह + आस असा तयार झालेला आहे. या शब्दाचा अर्थ 'असे घडले' असा आहे. भूतकाळात होऊन गेलेल्या विविध घटनांची सूत्रबद्ध व संगतवार मांडणी म्हणजे इतिहास. याचा अर्थ असा नव्हे की, भूतकाळात घडलेली प्रत्येक घटना हा इतिहासाचा भाग होय.

व्यक्ती, समाज, स्थळ आणि काळ हे चार घटक इतिहासाच्या दृष्टीने अत्यंत महत्त्वाचे आहेत. घडून गेलेल्या घटनांचे तर्कशुद्ध, विवेकनिष्ठ विवेचन, विश्लेषण व परिशीलन म्हणजे इतिहास होय. हे परिशीलन प्रत्येक इतिहासकार स्वतःच्या दृष्टिकोनातून करत असतो. हा दृष्टिकोन त्या इतिहासकाराचा स्वतःचा असू शकतो. प्रत्येक कालखंडातील लोक स्थलकालपरत्वे आणि जीवनविकासाच्या प्रक्रियेत बदलत जाणाऱ्या जाणिवांच्या अनुरोधाने इतिहासाचे अवलोकन करतात. त्यामुळेच इतिहास हा भूतकाळ आणि वर्तमानकाळ यांच्यातील कधीही न संपणारा संवाद आहे, असे म्हणतात.

समाजजीवनाची उद्दिष्ट्ये बदलली, तंत्रज्ञान बदलले व त्या अनुषंगाने आर्थिक परिमाणे बदलली, राजकीय व सामाजिक मूल्यव्यवस्था बदलली की, इतिहासाकडे बघण्याचा दृष्टिकोन बदलतो. घटना त्याच असल्या तरी त्या समजावून घेण्याचे संदर्भ बदलतात. म्हणजे इतिहास समजावून घेण्याची आपली जाणीव व भूमिका बदलते.

आपला वर्तमानकाळ कल्याणकारी करण्यासाठी इतिहासाचा अभ्यास आवश्यक असतो. त्यासाठी ऐतिहासिक साधनांची गरज असते, कारण 'घडलेला इतिहास' आणि 'लिहिलेला इतिहास' या गोष्टी वेगळ्या असू शकतात. इतिहासाची एकच एक व्याख्या करणे म्हणूनच

अवघड असते. त्याची सर्वसमावेशक व्याख्या करायची झाल्यास 'इतिहास म्हणजे भूतकाळात घडून गेलेल्या मानवीदृष्ट्या महत्त्वाच्या घटनांचे क्रमवार, सुसंगत वर्णन, विश्लेषण, त्यांची कारणे, परिणाम व या सगळ्यांचा अर्थ लावण्याचा प्रयत्न' अशीही व्याख्या करता येईल.

इतिहासाच्या रचनेत साधने महत्त्वाची भूमिका बजावतात. शिलालेख, इमारती, स्थापत्य, मानवी सांगाडे, चलन, दैनंदिन वापरातल्या गोष्टी, शस्त्रास्त्रे, अवजारे, वाहतुकीची साधने, धातूंच्या वस्तू, वजनमापे या गोष्टींना इतिहासकार बोलते करतो. जुन्या गोष्टींवर नवा प्रकाश टाकणे, जुन्या गोष्टींतून नवा अर्थ शोधणे या पद्धतीने इतिहासकार आपल्या साधनांची मांडणी करतात.

इतिहासकार ग. भा. मेहेंदळे यांनी श्री राजा शिवछत्रपती खंड १, भाग १ मध्ये प्रकरण पहिले 'शिवचरित्राच्या साधनांची ओळख' (पृ. १ ते ११३) यात शिवकालाच्या इतिहास-लेखनाच्या उपयुक्त साधनांची चर्चा केली आहे. यात त्यांनी 'समकालीन सार्वजनिक कागदपत्रे' असा एक स्वतंत्र विभाग केला आहे. त्यांच्या मते, सार्वजनिक कागदपत्रे म्हणजे जी कागदपत्रे भावी काळातील लोकांना इतिहास समजावा अशा हेतूने लिहिली गेलेली नसून कारभाराच्या ओघात लिहिली गेलेली आहेत, अशा सरकारी, निमसरकारी आणि मठ इत्यादींसारख्या इतर सार्वजनिक संस्थांची कागदपत्रे होत. यांत पत्रव्यवहार, सभा, दरबारी कामकाजाची इतिवृत्ते, करपत्रके व आर्थिक बाबींविषयी इतर कागदपत्रे, इनामांच्या व वतनांच्या सनदा व त्यांच्या नूतनीकरणाची पत्रे (खुर्द खते) निवाडापत्रे यांचा समावेश होतो.

(अ) वाङ्मयीन साधने

संस्कृत

शिवकाव्य किंवा शिवमहाकाव्य

१) शिवकाव्य - हे संस्कृत काव्य संकर्षण सकळकळे याने रचलेले आहे. सोळा अध्यायांमध्ये ११६० श्लोक आहेत. कवीने महाराजांची १६५६ ते १६६३ पर्यंतची कारकीर्द काव्यातून सांगितली आहे. महाराजांची जावळी स्वारी आणि उत्तर कोकणातली मोहीम समजण्यासाठी हे काव्य उपयोगी आहे. या काव्याची एकच जुनी हस्तलिखित प्रत ज्ञात असून ती आता पुण्याच्या भारत इतिहास संशोधक मंडळात जतन केलेली आहे. 'संकर्षण सकळकळे कृत शिवकाव्य' या पुस्तकात या काव्याचा मराठी सारांश दिला आहे.

२) पर्णालपर्वतग्रहणाख्यानम् - कवी जयराम पिंड्ये यांनी हे काव्य लिहिलेले असून या संस्कृत काव्यात पाच अध्याय असून एकूण ३५४ श्लोक आहेत. कवी शहाजीराजांचा आश्रित होता. मराठ्यांचा पन्हाळ्यावरील विजय (इ.स. १६७३) आणि

सेनापती प्रतापराव गुजर आणि बहलूलखान यांच्यातील लढाईचे वर्णन यांचा समावेश काव्यात आहे. या काव्याच्या दोन जुन्या हस्तलिखित प्रती तंजावरच्या सरस्वती महाल लायब्ररीत जपून ठेवलेल्या आहेत.

३) शिवराज्याभिषेककल्पतरू - हे काव्य गोविंद नारायण बर्वे यांनी रचले आहे. यात आठ अध्याय मिळून २३५ पूर्ण श्लोक व तीन अर्धे श्लोक आहेत. छत्रपती शिवाजी महाराजांचा दुसरा राज्याभिषेक हाच या काव्याचा मुख्य विषय आहे. याची एक जुनी प्रत कोलकाता येथील एशियाटिक सोसायटीत आहे.

अनुपुराण उर्फ शिवभारत - हे पद्यमय शिवचरित्र परमानंद यांनी रचले आहे. ते मूळचे नेवाशाचे राहणारे होते. ग्रंथलेखनात त्यांनी स्वतःच्या नावामागे -निधीवालकर किंवा निवासकर असाही स्वतःचा उल्लेख केला आहे. काही वेळा कवींद्र परमानंद किंवा कवींद्र असाही उल्लेख केला आहे. मिर्झा राजे जयसिंह आणि त्यांचे मुघल दरबारातील अधिकारी यांच्यातील पत्रव्यवहारात परमानंदांचे उल्लेख आहेत. १६६६ मध्ये महाराजांबरोबर आग्रा येथे आलेल्या मंडळींमध्ये परमानंद होते.

शिवभारताचे एकतीस पूर्ण अध्याय आणि बत्तिसाव्याचे पहिले नऊ श्लोक मिळून २२६२ श्लोक आहेत. शिवभारत केव्हा रचले हे ग्रंथात सांगितलेले नाही. ग्रंथात १६६१ पर्यंतच्या घटना आहेत. आपण हे काव्य महाराजांच्या सांगण्यावरून रचल्याचे परमानंद सांगतात. यामुळे हा ग्रंथ शिवरायांचे अधिकृत चरित्र मानण्यास हरकत नाही. त्यातील घटनांच्या विश्वासार्हतेचे अन्य साधनांवरून परीक्षण करता येते.

राधामाधवविलास - कवी जयराम पिंड्ये यांच्या या ग्रंथात ११ प्रकरणे आहेत. त्यात त्यांनी शहाजीराजांची माहिती दिलेली आहे. या ग्रंथात संस्कृत, हिंदी, मराठी, फार्सी, गुजराती, कानडी या भाषांमधील काव्ये आहेत. या काव्याच्या जुन्या हस्तलिखित प्रतीवरून इतिहासाचार्य वि. का. राजवाडे यांनी राधामाधव– विलासचंपू या नावाने संस्कृत पाठ प्रकाशित केला. मराठीत सारांश देऊन प्रस्तावनेत शहाजीराजांच्या कर्तृत्वाची चर्चा केली आहे.

मराठी

महाराष्ट्रात मध्ययुगात सरकारी कारभार फार्सीत चालला तरी प्रजेला कळण्यासाठी मध्यम व कनिष्ठ पातळीवर बराचसा सरकारी पत्रव्यवहार मराठीतच चाले. सुलतानांची फर्माने कधी कधी द्वैभाषिक असत. फार्सी मजकुराखाली त्याचा अनुवाद मराठीत देत. महाराजांचा कारभार मराठीतच चाले. मराठ्यांच्या स्वातंत्र्ययुद्धात किल्ले ताब्यात घेण्याच्या संघर्षात मराठ्यांचा दफ्तरखाना सुरक्षित राहणे अवघड होते. त्यामुळे समकालीन कागदपत्रे

खूप कमी उपलब्ध आहेत. पुढील महत्त्वाच्या काही ग्रंथांमध्ये शिवकालीन कागदपत्रे प्रसिद्ध झालेली आहेत. १) मराठ्यांच्या इतिहासाची साधने खंड ८, १५ ते १८, २० २) शिवचरित्र साहित्य खंड १४ ३) सनदापत्रातील माहिती (पुण्याच्या एलिअनेशन ऑफिसमधील सरकारी दफ्तरातून निवडलेली कागदपत्रे) ४) वतनपत्रे, निवाडपत्रे वगैरे ५) श्री संप्रदायाची कागदपत्रे २ खंड, ६) श्री रामदासींची ऐतिहासिक कागदपत्रे. २ भाग ७) मराठी दफ्तर, खंड ३ रा ८) पुरंदरे दफ्तर, खंड ३ रा ९) पेशवे दफ्तरातून निवडलेले कागद, खंड ३१ 'जमाव विभागातील कागद' १०) रेकॉर्ड्स ऑफ दि शिवाजी पिरियड- याचे नाव इंग्रजी असले तरी यात मराठी कागदपत्रांचे पाठ आणि काही फार्सी कागदपत्रांचे मराठी अनुवाद छापून त्यांचे अगदी त्रोटक इंग्रजी सारांश दिलेले आहेत. ११) ऐतिहासिक साधने १२) शिवछत्रपतींच्या पत्रांचे प्रतिरूपदर्शन- यात १३ अस्सल मोडीपत्रे व त्यांचे मराठी लिप्यंतर आहे.

सभासद बखर – ही बखर कृष्णाजी अनंत सभासद याने जिंजी येथे १६९७ मध्ये छत्रपती राजाराम महाराजांच्या सांगण्यावरून लिहिली. ही बखर सर्वांत जुनी व महत्त्वाची आहे. बखरकार महाराजांचा समकालीन असल्याने ही बखर शिवकाळासाठी महत्त्वाचे साधन आहे.

'आज्ञापत्र' किंवा 'मराठेशाहीतील राजनीती' या नावाने प्रसिद्ध असलेला हा राजनीतीपर ग्रंथ, राज्याभिषेक शके ४२ मध्ये म्हणजे इ.स. १७१६ च्या सुमारास लिहिला गेला, असा उल्लेख या ग्रंथात आहे.

इ.स. १७१४ मध्ये कोल्हापूरच्या गादीवर असलेल्या श्रीराजा शंभुछत्रपतींच्या आज्ञेवरून राजमान्य राजश्री रामचंद्र पंडित अमात्य हुकुमतपन्हा यांनी हा ग्रंथ लिहिला.

या ग्रंथाची नऊ प्रकरणे आहेत. पहिल्या दोन प्रकरणात शिवाजी महाराजांनी स्वराज्य कसे स्थापन केले, संभाजी, राजाराम यांनी ते कसे वृद्धिंगत केले, अनेक युद्ध प्रसंगांमुळे प्रजेची कशी दुर्दशा झाली, यांचे वर्णन आहे. तिसऱ्या प्रकरणापासून राजकारणविषयक विवेचन आहे. यात राजाची कर्तव्ये, प्रधानाची कामे, सावकार व व्यापारी यांचे स्थान, वतनदारांशी राजाने करावयाचे वर्तन, वृत्तीवंताला सहाय्य करावयाची पद्धत, दुर्ग आणि आरमार यांचे महत्त्व व बंदोबस्त इत्यादी विषय आहेत.

पहिली दोन प्रकरणे सोडून उरलेल्या सातही प्रकरणांतील मजकूर तत्कालीन परिस्थितीप्रमाणे कारभारयंत्रणा, अर्थव्यवस्था व संरक्षणव्यवस्था यासंबंधीचे विवेचन करणारा असल्याने राजनीतीचे महत्त्व ऐतिहासिक संदर्भातच आहे.

शकावली

या प्रकारच्या साधनात घटनांचे, सामान्यत: प्रत्येकी एक-दोन वाक्यांतच वर्णन करून त्यांच्या तारखा दिलेल्या असतात. मराठी शकावलीमधील तारखा शकात असल्याने या

साधनप्रकारास शकावली असे नाव मराठीत रूढ झाले.

१) जेधे शकावली - या शकावलीची ज्ञात असलेली एक जुनी हस्तलिखित प्रत पुणे शहरातील शिक्षण प्रसारक मंडळीतील दत्तो वामन पोतदार संग्रहात जतन करून ठेवली आहे. ही शकावली जेधे घराण्याच्या कागदपत्रांत मिळाल्यामुळे तिला 'जेधे शकावली' म्हणतात. औरंगजेबाच्या जन्मापासून ते जिंजीच्या वेढ्यापर्यंतच्या घटना त्यात आहेत. शिवचरित्रासंबंधीच्या १८१ नोंदी त्यात आहेत. शकावलीतील अक्षर- वळणावरून ती १८ व्या शतकाच्या उत्तरार्धात किंवा १९ व्या शतकाच्या सुरुवातीस लिहिलेली असावी.

२) शिवापूरकर देशपांडे शकावली - शिवापूरच्या देशपांडे घराण्याच्या कागदपत्रांमध्ये मिळालेल्या एका वहीत ही शकावली लिहिलेली आहे. या वहीतील मजकूर अत्रे नावाच्या एका गृहस्थाने इ.स. १८२३-२४ मध्ये लिहिलेला आहे. त्यामुळे ही शकावली 'अत्रे वही' म्हणूनही ओळखळी जाते. शिवराज्याभिषेक ही शेवटची नोंद या वहीत आहे.

३) शिवापूर शकावली - हिची ज्ञात असलेली एकमेव जुनी हस्तलिखित प्रत ही सुमारे १८०१ मध्ये नक्कल केलेली आहे. या शकावलीत १६४८ ते १६८१ या काळातील ९९ नोंदी असून छत्रपती संभाजीमहाराजांबद्दलच्या नऊ नोंदी आहेत. शिवचरित्रप्रदीप या ग्रंथात (पृ. ५० ते ५३) 'शिवापूर दप्तरांतील यादी' या मथळ्याखाली ही शकावली छापलेली आहे.

४) चित्रे शकावली - महाराजांचे चिटणीस बाळाजी आवजी चित्रे यांच्या वंशजांच्या कागदपत्रांत ही शकावली मिळाली. यादीत पंधरा नोंदी शिवचरित्राविषयी आहेत.

उत्तरकालीन मराठी साहित्यात १) एक्याण्णव कलमी बखर उर्फ रायरीची बखर उर्फ मराठी साम्राज्याची छोटी बखर उर्फ शहाण्णव कलमी बखर, २) चित्रगुप्त बखर, ३) चिटणीस बखर (उर्फ सप्तप्रकरणात्मक चरित्र) ४) शिवदिग्विजय बखर, ५) श्री शिवाजी प्रताप बखर, ६) शेडगावकर बखर, ७) एकशेनऊ कलमी बखर यांचा समावेश आहे. यांतील घटना, दिनांक तपासून घ्यावे लागतात. याच्याच जोडीला तंजावरचा शिलालेख. या तंजावर येथील बृहदीश्वराच्या देवळाच्या दगडी भिंतीवर खोदलेल्या शिलालेखात तंजावरच्या भोसले घराण्याचा इ.स. १८०३ पर्यंतचा वृत्तान्त दिलेला आहे.

हिंदी

पत्रव्यवहार

मिर्झाराजे जयसिंह आणि त्यांचे अधिकारी यांच्यात जो राजस्थानी-हिंदी भाषेत पत्रव्यवहार झाला तो जयपूर संस्थानच्या दफ्तरखान्यात आहे. यात जयसिंहाची स्वराज्यावरील मोहीम,

आदिलशाहीविरुद्धची मोहीम, आग्रा भेट व नंतरच्या घटना याबद्दल माहिती मिळते.

शिवभूषण

कवी भूषण याने रचलेल्या या काव्यग्रंथात भाषेच्या अलंकारांच्या व्याख्या दिलेल्या असून अलंकार समजण्यासाठी दिलेली उदाहरणे शिवचरित्रातील आहेत. कवी भूषण याचा भाऊ मतिराम यानेही ललितललाम आणि सतसई या काव्यग्रंथांत अलंकार व्याख्या देताना उदाहरणे समजावून सांगण्यासाठी जे अलंकार दिले आहेत त्यांत महाराजांचा उल्लेख आहे.

(ब) परकीय साधने

पोर्तुगीज

१६५८ मध्ये स्वराज्याचा विस्तार पोर्तुगिजांच्या भारतातील वसाहतींशी भिडण्यास सुरुवात झाली. पोर्तुगीज व मराठे यांच्यात पत्रव्यवहार सुरू झाला. शिवकाळाच्या अभ्यासासाठी पुढील पोर्तुगीज संदर्भ महत्त्वाचे आहेत–

१) लीव्हरूश दश मॉंसोंइश दु रैनु (राज्याची मान्सून पुस्तके) – यात पोर्तुगालहून गोव्याला पाठविण्यात आलेली सरकारी पत्रे आहेत. ती पत्रे मान्सूनच्या काळात गोव्याला पोचत म्हणून पुस्तकाचे शीर्षक कंसात दिल्याप्रमाणे आहे. इ.स. १५६० ते १९१४ या काळाचे एकूण ४५६ खंड आहेत. त्यांपैकी १२ खंड शिवचरित्रोपयोगी आहेत. ते खंड क्रमांक २६, २८ ते ३१, ३४, ३५, ३७ ते ४०, ४६ हे सर्व खंड गोवा पुरालेखागारात आहेत.

२) लीव्हरूश दुश रैश विझीन्युश (शेजारील राजांची पुस्तके) - भारतातील पोर्तुगीज वसाहतींच्या सरकारने इ.स. १६१९ ते १८४२ या काळात शेजारील राज्यांना (आदिलशाही कुतुबशाही मुघल, सिद्दी, डच, इंग्रज, फ्रेंच, मराठे) पाठविलेली पत्रे या मालेच्या २२ हस्तलिखित खंडांत नकलून ठेवलेली आहेत. हे खंड गोवा पुरालेखागारात आहेत. यातील दुसऱ्या व तिसऱ्या खंडात शिवचरित्रोपयोगी पत्रे आहेत.

३) लीव्हरूश दश पाझेश ई त्रातादुश द इंदिय

[पोर्तुगीज] (भारताच्या तहांची व करारमदारांची पुस्तके) भारतातील पोर्तुगीज वसाहतींच्या सरकारने सीमावर्ती राज्यांशी केलेल्या तहांचे मसुदे असणारे हे पाच खंड आहेत. यात शिवचरित्रोपयोगी कागदपत्र आहेत. हे मसुदे पोर्तुगीज अधिकारी कुज्ज्य रिव्हार याने भारतातील (पोर्तुगिजांच्या) राज्याच्या सरकारचे परिपत्रक या परिपत्रकाच्या इ.स. १८७३ ते १८७५ च्या अंकात प्रसिद्ध केले. त्यात शिवचरित्रोपयोगी कागदपत्रे आहेत.

४) आसेंतुश दु काँसेल्यु दु इश्ताक (राज्य सल्लागार मंडळाची इतिवृत्ते) - याचे नऊ हस्तलिखित खंड असून ते गोवा पुराभिलेखागारात आहेत. यात पोर्तुगिजांच्या भारतातील वसाहतींच्या राज्य सल्लागार मंडळाच्या इ.स. १६१८ ते १७५० या काळातील सभांची इतिवृत्ते आहेत. पुढे ही कागदपत्रे पोर्तुगीज भाषेचे तज्ज्ञ आणि ख्यातनाम इतिहासकार डॉ. पांडुरंग सखाराम पिसुर्लेकर यांनी संपादित केलेल्या आसेंतुश दु काँसेल्यु दु इसादू या पाच खंडांच्या पोर्तुगीज ग्रंथात छापली आहेत. यातील दुसरा व तिसरा खंड शहाजीराजे यांच्याविषयी आणि चौथा खंड शिवचरित्रोपयोगी माहिती देतो.

५) दूकूमेंतुश आव्हूलसुश रलातीव्हुश इंदिय (भारताविषयी सुटी कागदपत्रे) - ही कागदपत्रे लिस्बनमधील आर्कीव्हु इसृरिक उलतामारीनु (परदेशीय ऐतिहासिक पुरालेखागार) मध्ये जतन केलेली आहेत. त्यात शिवचरित्रोपयोगी कागदपत्रे आहेत.

याशिवाय ज्या ग्रंथांमध्ये शिवचरित्रोपयोगी अशा पोर्तुगीज कागदपत्रांची भाषांतरे छापलेली आहेत किंवा त्या कागदपत्रांतून मिळणारी माहिती दिलेली आहे ते ग्रंथ असे -

१) द पोर्च्युगीझ अँड द मराठाज - ख्यातनाम इतिहासकार डॉ. पिसुर्लेकर यांनी पोर्तुगीज साधनांचा वापर करून पूर्तुगेझिश ई मराताश (पोर्तुगीज व मराठे) हा ग्रंथ लिहिला. त्याचे ६ भाग आहेत. त्याच्या पहिल्या भागाचे नाव शिवाजी असून शिवचरित्रोपयोगी माहिती त्यात आहे.

२) मराठ्यांच्या इतिहासाची साधने - पोर्तुगीज दफ्तर खंड २ - डॉ. पिसुर्लेकर यांच्या पोर्तुगीज पुस्तकांचा मराठी अनुवाद यात आहे. अ) पूर्तुगेझिश ई मराताश भाग १ - शिवाजी: भाग २ - संभाजी : भाग ३ - राजाराम आ) अंतीग्वल्याश (पुरातत्त्वे) या पुस्तकातील काही भाग इ) आझेंतश द दिप्लूमासिय पूर्तुगेश न इंदिय (भारतातील पोर्तुगीज राजदूत) या पुस्तकातील मराठ्यांच्या इतिहासासंबंधीचा भाग.

खंड ३ - इतिहासकार डॉ. ब्रागांस पेरैर यांनी संपादित केलेल्या आर्कीव्हु पूर्तुगेश ओरिएंताल, तोमु १ व्हूल्यूम ३ (पौर्वात्य पोर्तुगीज दफ्तर, खंड १, भाग ३) या ग्रंथाच्या ५ उपभागांत असणाऱ्या दीड हजार कागदपत्रांपैकी पाचशे कागदपत्रे मराठ्यांच्या इतिहासाशी संबंधित आहेत. त्यांत शिवकाळाशी संबंधित सुमारे २५ पत्रे आहेत. याशिवाय पोर्तुगीज-मराठे संबंध आणि शिवशाही पोर्तुगीज कागदपत्रे हेही ग्रंथ महत्त्वाचे आहेत.

कोस्मि द ग्वार्द लिखित शिवचरित्र - ग्वार्द याने पोर्तुगीज भाषेत वीर्द ई आसोयेंश दु फॅमोझु ई फेलिसिसीमु सेवाजी द इंदिय ओरिएंताल (पौर्वात्य भारतातील प्रसिद्ध व अत्यंत यशस्वी अशा शिवाजीचे चरित्र व त्याची कृत्ये) या नावाचे शिवचरित्र १६९५ मध्ये लिहिले. महाराजांच्या जीवनातील काही घटनांचा समावेश त्यात आहे तर काही घटना

वगळल्या आहेत. एका समकालीन परकीय लेखकाच्या महाराजांविषयी काय समजुती होत्या, हे समजण्यासाठी या पुस्तकाचा उपयोग होतो.

डच

पौर्वात्य देशातील डच वसाहती व वखारी डच ईस्ट इंडिया कंपनीच्या मालकीच्या होत्या. डच ईस्ट इंडिया कंपनीचे पौर्वात्य देशांमधील मुख्य कार्यालय जावा बेटातील बटेव्हिया येथे होते. तेथून कंपनीच्या हॉलंडमधील मुख्य कार्यालयास पाठविण्यात आलेली पत्रे, ठिकठिकाणच्या वसाहतींकडून बटेव्हियाला पाठविण्यात आलेल्या कागदपत्रांचा व बटेव्हियाहून वसाहतींना पाठविण्यात आलेल्या पत्रांच्या बटेव्हियातून हॉलंडला पाठविण्यात आलेल्या नकला, बटेव्हिया येथील गव्हर्नर जनरल व त्याचे सल्लागार मंडळ यांनी केलेले ठराव, हॉलंडमधील मुख्य कार्यालयाकडून बटेव्हियाला पाठविण्यात आलेली पत्रे यांचा संग्रह Koloniaal Archief (वसाहतींची दफ्तरे) या नावाने करण्यात आलेला आहे. यातील सुमारे चौतीस (शेकडो हस्तलिखित खंडांपैकी) खंडांमध्ये शिवचरित्रोपयोगी माहिती आहे.

डाग रजिस्टर - डच ईस्ट इंडिया कंपनीच्या बटेव्हिया येथील कार्यालयाच्या दैनंदिनीचे हे हस्तलिखित खंड असून ते आता हेग येथे आहेत. कंपनीच्या भारतातील वसाहतींकडून व वखारींकडून बटेव्हियाला जी पत्रे येत त्यांचा गोषवाराही या दैनंदिनीत लिहून ठेवलेला असायचा. १६२४ ते १६८२ या काळातील दैनंदिनी २३ खंडांत प्रकाशित झाली. यांतील सुमारे बारा खंडात शिवचरित्रोपयोगी माहिती आहे. याशिवाय भारतातील समकालीन राजकीय घडामोडी समजतात.

डच रेकॉर्ड्स - लंडन येथील इंडिया ऑफिसमध्ये जतन करून ठेवलेल्या डच रेकॉर्ड्समध्ये ट्रॅन्स्क्रिप्ट्स फ्रॉम द हेग (हेगहून आणलेल्या नकला) नावाच्या उपविभागात पुढील कागदपत्रे आहेत. डचांच्या पौर्वात्य वसाहतींमधून हॉलंडला पाठविण्यात आलेल्या पत्रांच्या नकलांचे ५७ हस्तलिखित खंड असून इ.स. १६०० पासूनचा पत्रव्यवहार त्यात आहे. यातील सुमारे ७ खंड शिवचरित्रोपयोगी आहेत. याशिवाय इतिहासकार डॉ. बाळकृष्ण यांनी लिहिलेल्या शिवाजी द ग्रेट खंड १ चे भाग १ व २ आणि खंड २ चा भाग १ व शिवकालीन पत्रसार संग्रह, खंड १ व २ मध्ये अनुवाद केलेल्या सुमारे १७५ डच कागदपत्रांमधून शहाजीराजे व शिवचरित्रोपयोगी साहित्य मिळते.

पुण्यातील ख्यातनाम अशा भारत इतिहास संशोधक मंडळाने लंडन व हेग येथील डच कागदपत्रांमधील शिवचरित्रोपयोगी उताऱ्यांच्या टंकलिखित किंवा हस्तलिखित नकला आणल्या. या नकलांवरून श्री. रंगनाथ दत्तात्रय वाडेकर यांनी केलेला संक्षिप्त मराठी अनुवाद शिवकालीन पत्रसार संग्रहात छापलेला आहे.

फ्रेंच

फ्रेंच ईस्ट इंडिया कंपनीची स्थापना फ्रान्समध्ये इ.स. १६६४ मध्ये झाली. भारतातील फ्रेंचांची पहिली वखार सुरत येथे १६६८ मध्ये सुरू झाली. याच वर्षी फ्रेंचांची स्वराज्यातील पहिली वखार राजापूरला स्थापन झाली. त्यामुळे फ्रेंचांचा महाराजांशी संबंध आला. १६७० च्या सुरतलुटीत फ्रेंचांनी मराठ्यांना दारूगोळा पुरवल्याचे उल्लेख १६७४ च्या इंग्रजी पत्रात आहेत. १६७५ मध्ये फ्रेंच कंपनीचे प्रतिनिधी महाराजांना भेटले. हे मैत्रीसंबंध पुढेही सुरू राहिले. १६७७ च्या जून- जुलै मध्ये कंपनीचा एक प्रतिनिधी महाराजांना वेलोर येथे तीन वेळा व भुवनगिरी येथे एकदा भेटला. झेरमँ हा फ्रेंच अधिकारी पोर्तुगीज दुभाष्यासह कोलेरून नदीकाठच्या महाराजांच्या तळावर, महाराजांना भेटून ३ दिवस मुक्कामी राहिला. महाराज आणि कंपनीचे अधिकारी यांच्यातील पत्रव्यवहाराचे उल्लेख समकालीन फ्रेंचांच्या लिखाणात आहेत. महाराजांचे फ्रेंचांशी स्नेहाचे संबंध होते असे या लिखाणात म्हटले आहे. ख्यातनाम इतिहासकार श्री. सुरेंद्रनाथ सेन यांनी 'फॉरिन बायॉग्राफीज ऑफ शिवाजी' पुस्तकाच्या प्रस्तावनेत दोन समकालीन फ्रेंच पत्रांचा उल्लेख केला आहे.

द ओरलँ लिखित शिवचरित्र प्येर झोझेप द ओरलँ याने लिहिलेला Histoire des deux conquerans Tartares qui ont subjeuge la Chine (चीन जिंकणाऱ्या दोन तार्तार विजेत्यांचा इतिहास) या ग्रंथासोबत ३७ पृष्ठांची एक पुरवणी Histoire de sevagi et de son successeur Nouveaux conquerans dans les indes (शिवाजी आणि त्याचा उत्तराधिकारी या भारतातील अलीकडच्या विजेत्यांचा इतिहास) या नावाने प्रसिद्ध केलेली आहे. आतापर्यंत ज्ञात झालेल्या शिवचरित्रांपैकी हेच सर्वांत प्रथम छापलेले शिवचरित्र आहे. (इ.स. १६८६-८८)

इंग्रजी

ईस्ट इंडिया कंपनीच्या भारतातील वसाहतींचे व वखारींचे जे प्रमुख विभाग पाडलेले होते त्यांना प्रेसिडेन्सीज असे म्हणत. प्रत्येक प्रेसिडेन्सीचा कारभार पाहण्यासाठी एक प्रेसिडेंट व सल्लागार मंडळ आणि वसाहतींचा व वखारींचा कारभार पाहण्यासाठी एजण्ट्स किंवा चीफ्स इन कौन्सिल नेमलेले असत. प्रत्येक ठिकाणचे निर्णय त्या त्या ठिकाणच्या कौन्सिलमध्ये होत व कौन्सिलच्या सभांची इतिवृत्ते लिहून ठेवली जात. प्रत्येक ठिकाणच्या सभांची इतिवृत्ते, पत्रव्यवहार, हिशेब इत्यादी सर्व कागदपत्रांच्या नकला इंग्लंडमधील मुख्य कार्यालयाकडे पाठवत. २१ व्या शतकात शिल्लक राहिलेली कागदपत्रे लंडनच्या इंडिया ऑफिस, पब्लिक रेकॉर्ड ऑफिस, ब्रिटिश म्युझियम, ऑक्सफर्ड येथील बॉडली अन लायब्ररी आणि मुंबईस्थित बॉम्बे अर्काईव्ह्ज येथे आहेत.

कंपनीची शिवकालीन कागदपत्रे व्यापाराविषयी आहेत. कंपनीच्या 'द इंग्लिश फॅक्टरीज इन इंडिया' या ग्रंथमालेतील एका खंडात ९ डिसेंबर १६५९ या तारखेच्या पत्रात शिवाजी महाराजांचा उल्लेख आहे. महाराजांचा उल्लेख असणारे हे सर्वांत जुने इंग्रजी पत्र आहे. याशिवाय इंग्लिश रेकॉर्ड्स ऑन शिवाजी, २ खंड यात कंपनीच्या कागदपत्रांतून काढलेले सुमारे एक हजार शिवचरित्रोपयोगी उतारे आहेत.

(क) प्रवाशांचे वृत्तान्त

फार्सी

फार्सीमधील समकालीन सार्वजनिक कागदपत्रे

फार्सी– फार्सी ही मुघल, निजामशाही, आदिलशाही, कुतुबशाही यांची सरकारी भाषा होती. या चारही सत्तांची कागदपत्रे महत्त्वाची आहेत. सध्या स्टेट अर्काईव्ह्ज, आंध्र प्रदेश यांच्याकडे शहाजहान व औरंगजेब यांच्या कारकिर्दीतील सुमारे दीड लाख सरकारी कागद आहेत. मुघलांचा राज्यकारभार आणि शिवचरित्राची पार्श्वभूमी समजून घेण्यासाठी ही कागदपत्रे उपयुक्त आहेत. याशिवाय दख्खनच्या सुलतानांची फर्मानेही आहेत.

फार्सी पत्रसंग्रह

मध्ययुगात बादशाह, शाहजादे, सरदार यांच्या पत्रांचे मसुदे त्यांचे मुन्शी तयार करीत असत. त्याचा उपयोग समकालीन घटना समजून घेण्यास होतो.

१) आदाब-इ आलमगिरी (आलमगिरी शैली) – औरंगजेब शाहजादा असताना अबुल फत्ह (काबिलखान) हा मुन्शी होता. त्याने धन्याच्या आज्ञेने लिहिलेल्या या पत्रसंग्रहात शिवाजीमहाराजांनी आदिलशाही विरुद्ध मुघलांचा पाठिंबा मिळवण्यासाठी इ.स. १६५६-५७ मध्ये केलेले प्रयत्न व १६५७ मध्ये महाराजांनी जुन्नर व अहमदनगर भागात केलेली स्वारी यांचा संदर्भ या पत्रव्यवहारात आहे.

२) इन्शा-इ हफ्त अंजुमन (सात प्रकारची पत्रे) – मिर्झा राजे जयसिंग यांच्याकडे उदयराज हा मुन्शी होता. त्याने धन्याच्या आज्ञेने लिहिलेल्या पत्रांमधून जयसिंहाच्या शिवाजीमहाराज व आदिलशाह यांच्या विरुद्धच्या मोहिमांची माहिती मिळते.

३) दुर्ज- उल गवाहिर (रत्नांचा करंडा) – छत्रपती शिवाजी महाराज व छत्रपती संभाजीराजे यांच्या दरबारात मुन्शी पदावर कार्यरत असणाऱ्या नील प्रभू यांनी पत्रे लिहिली आहेत. यात महाराजांचे औरंगजेबाच्या मुत्सद्द्यांना लिहिलेले एक पत्र व सेनापती प्रतापराव गुजर यांचे पत्र आहे.

४) खुतूत- इ शिवाजी (शिवाजीची पत्रे) – शिवचरित्रोपयोगी अशी सात पत्रे आहेत. औरंगजेब, दिलेरखान यांच्याशी झालेला पत्रव्यवहार आहे. जिझिया करासंदर्भातील एक पत्र आहे.

५) हफ्त कुर्सी (सात सिंहासने) - विजापूरच्या आदिलशहांच्या कारकिर्दीतील काही घटनांच्या नोंदी या फार्सी शकावलीत केलेल्या आहेत. फितूरखानाने लिहिलेल्या या शकावलीतून आदिलशाहीचा इतिहास कळतो.

२) समकालीन दरबारी इतिहास

शिवचरित्रोपयोगी समकालीन कागदपत्रे मोठ्या प्रमाणावर उपलब्ध आहेत. त्यांची माहिती पुढीलप्रमाणे–

फार्सी

१) तुजुक-इ जहांगीरी (जहांगिराचे अनुशासन) – मुघल सम्राट जहांगिरच्या या आत्मचरित्रात शहाजीराजे यांच्या चरित्रासाठीची उपयुक्त राजकीय पार्श्वभूमी व मुघल राज्यकारभाराची माहिती मिळते.

२) बादशाहनामा (अथवा पादशाहनामा) - मुघल सम्राट शहाजहानच्या कारकिर्दीच्या पहिल्या वीस वर्षांचा (इ.स. १६२८ ते १६४७) इतिहास अब्दुल हमीद लाहोरी याने लिहिला. शहाजीराजांचे चरित्र व शिवचरित्राच्या पार्श्वभूमीसाठी तो उपयुक्त आहे.

३) आलमगीरनामा - औरंगजेबाच्या कारकिर्दीच्या पहिल्या दहा वर्षांचा इतिहास मिर्झा मुहम्मद काजिम याने औरंगजेबाच्या हुकूमावरून लिहिला. काजिमला मुघल सुभ्यातून येणारी बातमीपत्रे व दरबारची बातमीपत्रे देण्यात यावीत, जरूर ते तपशील त्याने संबंधित अधिकाऱ्यांकडून व खुद्द बादशहाकडून माहीत करून घ्यावेत आणि मजकूर लिहून होईल तसतसा तो बादशहाला वाचून दाखवून दुरुस्त करून घ्यावा, अशा सूचना औरंगजेबाने दिल्या होत्या. आलमगिरनामा हा दरबारी इतिहास आहे. ग्रंथकाराला सरकारी कागदपत्रे उपलब्ध असल्याने त्यात अनेक प्रसंगांचा भरपूर व अचूक तपशील दिला आहे. यातील शिवचरित्राशी संबंधित भाग इतिहासकार प्रा. गणेश हरी खरे यांनी अनुवाद करून शिवचरित्र-वृत्त संग्रहाच्या तिसऱ्या खंडात छापला आहे. याच्याच जोडीला मआसिर- इ आलमगिरी (आलमगिरीची संस्मरणीय कृत्ये) हा मुहम्मद साकी मुस्तइद्खान याने लिहिलेला औरंगजेबाचा इतिहास शिवकाळ समजण्यासाठी काही प्रमाणात उपयोगी आहे.

३) इतर समकालीन इतिहास

१) अमल-इ सालिह (सालिहची रचना) - शाहजहानची कारकीर्द आणि तिच्या अखेरीस झालेले मुघल यादवी युद्ध यांचा हा इतिहास मुहम्मद सालिह कंबू याने लिहिला आहे. इ.स. १६५७ मधील मुघलांचे आदिलशाहीवरील आक्रमण आणि त्या वेळी शिवरायांनी मुघल मुलखावर केलेली स्वारी यांची माहिती या ग्रंथात आहे.

२) फुतूहात- इ आलमगिरी (आलमगिराचे विजय) - गुजरातमधील पट्टणगावच्या ईश्वरदास या मनसबदाराने हा ग्रंथ लिहिला. तो बादशाही नोकरीत होता. १६९८ मध्ये हा ग्रंथ पूर्ण झाला. शायिस्ताखान, जसवंतसिंह, जयसिंह यांच्या स्वराज्यावरील स्वाऱ्या, सुरतेची पहिली स्वारी, महाराजांची जंजिरा मोहीम, आग्रा भेट, मुंगी पैठण आणि साल्हेरची लढाई याची माहिती या ग्रंथात आहे. ख्यातनाम इतिहासकार सेतु माधवराव पगडी यांनी या ग्रंथाद्वारे मोगल- मराठा संघर्ष यावर प्रकाश टाकला आहे.

३) तारीखे दिल्कुशा (चित्ताकर्षक इतिहास) - हा फार्सी ग्रंथ भीमसेन सक्सेना या मुघलांकडे चाकरीत असणाऱ्याने लिहिला. तो महाराजांच्या विरुद्धच्या काही लढायांमध्ये हजर होता. इ.स. १६५८ ते १७०९ या काळातील दक्षिणेतील राजकीय व लष्करी घडामोडींची हकीकत व शिवचरित्रोपयोगी काही घटना समजण्यास हा ग्रंथ उपयोगी आहे.

७) उत्तरकालीन इतिहास

१) खाफीखानकृत मुन्तखबुल्लुबाब (निवडक सारांश) – औरंगजेबाच्या कारकिर्दीत मुघलांच्या नोकरीत असलेल्या खाफीखान याने ३ खंडांत इतिहास लिहिला. काजिम लिखित 'आलमगिरनामा' या ग्रंथातून औरंगजेबाची माहिती प्रामुख्याने मिळते, परंतु त्या ग्रंथातून जे प्रसंग वगळले किंवा थोडक्यात सांगितले आहेत, त्यासाठी खाफीखानचा हा ग्रंथ उपयोगी आहे. उदा. शायिस्तेखानावरचा लाल महालातील हल्ला.

२) मआसिर-उल-उमरा (उमरावांची चरित्रे) – अकबराच्या कारकिर्दीपासून ते इ.स. १७८० पर्यंतच्या काळातील मुघल सरदारांचा हा चरित्रकोश आहे. मीर अर्ब्दुरझ्झाक व त्याचा पुत्र अब्दुल हच यांनी प्रामुख्याने ७३१ सरदारांची चरित्रे दिली आहेत. यात स्वराज्यावर चालून आलेल्या मुघल सरदारांची माहिती मिळते.

समकालीन वाङ्मय - उर्दू

उर्दू हाश्मी बीजापुरी हा दख्खनी उर्दूत रचना करणारा कवी आदिलशाह व सिकंदर आदिलशाह यांच्या काळात होऊन गेला. त्याच्या गजलांमध्ये महाराजांचे उल्लेख आहेत.

राजस्थानी

राजपूत दफ्तरखाने - बिकानेरच्या 'सेंट्रल रेकॉर्ड्स ऑफिस'मध्ये औरंगजेबाच्या दैनंदिन दरबारची बातमीपत्रे (अखबारात इ दरबार- इ मुअल्ला- शब्दश: अर्थ - श्रेष्ठ दरबाराची बातमीपत्रे) आहेत. या बातमीपत्रात शिवचरित्रोपयोगी ७५ उतारे आहेत.

कानडी

कंठीरव - नरसराज- विजयम्

२६ अध्यायांचे हे काव्य गोविंद वैद्य याने म्हैसूरच्या सेनापती नंजराजेंद्र याच्या हुकूमावरून रचले. यात म्हैसूर नरेश कंठीरव नरसराज यांचे चरित्र आहे. शिवचरित्राची राजकीय पार्श्वभूमी यातून कळते.

समकालीन युरोपीयांचे वृत्तान्त

शिवकाळात जे परकीय प्रवासी भारतात आले त्यांनी प्रवासवर्णने, आठवणी, दैनंदिनी यांच्याद्वारे भारतविषयक स्मृती जपल्या. काही नोकरीसाठी, काही धर्मप्रसारक तर काही धाडसी प्रवासी होते. त्या काळाचा विचार करता भारतात येणे, राहणे, दुभाष्यांमार्फत व्यवहार करणे आणि पूर्वग्रहरहित आठवणी लिहिणे या गोष्टींचे महत्त्व आहे. या प्रवाशांचे लिखाण आपणास आता चुकीचे किंवा पूर्वग्रहदूषित वाटू शकते. अज्ञानमूलक वाटू शकते. मात्र, त्यांच्या दृष्टिकोनातून त्यांना जे योग्य वाटले ते त्यांनी लिहिले. त्यांची इतिहास आणि भूगोलाची जाणीव किंवा समज अपुरी असेल परंतु वेगळेपणाची दखल घेऊन त्यांनी लिहिलेल्या आठवणी आता इतिहासाची साधने झालेल्या आहेत. आपल्यामागून येणाऱ्या प्रवाशांसाठी त्यांनी सविस्तर वृत्तान्त लिहिले. रस्ते, बाजारभाव, वजनमापे, चालीरीती, विनिमयदर यांची माहिती त्यांनी दिली आहे.

पीटर मुंडी, स्ट्रेनशॉम मास्टर हे इंग्रज प्रवासी, झां बातिस्त तावेर्निए, फ्रांस्वा बर्निए हे फ्रेंच प्रवासी आणि दुमिंगु फेर्नांदिश द नॅव्हरेत हा स्पॅनिश प्रवासी यांच्या वृत्तांतात छत्रपती शिवाजी महाराजांविषयी काही उल्लेख आहेत. डॉ. जॉन फ्रायर, झां द थेवेनो, कॅरे यांनी त्रोटक शिवचरित्र लिहिले आहे. छत्रपतींच्या कर्नाटक स्वारीची (१६७६-७७) अमूल्य माहिती फ्रेंच प्रवासी फ्रान्स्वा मारतँ देतो. निकोलाओ मानुची या इटालियन प्रवाशाने महाराजांना प्रत्यक्ष पाहिले होते. शिवाजी महाराज व जयसिंह यांच्या भेटीच्या वेळची हकीगत त्याने लिहिली आहे. आपण महाराजांशी बोललो असे तो सांगतो. अजूनही काही युरोपीय महाराजांना प्रत्यक्ष भेटले होते.

प्रत्यक्ष शिवचरित्र नाही परंतु त्याची पार्श्वभूमी समजण्यासाठी पुढील परकीय प्रवाशांची

वर्णने उपयोगी आहेत, असे प्रवासी पुढीलप्रमाणे–

इंग्रज - जॉन जौर्डेन, विल्यम हॉकिन्स, थॉमस रो, एडवर्ड हेरी, राल्फ फिच, विल्यम मेथवोल्ड, जॉन मार्शल

फ्रेंच - फ्रांस्वा पिरार, झां द थेवेनो

डच - फ्रान्सेस्को, पेलसाएर्ट, ऑटोनी स्कोरेर

इटालियन - प्येअलो देल्ला व्हॅल्ले, जोव्हान्नी फ्रांचेस्को, जेमेल्ली कॅरेरी

पोर्तुगीज - आंतोनियु मॉंसेरात, सेबॅश्तिएए मॅन्टिर

जर्मन - जॉन अल्बर्ट डी मॅंडेल्सो

प्रवाशांचे वृत्तान्त

या भागात जे युरोपीय प्रवासी शिवकालात भारतात आले होते अशा समकालीन युरोपीय प्रवाशांची दखल घेतलेली आहे.

१) कारे बार्तेलमी (Carre, Barthelemy)

युरोपातील फ्रान्स या देशातील राजाचा मुख्य कारभारी कोल्बेर होता. त्याचा प्रतिनिधी म्हणून कारे १६६६ ला फ्रान्समधून निघाला आणि १६६८ ला भारतात गुजरात मधील सुरत येथे पोहोचला. फ्रेंच ईस्ट इंडिया कंपनीच्या कामासाठी तो भारतात फिरला आणि १६७१ ला फ्रान्सला परतला. पुढे तो १६७२ ला परत भारतात आला व ७४ ला परत गेला. त्याच्या दुसऱ्या प्रवासाचा वृत्तान्त त्याने फ्रेंच भाषेत लिहिला. कारेच्या फ्रेंच ग्रंथाचा इंग्रजी अनुवाद लेडी एम.ई. फॉसेट (Fawcett) यांनी केला. तो 'द ट्रॅव्हल्स ऑफ दि ॲबे कारे इन इंडिया ॲंड द निअर ईस्ट. १६७२ टू १६७४' या नावाने प्रसिद्ध आहे. तीन खंडांतील हे ग्रंथ हॅक्लूट सोसायटीने इ.स. १९४७ मध्ये प्रकाशित केले. कारेचा फ्रेंच भाषेतील मूळ ग्रंथ Voyage des indes orientales mele de plusieurs Histories curieuses. या नावाचा आहे. या वर्णनात छत्रपती शिवाजी महाराजांवर एक स्वतंत्र प्रकरण असून महाराजांच्या जीवनातले काही प्रसंग वर्णिले आहेत. शिवकालाविषयीचा हा भाग इंग्रजीत श्री. सुरेंद्रनाथ सेन यांनी अनुवादिला व स्वतःच संपादित केलेल्या 'फॉरिन बायोग्राफीज ऑफ शिवाजी' ग्रंथात (पृ. १८५ ते २५८) छापला. कारेच्या ग्रंथातील शिवकालाचा भाग सेन यांच्यापूर्वी ख्यातनाम इतिहासकार जदुनाथ सरकार यांनी इंग्रजीत अनुवादिला होता.

कारेच्या ग्रंथात महाराजांची सुरतेवरील दुसरी स्वारी औरंगजेबाची जुलमी राजवट, पोर्तुगिजांची मराठ्यांविरुद्धची युद्धाची तयारी. सुरतमधील घियासुद्दीन या अधिकाऱ्याची जुलमी कारकीर्द, महाराष्ट्रातील डहाणू, तारापूर, माहीम, केळवे, या गावांचे उल्लेख वसई

येथील साखर उद्योग, चौल, खांदेरी-उंदेरी बेटे यांचा उल्लेख आहे. चौलमधील स्वराज्याचा अंमलदार आणि कारे यांच्यात जे संभाषण झाले त्याचा वृत्तान्त महत्त्वाचा आहे.

चौलच्या अंमलदाराच्या मते खंबायच्या राज्याची सीमा असलेल्या सिंधू नदीपासून बंगालच्या मुलखाच्या खूप पलीकडे असलेल्या गंगा नदीपर्यंतचा मुलूख जिंकण्याचा शिवाजीचा बेत आहे, त्याची महत्त्वाकांक्षा अमर्याद आहे आणि त्याची क्षमता त्याच्या महत्त्वाकांक्षेपेक्षा मोठी आहे, तो थोर योद्धा व मुत्सद्दी आहे. त्याने सेनापतीच्या कर्तव्यांचा, विशेषत: किल्लेबांधणीचा अतिशय काळजीपूर्वक अभ्यास केला आहे, अतिशय कुशल अशा स्थापत्यविशारदांपेक्षाही त्याला किल्ल्यांच्या बांधणीचे अधिक ज्ञान आहे, भूगोलाचाही त्याने विशेष अभ्यास केला आहे देशातील बहुतेक सर्व शहरांची, इतकेच नव्हे तर भूप्रदेशांची आणि वनस्पतींची त्याला माहिती आहे आणि त्याने त्यांचे अचूक नकाशे तयार केले आहेत. अशी माहिती अंमलदाराने कारेला दिली असे कारेने नमूद केले आहे. या संभाषणावरून महाराजांबद्दल त्यांच्या अनुयायांत असणारा विश्वास, प्रेम, जिव्हाळा दिसून येतो.

कारेच्या वृत्तांतात सामाजिक चालीरीतींचे उल्लेख आहेत. तंबाखूचे व्यसन, वाटसरूंना देण्याकरिता गावातील एका घरात चुलीवर कायम कांजी (थोडे तांदूळ टाकून उकळलेले पाणी) ठेवलेले असणे, दुसऱ्या जातीच्या कोणाला आपल्या घरात घेतले तर घर भ्रष्ट होऊन बहिष्कृत होण्याची भीती, राजापूर येथील गरम पाण्याचा झरा, जंगलात असणारी वाघांची विपुलता, जकातनाक्यावरील जकात, आदिलशाही, कारेने महाराजांचा उल्लेख प्रती अलेक्झांडर करणे या गोष्टी उल्लेखनीय आहेत.

महाराजांच्या राज्यातून एवढा दीर्घ प्रवास अन्य कोणत्याही प्रवाशाने केला नाही. त्याच्या वर्णनात शायिस्ताखान स्वारी, सुरतेची पहिली लूट, बारदेशवरील स्वारी, जयसिंहाची स्वारी, आग्रा भेट व सुटका यांचे उल्लेख आहेत. अर्थात, काही चुकीच्या प्रसंगांचा समावेश या वर्णनात आहे. उदा. : शिवाजी महाराज सुरुवातीस विजापूरच्या बादशहाचा प्रधान होते.

महाराजांविषयी कारे लिहितो

१) 'तो पौर्वात्य देशांमधील आत्तापर्यंत होऊन गेलेल्या अत्यंत थोर पुरुषांपैकी एक आहे. मुलूख काबीज करण्याचा झपाटा आणि चांगले गुण यांबाबतीत स्वीडनचा राजा गुस्टाव्हस ॲडॉल्फस याच्याशी त्याची तुलना करणे गैर नाही.

कारेच्या या लिखाणातून महाराजांचे एक वेगळेच दर्शन समोर उभे राहते. येथे गुस्टाव्हस ॲडॉल्फसची थोडक्यात माहिती देत आहे. हा राजा गुस्टाव्ह II ॲडॉल्फ या नावानेही ओळखला जातो. तो स्वीडनचा राजा होता. त्याला 'उत्तरेचा सिंह' अशी उपाधी होती. १६११ मध्ये सत्तेवर येताच त्याने देश नियंत्रणाखाली आणला. १६१३-१७ या

दरम्यान त्याने रशियाचा पराभव केला. पोलंडकडून प्रदेश मिळविला. स्टॉकहोम राजधानी केली. देशाचे प्रशासन भक्कम केले.

संदर्भ – Chambers Biographical Dictionary, P-676

२) तावेर्निए, झां बातिस्त (Travernier Jean Baptiste)

तावेर्निएचा जन्म १६०५ मध्ये पॅरिस येथे झाला. तो जन्मजात भटका असावा कारण वयाची पंचविशी पूर्ण होण्यापूर्वीच त्याने फ्रान्स, इंग्लंड, हॉलंड, जर्मनी, स्वित्झर्लंड, पोलंड, हंगेरी, इटली देश बघितले होते. काही युरोपीय भाषा तो शिकला. त्याच्या प्रवासवर्णनाचे दोन खंड १६७६ मध्ये पॅरिसहून प्रकाशित झाले. मूळ पुस्तक Les six voyages de Jean Baptiste Tavernier (झां बातिस्त तावेर्निए याचे सहा प्रवास) या नावाने प्रसिद्ध झाले. फ्रेंच भाषेतील मजकूर सॅम्युअल शापुझो याने संपादित केला होता. यातील दुसरा खंड भारताविषयीचा आहे. या दुसऱ्या खंडाचा इंग्रजी अनुवाद डॉ. व्हॅलंटाईन बॉल यांनी १८८९ मध्ये 'ट्रॅव्हल्स इन इंडिया बाय झां बातिस्त तावेर्निए' या नावाने दोन खंडात प्रकाशित केला. त्या अनुवादाची विल्यम क्रूक यांनी सुधारित संपादित आवृत्ती १९२५ मध्ये प्रकाशित केली.

या प्रवासवर्णनातून भारतातील जकात चलन, विनिमयदर, वजनेमापे, प्रवास करण्याची साधने यांची माहिती मिळते. तावेर्निएने या विषयांवर भर दिला कारण तो रत्नांचा आणि कलाकुसरीच्या रत्नजडित वस्तूंचा व्यापारी होता. भारतात व्यापार करताना त्याने दुभाष्यांची मदत घेऊन व्यापार केला. येथे तो स्वसंरक्षणार्थ आणि व्यापारी मालाच्या संरक्षणार्थ शिपाई बाळगे. त्यांना दरमहा चार-पाच रुपये पगार देई.

महाराष्ट्रात तो औरंगाबाद, दौलताबाद, अंबड, अष्टी, नांदेड येथे फिरला होता. जहाजातून तो वेंगुर्ला ते गोवा अशा प्रवासाला गेला. महाराष्ट्रात आणि विशेषत: पुणे जिल्ह्यातील चाकणच्या वेढ्याप्रसंगी तावेर्निए शायिस्तेखानाबरोबर हजर होता. चाकणच्या किल्ल्याचा बुरूज सुरुंगाने उडविल्याचे तो लिहितो. चाकण येथे त्याने शायिस्तेखानाला एक लाख वीस हजार रुपयांचा माल विकला. औरंगजेबाच्या वाढदिवसाच्या समारंभाला तो औरंगजेबाच्या खास विनंतीवरून थांबला. त्याने मयूरसिंहासनाचे वर्णन केले आहे. औरंगजेबाच्या रत्नसंग्रहात पुढे ख्यातकीर्त झालेला कोहिनूर हिरा त्याने पाहिला. त्याच्या लेखनातून मुघल दरबारच्या कामकाजपद्धतीवर प्रकाश पडतो.

शिवाजी महाराजांच्या सुरुवातीच्या कारकिर्दीविषयीची त्याची माहिती अचूक नाही. चाकणचा वेढा, जयसिंह स्वारी यांचे उल्लेख त्याच्या वर्णनात आहेत.

व्यापाराच्या माध्यमातून घडणारे मानवी स्वभावाचे दर्शन त्याने मुघल दरबारात त्याला वस्तू विकण्यासाठी द्याव्या लागणाऱ्या भेटवस्तूंमधून घडविले आहे.

३) तेव्नो झां द (Thevenot Jean de)

तेव्नो याचा जन्म फ्रान्सची राजधानी पॅरिस येथे झाला. वयाच्या विशीतच त्याने इंग्लंड, हॉलंड, जर्मनी, इटली बघितले होते. त्याच्या प्रवासवृत्ताचा इंग्रजी अनुवाद 'द ट्रॅव्हल्स ऑफ मस्य द तेवनो इन्टू द लिव्हॅन्ट' या नावाने इंग्लंडहून १६८७ मध्ये प्रकाशित झाला. त्याचा तिसरा भाग भारताविषयी आहे. या भागातील थोडा भाग वगळून बाकीचा भाग 'इंडियन ट्रॅव्हल्स ऑफ तेव्नो अँड कॅरेरी' या सुरेंद्रनाथ सेन यांनी संपादित केलेल्या ग्रंथात पुनर्मुद्रित केला आहे.

तेव्नो याला तुर्की, अरबी, फारसी भाषा येत होत्या. ११ मार्च १६६६ या दिवशी तो औरंगाबादला पोचला. वेरूळची लेणी त्याने पाहिली. येताना तो खुल्दाबादला गेला. त्याच्या एकंदर लिखाणातून वजनमापे, नाणी, ताडी, पालखी, अंत्यविधी, मुघल शस्त्रास्त्रे, शिवाजी महाराजांवरचे एक स्वतंत्र प्रकरण व अन्यत्र ४ ठिकाणी ओझरते उल्लेख; शायिस्ताखानावरील छापा, सुरतेवर स्वारी, महाराजांची आग्रा भेट व सुटका यांचा उल्लेख त्याने केला आहे. परंतु, काही चुकाही केल्या आहेत. उदा. छत्रपती शिवाजी महाराजांचा जन्म वसई येथे झाला.

४) फ्रायर जॉन (Friar John)

जॉनचा जन्म इंग्लंडमध्ये १६५० च्या सुमारास झाला. १६७२ मध्ये तो ईस्ट इंडिया कंपनीच्या नोकरीत 'सर्जन' म्हणून मुंबईत रुजू व्हायचे ठरले. तेव्हा त्याला मासिक पगार २२.५० (बावीस रुपये पन्नास पैसे) ठरला. इंग्रजांच्या भाषेत दरमहा ५० शिलिंग.

९ डिसेंबर १६७२ रोजी तो इंग्लंडहून जहाजाने भारतात निघाला व ८ डिसेंबर १६७३ रोजी मुंबईला पोहोचला. त्याने 'A New Account of East India and Persia, in eight letters being nine years travels began 1672 and finished 1681' हा ग्रंथ लिहिला. तो १६९८ मध्ये प्रकाशित झाला. फ्रायरचा हा ग्रंथ त्याच्या मूळ आवृत्तीतील नावातच नमूद केल्याप्रमाणे आठ पत्रांच्या स्वरूपात आहे आणि प्रत्येक पत्रात अनेक प्रकरणे आहेत.

इंग्लंड ते मुंबई प्रवासाची वर्णने त्याने केलेली असून छत्रपती शिवाजीमहाराजांच्या पराक्रमाचे वर्णन त्याने 'शिवाजीने एखाद्या जोरदार पाणलोटाप्रमाणे समोर येईल ते काबीज केले असून त्याच्या नावाची सर्वत्र दहशत आहे' अशा शब्दांत केले आहे. मुंबई, वसईचा परिसर, शेतीपद्धत, गवळण पक्ष्याची घरटी, नारळी पौर्णिमेचा उत्सव याचे वर्णन त्याच्या लिखाणात आहे. हेन्री ऑक्झेंडेन रायगडावर महाराजांना राज्यभिषेकाच्या वेळी भेटला त्याचा अहवाल फ्रायरने आपल्या वर्णनात घेतला आहे. हिंदू-मुसलमान चालीरीती, सुरत शहरात शौचकूप नसणे, जकात व जिझिया कर, औरंगजेबाची जुलमी राजवट, महाराष्ट्रातील मुंबई-कल्याणजवळील टिटवाळा गाव उद्ध्वस्त करण्याची मुघलरीत, जुन्नरपर्यंतचा खडतर

प्रवास, शिवनेरी किल्ल्याचे महाराजांच्या दृष्टीने महत्त्व, विजयदुर्गाचे वर्णन त्याने केले आहे. "दख्खन ही लष्करी लोकांची भाकरी आहे" असे म्हणतात, असे निरीक्षण फ्रायरने नोंदविले आहे ते अचूक आहे. युद्धे मुद्दाम रेंगाळत ठेवण्याचे मुघल सरदारांचे धोरणच असायचे या पार्श्वभूमीला उद्देशून वरील वर्णन फ्रायरने केले आहे. शिवरायांचे आडनाव व जन्मस्थान नमूद करणारा फ्रायर हा पहिलाच युरोपीय प्रवासी आहे. महाराजांच्या चरित्राचा एकूण गोषवारा त्याने दिला आहे. महाराजांचा मृत्यू, छत्रपती संभाजी महाराज, औरंगजेबाची राजपुतांच्या विरोधातील मोहीम याची माहिती त्याने दिलेली आहे. माहिती तपासूनच घ्यावी लागते; कारण महाराजांच्या मृत्यूची तारीख त्याने १ जून १६८० दिली आहे.

५) बर्निए फ्रांस्वा (Bernier Francois)

बर्निएचा जन्म फ्रान्समध्ये १६२० मध्ये झाला. तो पेशाने डॉक्टर होता. जर्मनी, पोलंड, स्वित्झर्लंड, इटली, पॅलेस्टाइन, सिरिया, इजिप्त, भारत असा त्याचा प्रवास झाला. त्याने जे प्रवासवर्णन लिहून ठेवले त्याचा सटीप इंग्रजी अनुवाद आर्चिबॉल्ड कॉन्स्टबल यांनी केला. तो १८९१ मध्ये प्रसिद्ध झाला. त्याची व्हिन्संट स्मिथ यांनी संपादित केलेली सुधारित आवृत्ती Travels in the Mogul Empire : A. D. 1656-1668 या नावाने ऑक्सफर्ड युनिव्हर्सिटी प्रेसने १९१४ मध्ये प्रकाशित केली.

भारतात आल्यावर औरंगजेबाने त्याला डॉक्टर म्हणून नोकरीत घेतले होते. औरंगजेबाबरोबर तो काश्मीरच्या सहलीला गेला होता. त्याच्या ग्रंथात भारताचा विस्तार, भारतात येणारा सोने-चांदीचा ओघ, साधनसंपत्ती, सैन्य, कारभार, दिल्ली व आग्रा वर्णन, हिंदू धर्म व चालीरीती, मुघल साम्राज्याचा महसूल, शिवरायांचा शायिस्ताखानावरील छापा, सुरतेवरील स्वारी, पुरंदरचा तह, आग्राभेट व सुटका याची माहिती मिळते. वर्णने तपासून घ्यावी लागतात कारण बर्निएने शायिस्तेखानावरचा छापा पुण्यातील लालमहालऐवजी औरंगाबाद येथे वर्णिला आहे.

६) मानुची निकोलाओ (Manucci Niccolao)

इटालियन प्रवासी मानुची जग बघण्याच्या तीव्र इच्छेमुळे वयाच्या चौदाव्या वर्षी घराबाहेर पडला. १६५३ मध्ये जहाजात बसला आणि १६५६ मध्ये सुरतेला पोहोचला. पुढे तो ६५ वर्षे म्हणजे मृत्यूपर्यंत भारतातच राहिला. त्याने लिहिलेल्या storia do Mogor (म्हणजे मुघल साम्राज्याची हकीगत) या ग्रंथाचा विल्यम आयर्व्हिन यांनी केलेला चतुष्खंडात्मक सटीप इंग्रजी अनुवाद storia do Mogor or Mogul India या नावाने प्रकाशित झाला. या ग्रंथाचा मराठी अनुवाद ज. स. चौबळ यांनी 'असे होते मोगल' या नावाने केला.

मानुची सुरुवातीला औरंगजेबाचा थोरला भाऊ दारा शुकोहकडे नोकरीला लागला. पुढे

तो मिर्झाराजे जयसिंह यांचा मुलगा कीरतसिंह यांच्याशी परिचय वाढवून जयसिंहाच्या तोफखान्याचा प्रमुख झाला. शिवरायांविरुद्धच्या मोहिमेत मानुचीचा पगार रोज दहा रुपये होता. जयसिंहास पत्ते खेळण्यास मानुचीने शिकविले. आपण महाराजांबरोबर गप्पा मारल्या असा दावा मानुचीने केला आहे. पुरंदरच्या वेढ्याची माहिती त्याने दिली आहे.

मानुचीने मीर मुहम्मद या चित्रकाराकडून भारतातील प्रमुख राजांची, सरदारांची चित्रे काढवून घेतली होती. व्यक्तिचित्रांमध्ये छत्रपती शिवाजी महाराज, औरंगजेब यांची व अन्य सरदारांची चित्रे आहेत. हत्तींची झुंज, पालखी, संन्यासी, सतीचे दृश्य, दक्षिणी स्त्रिया यांच्यावरील चित्रे आहेत. या शिवाय हिंदू देवदेवता, देवळे, संन्यासी यांची चित्रे आहेत.

शिवचरित्रातील अफजलखान प्रकरण, शायिस्तेखान छापा, सुरतेची पहिली स्वारी, दुसरी स्वारी, आग्रा भेट, युवराज संभाजी, राजे व मुघल, महाराजांची अखेर यावर त्याने लिहिले आहे. पुढे राजाराम महाराज, मराठा-मुघल युद्ध, औरंगजेबाचा मृत्यू या घटनांची नोंद त्याने केलेली आहे.

७) मार्तँ, फ्राँस्वा (Martin Francois)

मार्तँ याचा जन्म फ्रान्समध्ये १६३४ मध्ये झाला. फ्रेंच ईस्ट इंडिया कंपनीत तो नोकरीला लागल्यावर १६६९ मध्ये तो भारतात आला. पुढे तो मच्छलीपट्टण येथील फ्रेंच वखारीचा प्रमुख झाला. छत्रपती शिवाजी महाराजांशी मार्तँने दूताकरवी संपर्क साधला होता. मध्यस्थांकरवी पत्रव्यवहार झाला. मराठ्यांच्या इतिहाससंदर्भात पहिल्या तीनही छत्रपतींशी मार्तँचा संबंध आला त्याने या संबंधांना शब्दरूप दिले. छत्रपती शिवाजी महाराजांच्या जिंजी-वेलोरकडील स्वारीच्या हकिगतीसाठी मार्तँचा वृत्तान्त हे समकालीन इंग्रजी व जेझुइट पत्रांमधील त्या स्वारीच्या हकीकतीत दुजोरा देणारे व पूरक असे अतिशय उपयुक्त साधन आहे. सुरतेची स्वारी, फोंडा किल्ला काबीज करणे, युवराज संभाजीराजे व मुघल संबंध, खांदेरीची मोहीम, महाराजांची अखेर याचेही तुरळक उल्लेख मार्तँच्या लेखनात आहेत. त्याच्या लिखाणावरून १६७० ते १६९४ या काळाची माहिती मिळते. या लेखनाचे श्रीमती लतिका वरदराजन यांनी (India in the 17th Century) या नावाने प्रत्येकी दोन भागांच्या दोन खंडांत सटीप इंग्रजी भाषांतर केले आहे.

८) ओव्हिंग्टन जॉन (Ovington John)

जॉ ओव्हिंग्टन हा ईस्ट इंडिया कंपनीतील नोकरीनिमित्ताने इंग्लंडहून भारतात ३ वर्षे (१६९०-९३) आला आणि परत इंग्लंडला गेला. या अनुभवावर आधारित 'ए व्हॉयेज टू सुरत, इन द इअर १६८९' हे पुस्तक त्याने लिहून १६९६ मध्ये प्रकाशित केले. शिवाजीमहाराजांची सुरतेवरील स्वारी आणि शिवचरित्राची पार्श्वभूमी समजण्यासाठी या पुस्तकाचा उपयोग होतो.

९) कॅरेरी, जोव्हान्नी फ्रांचेस्को जेमेल्ली (Careri, Giovanni Francesco Gemelli)

कॅरेरीचा जन्म इटलीत इ.स. १६५१ मध्ये झाला. युरोपात प्रवास केल्यावर १६९३ ते १६९८ या काळात प्रवासात असताना तो भारतात येऊन गेला. स्वानुभवावर आधारित त्याने Giro del Mondo (जगाची प्रदक्षिणा) हा ग्रंथ लिहिला. हा इटालियन भाषेतील ग्रंथ १६९९-१७०० मध्ये ६ खंडांत इटलीतील नेपल्स शहरातून प्रसिद्ध झाला. त्याचा इंग्रजी अनुवाद ऑनशॅम आणि जॉन चर्चिल यांच्या 'ए कलेक्शन ऑफ व्हॉयेजेस अॅण्ड ट्रॅव्हल्स' या मालेत १७०४ मध्ये 'ए व्हॉएज राउंड द वर्ल्ड' या नावाने प्रकाशित झाला. याचा तिसरा खंड भारताविषयी आहे. भारतात आल्यावर तो औरंगजेबाला भेटला होता. पोर्तुगिजांचा भारतातील कारभार, मुघल छावणी, दरबार यांचा उल्लेख त्याच्या लिखाणात आहे. छत्रपती शिवाजी महाराजांचा उल्लेख त्याने अनेक ठिकाणी केलेला आहे; परंतु छत्रपती शिवाजी महाराज, छत्रपती संभाजी राजे, छत्रपती राजाराम महाराज यांच्या नावासंदर्भात त्याने घोळ घातला आहे.

१०) जॉर्डेन, जॉन (Jourdain, John)

जॉन हा इंग्रज प्रवासी १६०९ मध्ये भारतात येऊन १६१७ ला इंग्लंडला परतला. त्याचे प्रवासवृत्त 'द जर्नल ऑफ जॉन जॉर्डेन, १६०८-१६१७, डिस्क्रायबिंग हिज एक्स्पिरिअन्सेस इन अरेबिया, इंडिया अॅण्ड मलाय आर्‌किपेलिगो' या नावाने विल्यम फॉस्टर यांनी संपादित केले. ते शिवचरित्राच्या पार्श्वभूमीसाठी उपयोगी आहे.

११) नॅव्हरेत, दुमिंगु फेर्नांदेझ द (Navarrete, Domingo Fernandez de)

हा स्पॅनिश इसम १६७०-७१ या काळात भारतात होता. त्याच्या मूळ स्पॅनिश भाषेतील ग्रंथावरून जे. एस. कमिन्स यांनी The travels and controversies of Friaz Domingo Navarrete, 1618-1686 हा ग्रंथ सिद्ध केला. या ग्रंथात सहा वेळा शिवरायांचा उल्लेख आला आहे. महाराजांच्या हयातीत माद्रिदहून प्रकाशित झालेल्या या स्पॅनिश ग्रंथात महाराजांचा उल्लेख येणे या महत्त्वाच्या गोष्टीसाठी या ग्रंथाची दखल घेतली.

१२) नॉरिस, सर विल्यम (Norris, Sir William)

'दि युनायटेड कंपनी ऑफ मर्चंट्स ऑफ इंग्लंड ट्रेडिंग टू दी ईस्ट इंडिज' या कंपनीच्या वतीने इंग्लंडच्या राजाचा वकील म्हणून नॉरिस १६९९ मध्ये भारतात आला. दौलताबाद, शाहगढ, बीड, चौसाळा, भूम, परांडा, भीमाकाठ, डफळापूर, मिरज या मार्गाने तो पन्हाळ्याला औरंगजेबाला भेटायला गेला.

त्याचे लेखन, डायऱ्या यांचा उपयोग करून अभ्यासक हरिहर दास यांनी नॉरिसच्या

वकिलातीची हकीगत 'द नॉरिस एम्बसी टू औरंगजेब' या पुस्तकात सांगितली आहे. छत्रपती संभाजी महाराजांच्या नंतरच्या मराठे-मुघल संघर्षासाठी हे प्रवासवर्णन उपयोगी आहे.

१३) पिरार, फ्रांस्वा हा फ्रेंच प्रवासी १६०७ मध्ये भारतात आला. पोर्तुगिजांच्या गोव्यातील राजवटीचे वर्णन त्याच्या मूळ फ्रेंच ग्रंथात आहे. त्याचा इंग्रजी अनुवाद The voyage of Francois Purad of Laval to the East Indies, the maldives, the moluccas and Brazil या नावाने अल्बर्ट ग्रे आणि एच. सी. पी. बेल यांनी केला आहे.

१४) मास्टर, स्ट्रेनशॅम (Master, streynsham)

शिवाजी महाराजांच्या सुरतेवरील स्वारीच्या (इ. स. १६७०) वेळी ईस्ट इंडिया कंपनीच्या सुरत येथील वखारीची जबाबदारी मास्टरवर होती. ती त्याने योग्य पद्धतीने बजावली. त्याची रोजनिशी आणि समकालीन कागदपत्रे सर रिचर्ड टेंपल यांनी संपादित केली. "The Diaries of Streynsham Master, 1675-80 and other contemporary papers relating there to" या नावाने ग्रंथ १९११ मध्ये प्रकाशित झाला. या रोजनिशीत महाराजांचा उल्लेख ३ वेळा आला आहे.

टेरी एडवर्ड, पेलसाएर्ट फ्रांसिस्को, बाऊरी थॉमस, मंडी पीटर, मँडेल्स्लो, जॉन अल्बर्ट डी, मॅन्रिक सेबॅश्तिएं, मार्शल जॉन, मॉंसेरात आंतोनिऊ, मेथवोल्ड विल्यम, रो, सर थॉमस, व्हॅल्ले, प्येअत्रो देल्ला, स्कोरेर, आँटोनी, हॉकिन्स विल्यम हे प्रवासी शिवकाळात किंवा त्याच्या आगेमागे भारतात येऊन गेले. त्यांच्या लेखनातून भारताचे चित्र समजते परंतु प्रत्यक्ष शिवकाळाविषयी आणि विशेषत: महाराजांविषयी फारसे संदर्भ मिळत नाहीत म्हणून त्यांची सविस्तर दखल घेतली नाही.

शिवकालाच्या इतिहासाची अलिखित साधने

सिंधुदुर्ग : सिंधुदुर्ग किल्ल्याचा पायाभरणीचा समारंभ जेथे झाला तो मोरयाचा धोंडा मालवणच्या (वायरी भूतनाथ ग्रामपंचायत कक्षेत) किनाऱ्यावर आजही उभा आहे. या खडकावर विघ्नहर्त्या गजाननाव्यतिरिक्त चंद्र, सूर्य, शिवलिंग, नंदी व पादुका कोरलेल्या आहेत. या आकृती आजही ओळखू याव्यात इतक्या टिकून राहिल्या आहेत. (संदर्भ - कोकणचा मानबिंदू - प्रका. महाराष्ट्र शासन, पृ. ७) सिंधुदुर्ग स्वराज्याची जणू सागरी राजधानीच झाली.

याच सिंधुदुर्गावर उत्तरेस असणाऱ्या पहिल्याच बुरुजाजवळ दोन घुमट्या दिसतात. परंपरेने असे मानतात की, शिवरायांच्या उजव्या हाताचा ठसा आणि डाव्या पायाचा ठसा येथे उमटवलेला आहे. चुन्याच्या ओल्या लादीवर उमटविलेले हे ठसे आहेत. त्याचा अधिक अभ्यास होणे आवश्यक आहे. याच किल्ल्यावर छत्रपती राजारामांनी बांधलेले श्रीशिवराजेश्वर

मंदिर आहे. मंदिराच्या स्थापत्याचा अभ्यास केल्यावर त्या शैलीची वैशिष्ट्ये लक्षात येऊ शकतील.

सिंधुदुर्ग, पद्मगड, राजकोट, सर्जेकोट, निवतीचा किल्ला, भगवंतगड, भरतगड हे शिवकाळात बांधण्यात आलेले किल्ले त्या काळाच्या इतिहासाची साक्ष आहेत.

शिवकालीन चलन - होन आणि शिवराई

शिवकालाच्या अभ्यासाचे एक महत्त्वाचे साधन म्हणजे चलन होय. शिवकालाचे प्रतीक म्हणजे शिवराई. महाराजांनी सुरू केलेल्या चलनास 'शिवराई' म्हणतात. 'श्री/राजा/ शिव' व 'छत्र/पति' असा लेख पुढील, मागील बाजूवर बिंदुमय वर्तुळात असतो. या तांब्याच्या नाण्याचे १५० प्रकार आहेत असा अभ्यासकांचा अंदाज आहे. शिवकालात रुका, तिरुका, पैसा इत्यादी स्वरूपात तांब्यांच्या नाण्यांचे उल्लेख कागदपत्रांत आहेत.

शिवकाळात राजगडावर नाणी पाडत असत. राज्याचा विस्तार आणि आर्थिक ताकद लक्षात घेऊन महाराजांनी स्थानिक सराफ, सोनारांना परवाना देऊन विशिष्ट वजन, कस यांची नाणी पाडून घेतली. त्याबद्दल नाणी पाडणारांना स्वतंत्र मोबदला दिला जाई.

वरील ताम्रचलनाबरोबरच सोन्याचा शिवकालीन होन महत्त्वाचा आहे. राज्याभिषेकप्रसंगी महाराजांनी 'शिवराई' होन पाडला. त्याच्या पुढील बाजूवर 'श्री/राजा/शिव', मागील बाजूवर 'छत्री/पति' अशा लेखाचे सुवर्णहोन (वजन २.७२ ग्रॅम्स) उपलब्ध आहेत. या चलनांच्या अधिक अभ्यासातून शिवकालीन भौतिक गोष्टींवर प्रकाश टाकता येईल.

शिवकालाच्या इतिहासाची साधने

ने	ब) मराठी साधने	क) हिंदी साधने	ड) कानडी साधने	इ) राजस्थानी साधने	ई) फार्सी साधने
ूर्यवंश	१) मराठ्यांच्या	शिवराजभूषण	कंठीरवनरस-	बिकानेर दफ्तर	बातमीपत्रे
ारत	इतिहासाची साधने	शिवबावनी	राजविजयम्		ग्रंथ
	२) शिवचरित्रसाहित्य	छत्रप्रकाश	केळदिनृपविजयम्		पत्रसंग्रह
्	३) शिवकालीन		बिन्नपम्		परकीय प्रवासी
षेक-	पत्र-सार-संग्रह		अप्रतिमवीरचरितम्		वृत्तान्त
	४) संभाजीकालीन				इंग्रज, फ्रेंच,
कोश	पत्र-सार-संग्रह				डच, जर्मन,
	५) ताराबाईकालीन				इटालियन
तम्	कागदपत्रे				
साधने	६) शकावल्या				
स,	७) मेस्तक				
वली	८) आज्ञापत्र				
धभूषण,	९) पोवाडे				
य	१०) शिलालेख				
	११) बखर वाङ्मय				
	१२) संत वाङ्मय				

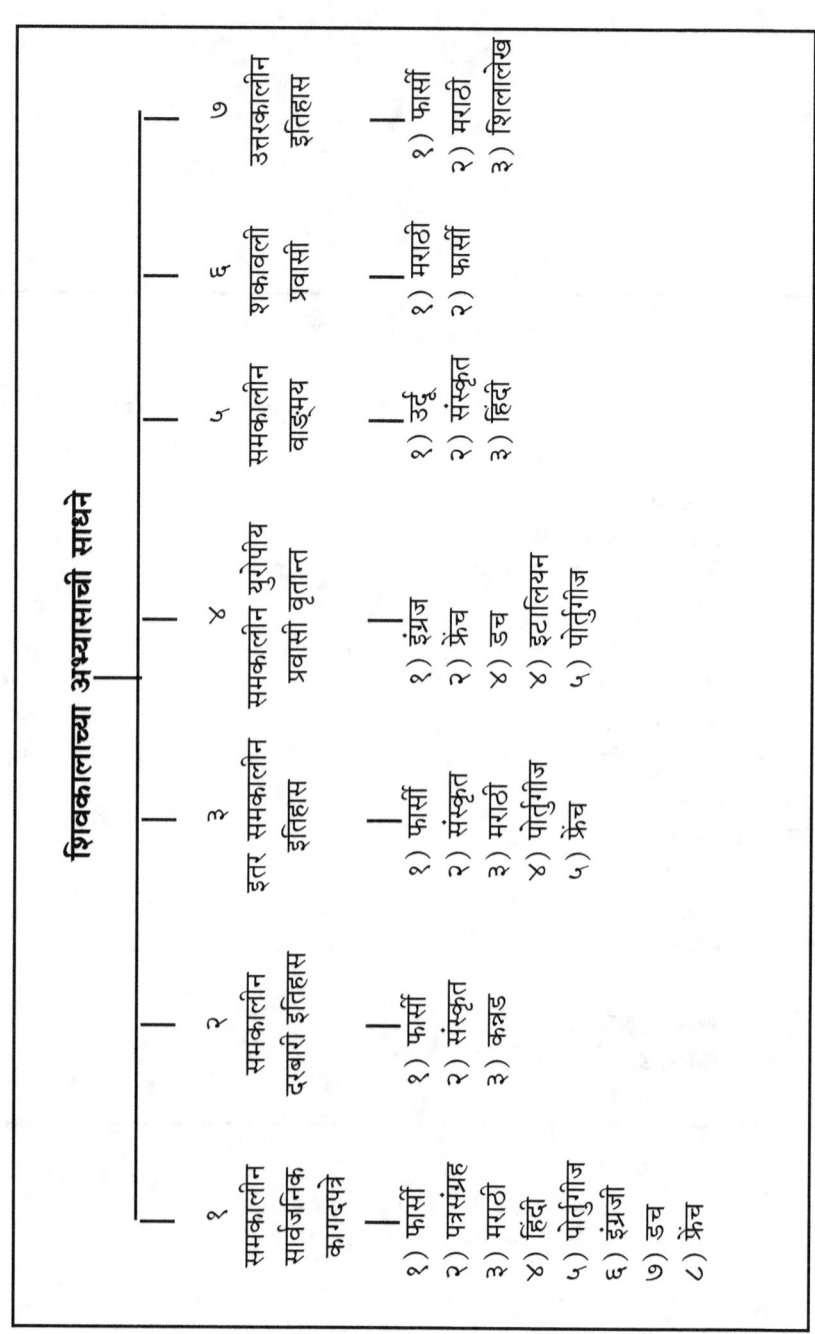

शिवकालाच्या अभ्यासाची साधने

१ समकालीन सार्वजनिक कागदपत्रे

१) फार्सी
२) पत्रसंग्रह
३) मराठी
४) हिंदी
५) पोर्तुगीज
६) इंग्रजी
७) डच
८) फ्रेंच

२ समकालीन दरबारी इतिहास

१) फार्सी
२) संस्कृत
३) कन्नड

३ इतर समकालीन इतिहास

१) फार्सी
२) संस्कृत
३) मराठी
४) पोर्तुगीज
५) फ्रेंच

४ समकालीन युरोपीय प्रवासी वृतान्त

१) इंग्रज
२) फ्रेंच
४) डच
४) इटालियन
५) पोर्तुगीज

५ समकालीन वाङ्मय

१) उर्दू
२) संस्कृत
३) हिंदी

६ शकावली प्रवासी

१) मराठी
२) फार्सी

७ उत्तरकालीन इतिहास

१) फार्सी
२) मराठी
३) शिलालेख

प्रकरण २

शिवकालातील संकल्पना

Conceptual Study of Chatrapati Shivaji and His Times

या पाठात आपणास शिवकाल आणि मध्ययुग समजून घेण्यासाठी आवश्यक असणाऱ्या संज्ञा समजून घ्यायच्या आहेत.

भक्ती चळवळ

प्राचीन आणि मध्ययुगीन भारताचा इतिहास 'भक्ती' या संकल्पनेवाचून अपुरा आहे. महाराष्ट्राच्या आणि विशेषत: मध्ययुगीन महाराष्ट्राच्या इतिहासात 'भक्ती' या संकल्पनेला विशेष स्थान आहे.

बंगाल, महाराष्ट्र, कर्नाटक, उत्तर प्रदेश येथे उगम पावलेल्या भक्तिपंथाचा पाया वेदांमध्ये असून तिचा विकास महाकाव्ये व पुराणे यांत झाला असे मत प्रा. डॉ. के. एन. चिटणीस यांनी (मध्ययुगीन भारतीय संकल्पना व संस्था, भाग २, पृ. ६१) मांडले आहे.

भक्ती समजून घेणे गुंतागुंतीचे आहे. अगदी सोपी व्याख्या करायची झाली तर परमेश्वराबद्दल निरपेक्ष प्रेम म्हणजे भक्ती. परमेश्वराशी एकरूपता साधण्याला भक्तिमार्गात प्राधान्य दिले आहे. मध्ययुगातील भक्तिपंथात शंकर (शैव) आणि विष्णू (वैष्णव) या देवता महत्त्वाच्या आहेत.

उपनिषदांमध्ये परमेश्वराला शरण जाणे, त्याचे गुणगान करणे या गोष्टी आहेत. शिव हा प्राण्यांचा सांभाळ करणारा तर विष्णू हा सुपीकता व उत्पादकतेचा देव आहे. शंकराची भक्ती करणारे शैव संत नायनार किंवा अडियार तर वैष्णव संत आळवार म्हणून ओळखले जात. नायनार म्हणजे नेता तर आळवार म्हणजे 'परमेश्वराच्या गुणात डुंबणारे'. या दोन देवांच्या बरोबरीने कृष्णभक्तीचा पंथ पुढे आला. कृष्णभक्तीत प्रेम हे ज्ञानापेक्षा श्रेष्ठ मानले गेले.

महाराष्ट्र- शिवपूर्वकाळात महाराष्ट्रात महानुभाव, वारकरी, धारकरी व दत्तात्रेय हे चार भक्तिमार्ग दिसून येतात. अनुक्रमे श्रीकृष्ण, विठ्ठल, श्रीराम, दत्तात्रेय ही चार दैवते या

भक्तिमार्गांची प्रमुख होती. चक्रधरस्वामी हे महानुभावांचे पहिले संत. गीता व भागवत हे त्यांचे प्रमुख ग्रंथ होत. वारकरी संप्रदायाचे संस्थापक संत ज्ञानेश्वर व संत निवृत्तिनाथ होत. विठ्ठलाची भक्ती करून कोणीही व्यक्ती परमेश्वरप्राप्ती करून घेऊ शकते. जात, धर्म, भेदाभेद, उच्चनीचता असे कोणतेच बंधन विठ्ठलाच्या भक्तीसाठी नव्हते. वारकऱ्यांचा कर्मकांडावर विश्वास नाही. स्वत:चा उद्धार करून घेणाऱ्याला गुरू वा परमेश्वर मार्गदर्शन करेल. वारकरी पंथाचा प्रसार आणि लोकमान्यता यांसाठी संत ज्ञानेश्वर, संत नामदेव, संत एकनाथ आणि संत तुकाराम, संत जनाबाई, संत चोखोबा, संत सावतामाळी, संत सेनामहाराज यांचे कार्य बहुमोल ठरले.

साकार परमेश्वर आणि निराकार परमेश्वर या दोन्ही कल्पनांचा संयोग या चळवळीत झाला. संत ज्ञानेश्वर बुद्धिवादी भूमिका घेतात. संत नामदेव आणि संत एकनाथ भक्तीचे स्वरूप दाखवितात. साधी माणसे परमेश्वराच्या नामस्मरणात लीन झाल्यावर केवढी मोठी होतात हे 'तुका आकाशाएवढा' यावरून कळते.

संत रामदासांनी मारुतीची मंदिरे बांधून बलोपासनेचा आदर्श आणि दुष्टांचे निर्दालन करणारा श्रीराम यांची भक्ती समाजासमोर ठेवली. त्याचे फलस्वरूप संत रामदासांना 'आनंदवनभुवनी' दिसले.

दत्तपंथाची मुख्य देवता म्हणजे 'श्री दत्तात्रेय'. औदुंबर, नृसिंहवाडी, गाणगापूर, कुरुगुड्डी येथे या पंथाची प्रमुख पीठे आहेत. श्रीगुरुचरित्रपठण आणि भगवान श्री दत्तात्रेय यांच्या पादुकापूजेला येथे महत्त्वाचे स्थान आहे. श्री श्रीपाद श्रीवल्लभ आणि श्री नरसिंहसरस्वती हे या पंथाचे प्रमुख प्रवर्तक होत.

सरंजाम पद्धत

सरंजामपद्धत युरोपात उदयाला आली. युरोपातील पाचव्या शतकानंतर उदयाला आलेल्या या पद्धतीची काही प्रमुख वैशिष्ट्ये होती. या पद्धतीचा गाभा म्हणजे शेती आणि तिच्याशी संबंधित असणारे सर्व व्यवहार होत. जमीनमालक आणि त्यांच्यावर अवलंबून असणारे लोक यांच्यातील संबंध यांवर आधारित ही पद्धती होय. यात देशातील सर्व जमिनीची मालकी राजाची असे. राजाला सर्व जमिनीवर व्यक्तिश: नियंत्रण ठेवणे शक्य नाही म्हणून तो आपले हस्तक (सरंजामदार) यांच्या माध्यमातून जमिनीवर नियंत्रण ठेवी. जमिनीच्या मोबदल्यात सरंजामदार राजाला ठराविक भाग (जमिनीतील उत्पन्नाचा) देत असत. सरंजामदारांना व्यक्तीश: एवढी जमीन कसणे शक्य नसे म्हणून ते काही लोकांना (कुलांना) जमीन देऊन त्याच्या बदल्यात ते शेतीतून येणारा उत्पन्नाचा ठराविक भाग घेत असत. ही प्रक्रिया इतकी उतरत-उतरत जाई की तळाला जमीन नसलेले लोक (भूदास) आणि शिखरावर राजा. राजा ते भूदास यात किती टप्पे असतील हे परिस्थितीवर अवलंबून असे.

राजाच्या मंत्रिमंडळातील मंत्र्यांना सरकारी कामाच्या मोबदल्यात उत्तम दर्जाच्या जमिनी देण्याची प्रथा काळाच्या ओघात सुरू झाली. याचा प्रभाव प्रांतिक पातळीवर पडला. सरंजामदार आणि कूळ यांच्यातील देवघेव लष्करी सेवा आणि वस्तुरूप देवाणघेवाण अशीही पद्धत सुरू झाली. युरोपात याला धार्मिक प्रथांचे स्वरूप देण्यात आले. पुढे पुढे वैयक्तिक सेवासुद्धा यात सामील झाल्या. मध्ययुगात भारतात याच स्वरूपाचा बाह्य सांगाडा आला पण त्यात भारतीय पद्धतीची काही वैशिष्ट्ये आली. राजाला परमेश्वरी अवतार मानले गेले. त्यामुळे सर्व जमिनीवर त्याचीच मालकी. भारतात जमीनमालकाने जमीन विकली तर त्यावर अवलंबून असलेल्या भूदासाला पण विकावे लागे. भारतात सुरुवातीला ब्राह्मणांना जमिनी देण्यात आल्या. त्यांना नुसत्याच जमिनी मिळाल्या नाहीत तर कायदा, सुव्यवस्था व न्यायदानाचेही अधिकार मिळाले. या जमिनी अग्रहार जमिनी म्हणून ओळखल्या जाऊ लागल्या. या जमिनी वंशपरंपरागत पद्धतीने मिळाल्याने व्यवस्था अधिकच घट्ट झाली. केंद्रसत्ता दुर्बल होताच हे प्रांतोप्रांतीचे 'गावोगाव'चे लोक सबळ होऊ लागले. जमिनीचे हे प्रारूप राजकीय व्यवस्थेत दिसते.

सुलतानशाही कालखंडात राजा आणि राज्यकारभाराच्या सोईसाठी सरदारांची उतरती श्रेणी करण्यात आली. या श्रेणीचा सगळ्यात मोठा तोटा असा होता की उतरंडीला असणाऱ्यांच्या निष्ठा त्यांच्यावरती असणाऱ्या लगतच्या मालकाशी असत राजाशी नसत. मुघल कालखंडात सम्राट अकबराने ही व्यवस्था बदलण्याचा प्रयत्न केला. त्याने राजनिष्ठेला प्राधान्य दिले.

मनसबदार

मध्ययुगातील मनसबदार पद्धती मुघलांनी तुर्कांकडून घेतली. तुर्कांकडून सुलतानशाही कालखंडात ही पद्धत भारतात सुरू झाली. या पद्धतीत राजा हा सर्वोच्च स्थानी असे. त्याला राजा, सम्राट, सुलतान, बादशहा यांपैकी काहीही उपाधी असे. सुरुवातीला या पद्धतीत तळाला जो अत्यंत कनिष्ठ अधिकारी असे त्याला 'सर्खेल' म्हणत असत. त्याच्या हाताखाली १० स्वार असत. असे १० सर्खेल एकत्र केले की त्यावर प्रमुख १ सिपाहसालार असे. अशा दहा सिपाहसालारांवर प्रमुख एक अमीर असे. अशा दहा अमिरांवर प्रमुख म्हणून एक मलीक असे. अशा दहा मलिकांवर प्रमुख म्हणून एक खान असे. अशा किमान दहा किंवा सर्व खानांवर प्रमुख राजा असे. यातील उतरंड आणि संख्या यावर इतिहासकारांचे एकमत नसले तरी पद्धतीचा गाभा हाच होता यांवर सर्वांचे एकमत आहे.

रचना

राजा	(सर्वाधिकारी)
↓	
१० खान	(१० लाख सैन्य)
↓	
१ खान	(१ लाख सैन्याचा प्रमुख)
↓	
१० मलिक	(१ लाख सैन्य)
↓	
१ मलिक	(१० अमिरांचा प्रमुख)
↓	
१० अमीर	(१० हजार स्वार)
↓	
१ अमीर	(१० सिपाहसालारांचा प्रमुख)
↓	
१० सिपाहसालार =	(१००० स्वार)
↓	
१ सिपाहसालार	(१० सर्खेलांचा प्रमुख)
↓	
१० सर्खेल =	१०० स्वार
↓	
१ सर्खेल =	१० स्वार

या पद्धतीत सर्खेल राजाला एकनिष्ठ नसून सिपाहसालारला एकनिष्ठ असे. सम्राट अकबराने या पद्धतीत बदल करून प्रत्येक अधिकारी राजाला एकनिष्ठ राहील याची काळजी घेतली. यामुळे मोगल अमीर वर्गाला बळकटी आली. पुढे काही काळ या पद्धतीत वंशपरंपरागत पद्धतीची लागण झाली.

मनसबदारांच्या ३ श्रेणी होत्या. १० ते ४०० पर्यंतच्या हुद्देदारांना मनसबदार, ५०० ते २,५०० पर्यंतच्या हुद्देदारांना 'उमरा' आणि ३००० व त्याच्या वरच्या हुद्देदारांना 'उमरा-ए-आझम' म्हणत असत. मनसबदारांच्या नेमणुकीत बादशहा स्वत: लक्ष घालीत असे.

मनसबदारांमध्ये नकदी मनसबदार व जहागीरदार असे दोन प्रकार होते. नकदी मनसबदारांस रोख पगार दिला जाई.

जहागीरदार

मध्ययुगाचे एक वैशिष्ट्य म्हणजे जहागीरदार पद्धत. ही पद्धती मनसबदार पद्धतीतून

आली. मनसबदारांमध्ये नकदी मनसबदार व जहागीरदार असे दोन प्रकार होते. नकदी मनसबदारांस रोख पगार आणि जहागीरदारांस रोख पगाराऐवजी जहागीर (भूभाग/प्रदेश) दिलेली असे. अर्थातच जहागिरीचे उत्पन्न रोख पगाराएवढे मिळण्याची अपेक्षा जहागिरदाराची असे. एखाद्या वर्षी जहागिरीचे उत्पन्न कमी आले तर (ठरलेल्या उत्पन्नापेक्षा) दोन्हीतील फरकाची रक्कम बादशहा देत असे. जहागिरदाराला शक्यतो एकाच ठिकाणची जहागीर देत असत.

संपूर्ण खेडे किंवा खेड्यांचा काही भाग, विशिष्ट कर, पट्टी या जहागीर म्हणून देत असत. बादशाही हुकुमात जहागीर प्रदेशाचा स्पष्ट उल्लेख असे व ठराविक वर्षाच्या काळातील जमिनीच्या उत्पन्नांची काळजीपूर्वक छाननी करूनच महसुली उत्पन्न निश्चित केले जाई.

प्रशासन : जहागिरदार आपल्या प्रदेशातून कर, पट्टी, महसूल गोळा करण्याची यंत्रणा तयार करून सरकारात कर भरणा करीत असे. अमील, अमीन, पोतदार, कारकून हे चार अधिकारी त्याच्या हाताखाली असत. अमिलाकडून काही रक्कम आगाऊ घेऊन जहागीरदार महसूल गोळा करण्याचे काम त्याला देई. स्वत:चे महसूल अधिकारी ठेवण्याइतपत जहागीरदार श्रीमंत नसेल तर लिलाव बोलून सगळ्यात जास्त बोली बोलणाऱ्याला ते काम देण्यात येई. त्याला इजारदार म्हणत. जहागीरदाराला काही रक्कम इजारा दिल्यावर इजारदार शेतकऱ्यांकडून छळाने अधिक रक्कम वसूल करीत असे. स्वत:च्या फायद्याची रक्कम त्यात तो वाढवीत असे.

अमीन हा अधिकारी महसुलाची रक्कम ठरवीत असे. पोतदार हा खजिनदार तर कारकून हा हिशेबनीस असे. जहागीरदारांच्या निष्ठा निर्माण होऊन आपणाला धोका निर्माण होऊ नये म्हणून जहागिरी बदलण्याची पद्धत होती. जुनी जहागीर काढून घेऊन मुघल काळात नवी जहागीर दिली जात असे. यामुळे जमीनदारी पद्धतीचे. स्थानिक हुकूमशाही निर्माण होण्याचे, दोष टाळले गेले. जहागीरदारांवर वचक ठेवण्यासाठी केंद्रीय सत्तेतले अधिकारी जहागिरीच्या प्रदेशात मुक्कामाला असत. कानुंगो (हिशेबनीस), चौधरी, फौजदार, काझी, वाकियानवीस हे अधिकारी जहागीरदाराला नियंत्रित करण्यासाठी असत.

जिझिया कर

भारतीय समाजविज्ञान कोशाचे संपादक स. मा. गर्गे यांनी खंड २ मध्ये जिझिया कराची पुढीलप्रमाणे माहिती दिली आहे.

'जिझिया कर' या शब्दाचा अर्थ म्हणजे बिगर मुस्लिमांवर लादलेला कर असा आहे. मुस्लिम शासक आपल्या राज्यातील बिगर मुस्लिम प्रजेकडून सक्तीने वसूल करीत असलेला विशिष्ट कर. बिगर मुस्लिम प्रजेच्या प्राणाचे आणि संपत्तीचे रक्षण करण्यासाठी हा कर लादला असल्याचे बादशहा समर्थन करीत असे.

इस्लामी कायद्यात बिगर इस्लामी प्रजेचे दोन प्रकार मानलेले आहेत. मूर्तिपूजक धर्म आणि ग्रंथपूजक धर्म. ग्रंथपूजक धर्मात ख्रिश्चन, ज्यू, पारशी या धर्मांचा समावेश असे आणि त्या धर्मांच्या अनुयायांना जिम्मी असे म्हणत असत. जिम्मींकडून जिझिया कर वसूल केला जावा अशी धर्माज्ञा आहे, पण जिम्मी लोकांनी इस्लाम धर्माचे सर्व कायदे पाळण्याचे मान्य केले तर त्यांना जिझीया कर माफ केला जात असे. अर्थात त्यांना दुय्यम दर्जाची प्रजा मानण्यात येत असे. हिंदू धर्माच्या अनुयायांना ही सवलत ठेवलेली नव्हती. हिंदूंनी धर्मांतर केले तर त्याला जिझिया कर माफ असे. पण तसे केले नाही तर त्याला हा कर देणे सक्तीचे असे. ज्याच्यावर तो कर लादलेला असे त्याने तो स्वत: अधिकाऱ्यांपुढे जाऊन भरला पाहिजे, अशीही त्याच्यावर सक्ती केली जाई.

औरंगजेबाने धर्मवेडापायी जिझिया कराची सक्ती पराकोटीला पोहोचविली. २ एप्रिल १६७९ रोजी एक फर्मान जारी करून, हिंदूंवर त्याने जिझिया कर बसविला. फर्मानात म्हटले होते, इस्लाम धर्माचा प्रसार करणे आणि इस्लाम विरोधी चालू असलेल्या प्रथा नष्ट करणे, हा जिझिया करामागचा हेतू आहे. जिझिया बसविण्यासाठी औरंगजेबाने बिगर मुस्लिम वर्गाची तीन वर्गात विभागणी केली होती. दहा हजार दिरम (चांदीचे नाणे) किंवा त्यापेक्षा अधिक वार्षिक उत्पन्न असणाऱ्या वर्गातल्या हिंदूंनी दरडोई अठ्ठेचाळीस दिरम कर द्यावा. दोनशे ते दहा हजार दिरम वार्षिक उत्पन्नाच्या व्यक्तीला दरडोई चोवीस दिरम, दोनशे दिरमपेक्षा कमी उत्पन्नाच्या व्यक्तीला दरडोई बारा दिरम असा कर भरावा लागत असे. या कराच्या आणि उत्पन्नाच्या प्रमाणात जे सूत्र आहे त्यामुळे कमी उत्पन्नाच्या हिंदूंना अधिक उत्पन्नाच्या हिंदूंपेक्षा कितीतरी अधिक प्रमाणात कर भरणे आवश्यक होते. हेतू असा की, गरीब हिंदू कर देऊ शकला नाही म्हणजे नाईलाजाने त्याला धर्मांतर करावे लागत असे. हिंदू महाधिपतींनाही कर द्यावा लागे.

(संदर्भ – भारतीय समाजविज्ञान कोश
खंड २ – पृ. ५२९-३०)

इतिहासकार डॉ. के. एन. चिटणीस (माजी इतिहास विभाग प्रमुख, पुणे विद्यापीठ, पुणे) यांनी मध्ययुगीन भारतीय संकल्पना व संस्था, भाग १ (पृ. ११२) मध्ये 'जिझिया'वर पुढील भाष्य केले आहे.

... हा कर म्हणजे हिंदूंच्या सतत मानखंडनेचे प्रतीक मानले जाई व माणसामाणसांत केवळ धर्मामुळे केलेला भेदभाव सतत चालू ठेवण्याचे साधन मानले जात असे. म्हणून जिझिया कर रद्द करणे, (इ.स. १५६४ मध्ये सम्राट अकबराने जिझिया कर रद्द केला.) हे कल्याणकारी राज्य स्थापन करण्याच्या दिशेने टाकलेले फार महत्त्वाचे पाऊल होते.

... इस्लामच्या आरंभीच्या काळात मुसलमान देशातील बिगर मुसलमानांवरील कर, एवढेच जिझियाचे स्वरूप होते. ... धार्मिक कार्याकरिता धार्मिक स्वरूपाचा एक कर

मुसलमान लोक देत असत. त्याला 'जकात' म्हणत. जकातीच्या स्वरूपात जमा झालेली रक्कम सरकारने धर्मादायाकरिता खर्च करणे आवश्यक होते. बिगर मुस्लिम या करातून वगळले होते. त्याऐवजी त्यांना जिझिया कर द्यावा लागे. म्हणजे बिगर मुस्लिमांचा जिझिया मुस्लिमांच्या जकाती बरोबर होता. पण हा कर झिम्मी लोक सरकारला देत असलेल्या सर्व करांच्या बेरजेइतका असे.

... (इ.स.) ७१२ मध्ये महंमद बिन काशीम याने सिंध प्रांत जिंकला होता तेव्हा हिंदूंशी संबंध ठेवण्याच्या प्रश्नाला तोंड देण्याचा प्रसंग प्रथमच त्याच्यापुढे आला. त्याने सिंधमधील हिंदूंकडून जिझिया कर वसूल करण्यास आरंभ केला.

वतन आणि वतनदारी पद्धत

समाजाला रुजू केलेल्या सेवेबद्दल एखाद्याला दिलेली करमाफ किंवा नाममात्र कर देणारी जमीन म्हणजे वतन. या वतनातून त्याला काही हक्क व अवांतर प्राप्ती होत असे. अशा वतनाचा उपभोग घेणाऱ्या अधिकाऱ्यांना वतनदार म्हटले जाई. वतन हे अधिकाऱ्याच्या हुद्द्यासाठी असून मिराशी व उपरी जमिनीच्या उपभोगाशी संबंधित होते. खेड्यातले वतनदार जमिनीच्या बदल्यात आपले अधिकारपद धारण करीत होते. काही वेळा असा वतनदार त्या गावाचा स्वायत्त प्रमुख म्हणूनही भूमिका बजावत असे.

खेड्याचा प्रमुख पाटील हा अधिकारी असे; त्याला इनाम जमिनी दिलेल्या असत. खेड्यांचे अधिकारी आणि वतनदार म्हणून मुकादम, पाटील, कुलकर्णी, चौगुले असत. पाटील महसूल गोळा करणे, जनतेचे रक्षण करणे व न्यायदान करणे ही कामे करीत असे. कुलकर्णी खेड्यातील हिशेब ठेवणे व महसूल गोळा करण्यास पाटील यांना मदत करण्याचे काम करीत असे. चौगुले हेसुद्धा पाटलांचे साहाय्यक होते. गोतसभेत वतनदारांचा समावेश असे.

'हुकूमतपन्हा रामचंद्रपंत अमात्य यांची आज्ञापत्रे आणि राजनीती' या शं. ना. जोशी आणि ल. म. भिंगारे संपादित ग्रंथात (पृ. ३३) वतनदारांबद्दल 'राज्यांतील वतनदार, देशमुख व देशकुलकर्णी पाटील आदींकरून यास वतनदार म्हणून म्हणावे, ही प्राकृत परिभाषा मात्र आहे.

'वतनदार स्नेह आणि दंड या दोहोंमध्ये निक्षून ठेवावे लागतात. आहे वतन हे चालवून प्रजेवर यांची सत्ता असून द्यावी, असे धोरण आखल्याचे अमात्य सांगतात. वतनदारांनी वाडे, गढ्या न बांधता सामान्य लोकांप्रमाणे राहावे अशी सक्त ताकीद महाराजांनी दिली होती. वतनदारांनी रयतेवर अन्याय करू नये म्हणून महाराजांनी अशी ताकीद दिली होती.

महाराष्ट्रधर्म

महाराष्ट्रधर्म - मध्ययुगापासून ते आजतागायत प्रचारात असणारा हा एक शब्द, संज्ञा, धर्मविषयक कल्पना दुसरी नाही. 'महाराष्ट्रधर्माची' सर्वमान्य व्याख्या करणे अवघड आहे. या शब्दाला असणारी भौगोलिक मर्यादाच तिचे सामर्थ्य दाखविते.

इतिहासाचे अभ्यास डॉ. कृ. ना. चिटणीस यांनी 'मध्ययुगीन भारतीय संकल्पना व संस्था' भाग १ मध्ये 'महाराष्ट्रधर्म' या संकल्पनेचा पुरेसा ऊहापोह केला आहे. सारांशस्वरूपात त्याची मांडणी येथे केली आहे.

डॉ. चिटणीस यांच्या मते 'श्री गुरुचरित्र' या प्रसिद्ध ग्रंथाचे लेखक सरस्वती गंगाधर यांनी या संज्ञेचा सर्वप्रथम लेखनात समावेश केला. धर्म म्हणजे 'जे धरते ते' किंवा 'जे टिकून रहाते ते' (धारणात् धर्म:) असा आहे. धर्म आपणास प्रकाशाचा, सत्याचा, चिरंजीवित्वाचा मार्ग दाखवितो. मानवी जीवनाचा अंतिम हेतू मुक्ती मिळविणे हाच आहे.

न्या. महादेव गोविंद रानडे यांचे मत

मराठ्यांच्या इतिहासाबद्दल लेखन करणाऱ्या कोणाही इतिहासकाराला महाराष्ट्रधर्माला टाकून पुढे जाता येत नाही. न्यायमूर्तींच्या मते विचार आणि कृती या दोन्ही बाबतीत राष्ट्राला साधारणपणे उच्च पातळीवर नेण्याचा प्रयत्न करणारा धर्म म्हणजे महाराष्ट्रधर्म. महाराष्ट्रधर्माची चळवळ याच्या अंतर्गत न्या. रानडे म्हणतात– शिवाजीमहाराजांच्या काळात शिगेला पोहोचलेली राजकीय चळवळ म्हणजे उभ्या महाराष्ट्रात त्याचवेळी सुरू असलेल्या धार्मिक चळवळीचे प्रतिबिंबच होते. संत ज्ञानेश्वरांचा काळ ते १८ व्या शतकापर्यंत अव्याहत प्रगती हे या चळवळीचे वैशिष्ट्य होय. या चळवळीत समाजातील सर्व थरातील संत मंडळी सहभागी होती. या चळवळीने धर्मगुरूंच्या अधिकाराविरुद्ध, जातींमधील असहिष्णुतेसंदर्भात आवाज उठवून कौटुंबिक जीवनाला महत्त्व दिले. स्त्रियांचा दर्जा वाढविला. एकेश्वरवादावर भर दिला, भक्ती व श्रद्धेला पावित्र्य देऊन धार्मिक विधी व संस्कार यांना दुय्यम स्थान दिले.

राजारामशास्त्री भागवत

राजारामशास्त्री भागवत यांच्या मते भागवतधर्म हा महाराष्ट्रधर्माचा पाया होता किंबहुना भागवतधर्म हाच महाराष्ट्रधर्म होता. महाराष्ट्रधर्म हा ज्ञानेश्वरांनी पुनरुज्जीवित केलेला धर्मच होता. ...तो संकुचित व परंपरावादी जुना धर्म नव्हता.

इतिहासाचार्य राजवाडे

इतिहासाचार्य वि. का. राजवाडे यांनी महाराष्ट्रधर्माचे समीकरण पुढीलप्रमाणे मांडले आहे.

हिंदुधर्म + धर्मस्थापना + गोब्राह्मणप्रतिपालन = स्वराज्य स्थापना + एकीकरण + धूरीधारण = महाराष्ट्रातील हिंदूधर्म

राजवाडे यांच्या मतानुसार, 'रामदासांचा असा विश्वास होता की, महाराष्ट्र धर्म हे सर्व महाराष्ट्राचे कर्तव्य आहे.' राजवाडे यांच्या मतानुसार महाराष्ट्रधर्म ही कल्पना तात्त्विकदृष्ट्या राजकीय आहे. महिकावती बखरीचा लेखक केशवाचार्य यांचा दाखला देऊन राजवाडे म्हणतात, ज्या ज्या प्रदेशात मराठ्यांनी वस्ती केली त्या प्रदेशांना महाराष्ट्र म्हणून ओळखले जाऊ लागले व त्यांचा धर्म महाराष्ट्रधर्म होता. राजवाडे धर्माची एक व्याख्या कर्तव्य अशी करून मराठ्यांच्या कर्तव्यांना महाराष्ट्रधर्म म्हणतात. राजवाडे ही संज्ञा स्वतंत्र हिंदू राज्य स्थापण्याबाबतची महाराष्ट्रीयांची कर्तव्ये या अर्थाने वापरतात.

महाराष्ट्र : महाराष्ट्र हा शब्द वररुचीच्या प्राकृत व्याकरणात सर्वप्रथम आढळतो. वररुची ख्रिस्तपूर्व काळात होऊन गेला. पाचव्या शतकात बौद्ध ग्रंथ महावंश यात महाराष्ट्राचा उल्लेख आहे. सम्राट अशोकाच्या काळात महारठ्ठ; मार्कंडेय, ब्रह्म व वायुपुराणात महाराष्ट्र उल्लेख, वराहमिहिराच्या बृहत्संहितेत व चालुक्यांचा सर्वश्रेष्ठ राजा दुसरा पुलकेशी याच्या ऐहोळे शिलालेखात महाराष्ट्र उल्लेख आहे. श्रीगुरूचरित्र, अध्याय ५०मध्ये 'ऐसा हा राव असतां । महाराष्ट्रधर्मीं वर्तता' । असा उल्लेख आहे. सर्व आध्यात्मिक व नैतिक आचारविचार, धार्मिक निष्ठा, समजुती यांचा समुच्चय म्हणजे महाराष्ट्रधर्म होय.

संत रामदास : संत रामदासांच्या लिखाणात हा शब्द आढळतो. छत्रपती शिवाजी महाराज आणि संभाजी राजेंना लिहिलेल्या पत्रात 'महाराष्ट्रधर्म' हा उल्लेख आहे.

देहधर्म गोब्राह्मण । यांचे करावया संरक्षण ॥
हृदयस्थ झाला नारायण । प्रेरणा केली ॥
या भूमंडळाचे ठायी । धर्मरक्षी ऐसा नाही ॥
महाराष्ट्रधर्म राहिला कांही । तुम्हा कारणें ॥

छत्रपती शिवाजीमहाराजांच्या कार्याचे मोल जाणून समर्थ रामदासांनी या पंक्ती लिहिल्या आहेत. त्याचा अर्थ– "देवालयांच्या रक्षणाकरिता, धर्माच्या रक्षणाकरिता, गोमातेच्या रक्षणाकरिता व ब्राह्मणांच्या रक्षणाकरिता देव तुमच्या हृदयात स्थानापन्न झालेले आहेत व तुम्हाला स्फूर्ती देत आहेत. या जगात धर्माचे रक्षण करील असा कोणीही नाही, केवळ तुमच्यामुळेच महाराष्ट्रधर्म रक्षिला गेला आहे."

छत्रपती संभाजी महाराजांस लिहिलेल्या पत्रात समर्थ लिहितात,

'मराठा तितुका मेळवावा । आपला महाराष्ट्रधर्म वाढवावा ।

ये विषयी न करिता तकवा । पूर्वज हांसति ॥ असा 'महाराष्ट्रधर्म' कल्पनेचा आढावा आहे. मराठी रियासत खंड २, रिसायतकार गोविंद सखाराम सरदेसाई रचित 'स्थिरबुद्धी राजाराम' या भागात, पृ. १८८ (आवृत्ती १९८९) वर 'महाराष्ट्र धर्म' चा उल्लेख आहे. हा उल्लेख छत्रपती राजाराम महाराज यांच्या पत्रात आहे. ४ जून १६९१ रोजी हणमंतराव

घोरपडे यांना लिहिलेल्या पत्रात– ''महाराष्ट्रधर्म पूर्ण रक्षावा हा तुमचा संकल्प स्वामींनी जाणून उभयतांस जातीत व फौज खर्चास सहा लक्ष होनांची नेमणूक चालवण्याचा निश्चय करून दिधला असे.''

औरंगजेबाच्या विरोधात स्वराज्याचा लढा नेटाने चालावा यासाठी छत्रपतींनी महाराष्ट्रधर्माची आठवण करून दिली आहे.

यानंतरचा 'महाराष्ट्रधर्म' चा उल्लेख छत्रपती शाहू (छत्रपती संभाजी महाराजांचे चिरंजीव) यांनी आपला चुलत भाऊ संभाजी स्वराज्यविरोधक निजामाला जाऊन मिळाला तेव्हा त्याला 'महाराष्ट्रधर्म' सोडल्याची जाणीव करून देताना वापरला. इ.स. १७३५ छत्रपती शाहू महाराजांनी फोंड्याचे सावंत यांना इशारा दिला की, 'ब्राह्मणाची कबिला कैदेत ठेवणे हा महाराष्ट्रधर्म नाही.' येथे 'महाराष्ट्रधर्म' याची सामाजिक बाजू समोर येते.

१७३०-३५ च्या सुमारास पोर्तुगीज वसईत विध्वंस करीत असताना त्यांची तक्रार वसईच्या रहिवाशांनी थोरल्या बाजीराव पेशव्यांकडे केली. त्यांच्या म्हणण्यानुसार, 'पोर्तुगिजांनी देवळे, पवित्र स्थळे व महाराष्ट्रधर्माचा नाश केला'.

स्वराज्य

स्वराज्य : छत्रपती शिवाजीमहाराजांनी स्थापन केलेल्या मराठा राज्याला (येथे 'मराठा' शब्द जातिवाचक घ्यायचा नसून व्यापक अर्थाने महाराष्ट्रात राहणारा असा घ्यावा.) स्वराज्य असे म्हणतात.

स्वराज्याचे व्यवच्छेदक लक्षण म्हणजे 'लोकांचे रक्षण करणे, सार्वजनिक हिताची कामे हाती घेणे, कायद्याप्रमाणे न्यायनिवाडा करणे, देशाच्या रक्षणाकरिता लष्कर व मुलकी सेवा संघटित करणे व सामान्यपणे जनतेच्या कल्याणाचे संवर्धन करणे ही या राज्याची कर्तव्ये आहेत. आज्ञापत्राचा कर्ता रामचंद्रपंत अमात्य यांच्या मते, या राज्याला राष्ट्रीय ध्येय आणि हिंदू परंपरा यांच्याकडून स्फूर्ती मिळाली होती.

महाराजांनी सरंजामदारी पद्धतीवर नियंत्रण ठेवले. एतद्देशीयांचे रक्षण करणे, एतद्देशीय संस्कृतीचे संवर्धन करणे, सर्वांना न्याय देणे, स्त्रीची प्रतिष्ठा सांभाळणे या गोष्टी स्वराज्यात होत्या. राजा हाच राज्यकर्ता, न्यायाधीश व प्रशासक होता.

बारगीर

मध्ययुगातील लष्करातील ही एक वैशिष्ट्यपूर्ण रचना होय. बारगिराला सरकारातून घोडा आणि शस्त्रे मिळत असत. हा सरकारी पागेतील पाईक असे. याला रोख पगार होन स्वरूपात देण्यात येत असे. दरमहा दोन ते पाच होन पगार असे. यांच्यासाठी प्रशिक्षणाची सोय असे. लढाईच्या प्रसंगी भरपूर मजला मारण्याची बारगीरांकडून अपेक्षा असे.

शिलेदार

शिलेदार स्वत:चा घोडा आणून सुसज्ज फौजेनिशी लष्करात दाखल होत असे. शिलेदार बारगिराच्या मानाने कनिष्ठ समजला जाई. याला रोख होन रूपाने पगार दिला जाई. पगार वेळेवर दिला जाई. मोठा पराक्रम गाजविल्यास रोख बक्षीस असे.

चौथाई

चौथाई या शब्दाचा शब्दश: अर्थ १/४ भाग असा आहे. मध्ययुगात छत्रपती शिवाजीमहाराजांच्या कारकिर्दीच्याही पूर्वीपासून ही व्यवस्था चालत आलेली होती. न्या. रानडे यांनी 'चौथाई'वर स्वतंत्र टीका-टिप्पणी केली आहे. स्वत:च्या राज्याच्या रक्षणार्थ, स्व-संरक्षणार्थ आणि संभाव्य नुकसान टाळण्यासाठी, युद्ध टाळण्यासाठी दुर्बल राजे प्रबळ राजांना वा शेजारच्या सामर्थ्यवान राजांना आपल्या राज्यातील चौथाईचे हक्क देत असत. त्या राज्याच्या एकूण महसुलाच्या १/४ भाग प्रबळ राज्यकर्त्याने घेतल्यास त्या राज्याचे परचक्रापासून संरक्षण करण्याची जबाबदारी चौथाई घेणाऱ्यांवर येत असे. परंतु सर्वत्र ही पद्धत मान्य असेलच असे नव्हते तर संरक्षणाची जबाबदारी घेतलीच पाहिजे अशी प्रथा नव्हती. सीमेवरच्या दुर्बल राज्यांकडून अशा प्रकारची चौथाई घेण्याची पद्धत शिवकालानंतरही दिसून येते. महाराजांनी गोवळकोंडा, विजापूर, मुघल यांच्याकडून चौथाईची मागणी केली होती. सभासद बखरीत चौथाईचे उत्पन्न ८० लक्ष रुपये दिले आहे.

सरदेशमुखी

सरदेशमुखी या शब्दाचा शब्दश: अर्थ म्हणजे सुभ्यातील एकूण उत्पन्नाच्या १/१० भाग म्हणजे सरदेशमुखी. ही पद्धती शिवपूर्वकाळापासूनच अस्तित्वात होती. प्रा. डॉ. अ. रा. कुलकर्णी यांनी प्रभावळीच्या मावळंगकर सरदेशमुखांचे उदाहरण दिले आहे. प्रभावळीचा भाग स्वराज्यात आल्यावर मावळंगकरांनी स्वत:चे सरदेशमुखीचे हक्क सुरक्षित रहावेत अशी विनंती केली. महाराजांनी मुलूख स्वराज्यात सामील झाल्याने तो हक्क राज्याकडे घेऊन १/१० हिस्सा स्वराज्याच्या खजिन्यात भरण्यास सुरुवात केली.

जिहाद

भारतीय समाजविज्ञान कोश खंड २ (पृ. ५३०) मध्ये जीहादची व्याख्या पुढीलप्रमाणे दिली आहे.

...''इस्लाम धर्माचा प्रसार करणे व अशा प्रसारासाठी प्रेरणा देणे हा जीहादचा प्रमुख उद्देश मानला जातो. बिगर मुस्लिमांविरुद्ध उद्देशपूर्तीसाठी जीहाद पुकारणे, जीहादमध्ये सहभागी होणे हे प्रत्येक मुसलमानाचे धार्मिक कर्तव्य मानले जाते. हे कर्तव्य पार

पाडण्यासाठी 'काया वाचा मने' भाग घेण्यासाठी चार मार्ग सांगितलेले आहेत. त्यात मुस्लिम धर्माच्या 'शत्रू' विरुद्ध प्रत्यक्ष लढाई करण्याचा मार्ग महत्त्वाचा आणि अधिक पवित्र मानलेला आहे.

इस्लामी धर्मतत्त्वाप्रमाणे सर्व जगाची विभागणी दारूल हरब आणि दारूल इस्लाम अशा दोन भागात केली जाते. इस्लामी राज्याच्या सत्तेखालचे जग म्हणजे दारूल इस्लाम. सर्व जग 'दारूल इस्लाम'मध्ये दाखल होईपर्यंत जगाच्या या दोन विभागात अखंड युद्ध चालू राहणे अपरिहार्य मानले जाते. कारण 'दारूल हरब' असा प्रदेशच राहिला नाही म्हणजे जीहाद पुकारण्याची गरज उरणार नाही. याचा अर्थ सर्व जगाला इस्लाम धर्माची दीक्षा देणे हे त्या धर्माच्या अनुयायांचे कर्तव्यच मानले जाते. त्यासाठी 'जिहाद'ची प्रेरणा कायम ठेवणे आवश्यक ठरले. ही भूमिका प्रत्यक्षात येवो न होवो. त्या मागचे धर्मतत्त्व तरी असेच आहे. अशा जिहादमध्ये मृत्यू येणे परम पवित्र मानले जाते. त्यासाठी पारलौकिक जगात अल्ला फार मोठी पारितोषिके देतो. अशीही मुस्लिम धर्माची श्रद्धा आहे. या श्रद्धेमुळे धर्मासाठी प्राणार्पण करण्याची कडवी मन:स्थिती बनते. धर्माची आज्ञा, राजसत्तेचे पाठबळ आणि पारलौकिक सुख अशी जीहाद मागची तीन बलस्थाने मानली जातात.

इस्लाम धर्माच्या अनुयायांनी इतर धर्मियांविरुद्ध युद्ध पुकारणे म्हणजे जिहाद. कोणत्याही युद्धाचे हेतू प्रदेश जिंकणे, सत्ता मिळवणे, लूट करणे असे असतात पण जिहादचे उद्दिष्ट्य एवढ्यापुरतेच मानलेले नाही, असे मत या टीपेत संपादकांनी व्यक्त केले आहे.
(संपादक : स. मा. गर्गे)

गनिमी कावा (Guerrilla warfare)

An irregular war carried on by small bodies acting independently = गनिमी युद्ध असा अर्थ A new Approach Dictionary of Living English - S. V. Sohini या शब्दकोशात दिला आहे.

'शिवाजीमहाराजांची संरक्षण संघटना' या लेखात लेफ्टनंट कर्नल म. ग. अभ्यंकर यांनी 'गनिमी कावा' या युद्धपद्धतीवर अधिक प्रकाश टाकला आहे. ते लिहितात ... गनिमी युद्धाची प्रेरणा ही देशभक्त, अन्याय आणि जुलूम यांचा प्रतिकार आणि जनतेच्या आशाआकांक्षा साकार करण्याची आत्यंतिक महत्त्वाकांक्षा या तीन महान जीवनमूल्यांतूनच निर्माण होते. परिस्थितीप्रमाणे जुलूम-जबरदस्ती ही एखाद्या परकीय राजसत्तेची असू शकेल किंवा आपल्याच देशातील स्वकीय राज्यसत्तेची असू शकेल.

'गुरिला युद्ध' म्हणजे संघटित आणि बलाढ्य अशा राजकीय सत्तेविरुद्ध असंघटित आणि विखुरलेल्या विरोधकांनी छोट्या छोट्या टोळ्यांकरवी केलेला हा अनियमित (Irregular) संघर्ष' अशी व्याख्या जगातील मान्यवर अशा शब्दकोशांतून आढळते.

गुरिला युद्धाची राजकीय व लष्करी पार्श्वभूमी पाहिल्यावर गुरिला युद्धाचे तंत्र म्हणजे गुरिला हे असंघटित असतात व त्यांच्यामध्ये छोट्या छोट्या टोळया जास्त असल्यामुळे अवाढव्य नियंत्रण यंत्रणा किंवा प्रदीर्घ अशी पुरवठा यंत्रणा असू शकत नाही. त्यामुळे साहजिकच सुसंघटित आणि संख्येने अधिक अशा सुसज्ज सेनादलांविरुद्ध धडक हल्ले करणे गुरिला टोळ्यांना अशक्य असते. म्हणूनच शत्रूची रसद तोडण्यासाठी त्याच्या पुरवठावाहिनीवर अचानक हल्ला करणे, शत्रूच्या संपर्कहीन अशा ठाण्यांवर किंवा खजिन्यांवर छापा मारणे (उदा. कल्याणच्या खजिन्याची लूट) किंवा शत्रूच्या मुख्य सेनापतीवर हल्ला करणे (उदा. शायिस्तेखान) किंवा शत्रूला बेसावध अवस्थेत गाठून त्याला नष्ट करणे (उदा. अफझलखान) हे आणि अशाच प्रकारचे छोटे व मर्यादित संघर्ष गुरिला टोळ्यांना करावे लागतात.

(संदर्भ – छत्रपती शिवाजी महाराज स्मृतिग्रंथ –
प्र. आ. १९७६ पृ. ५६ ते ६३)

भारतीय समाजविज्ञान कोश, खंड २ (पृ. ३७३, ७४) मध्ये इतिहासकार सदाशिव आठवले यांनी 'गनिमी युद्ध' या शीर्षकांतर्गत टिपण लिहिले आहे. त्यांच्या मतानुसार – 'महाराष्ट्रात सतराव्या शतकात छत्रपती शिवाजी महाराजांनी आणि त्यांच्या अनुयायांनी विजापूरकर सुलतान आणि दिल्लीचा मोगल बादशहा यांच्याविरुद्ध ज्या एका विशिष्ट पद्धतीने लढा दिला त्याला मराठीत 'गनिमी कावा' असे म्हटले जाऊ लागले. कावा म्हणजे नुसते कारस्थान नव्हे, तर विशिष्ट डावपेच रचून शत्रूच्या मुलखावर हल्ला करणे, त्याची जाळपोळ करणे, शत्रूची रसद तोडणे, त्याच्या युद्ध साहित्याचा व इतर मालमत्तेचा विध्वंस करणे हेही गनिमी काव्यातच मोडते.

इंग्रजीत ज्या युद्धपद्धतीला गुरिला (Guerrilla) म्हणतात ती बरीचशी गनिमी प्रकारचीच आहे. स्पॅनिश भाषेत मोठी लढाई नव्हे तर 'अल्पकालिक चकमक' या अर्थी जो शब्द वापरला जातो त्यापासून इंग्रजीत 'गुरिला' शब्द रूढ झाला. तथापि वर्षानुवर्षे लहानसहान चकमकी होत राहिल्या तरी त्याही गुरिला प्रकरणातच मोडतात.

या युद्धपद्धतीला लोकयुद्ध, स्वातंत्र्यसंग्राम, जन आंदोलन, मुक्तियुद्ध असे पर्यायी शब्द आठवले यांनी सुचविले आहेत. अशा युद्धात जनता संघटित असावी लागते. समान ध्येयाने प्रेरित होऊन, कोणत्याही त्यागाची तयारी ठेवून तळहातावर शिर देऊन अखेरपर्यंत झुंज देण्याची जनतेची तयारी असावी लागते. मध्ययुगात छत्रपतींनी या युद्धपद्धतीच्या जोरावर स्वराज्याचा श्रीगणेशा केला आणि स्वकर्तृत्वावर त्याचा विस्तार करून राज्य कळसास पोचविले.

प्रकरण ३

मराठी सत्तेचा उदय आणि दृढीकरण

Rise and Consolidation of Maratha Power

या पाठात आपण स्वराज्याची स्थापना, आदिलशाही संघर्ष, मुघलांशी संघर्ष, शिवराज्याभिषेक, कर्नाटक मोहीम, महाराजांची प्रशासनव्यवस्था यांचा अभ्यास करणार आहोत.

स्वराज्याची स्थापना

स्वराज्यसंस्थापक छत्रपती शिवाजी महाराज यांचा जन्म शिवनेरी किल्ल्यावर (सध्याचा पुणे जिल्हा व जुन्नर तालुका) १९ फेब्रुवारी १६३० रोजी झाला. मातोश्री जिजाऊसाहेब आणि पिताश्री शहाजीराजे यांच्या प्रेरणेने स्वराज्याची निर्मिती झाली.

शहाजी राजे यांचे जीवन हा शिवरायांसाठी समृद्ध खजिना होता. आयुष्यभर त्यांना यश-अपयश झेलावे लागले. बालपणीच पित्याचे छत्र हरवले तरी शहाजीराजे डगमगले नाहीत. आदिलशाही, निजामशाही, मुघलशाही यांच्या संघर्षात त्यांनी स्वत:चा ठसा उमटविला. एकदा कैदेत जावे लागले. सारे आयुष्य पणाला लागण्याची शक्यता निर्माण झाली होती. शहाजीराजांची दोन्ही मुले संभाजी आणि शिवराय यांनी वडिलांची सुटका युक्तीने केली. कैदेतून सुटका झाल्यावर त्यांनी दक्षिणेत परत स्वत:चा दरारा निर्माण केला.

मातोश्री जिजाऊसाहेबांबद्दल लिहिताना परमानंदांनी 'त्या पती आणि पुत्र या दोघांच्या विजयांना बळ देणाऱ्या प्रेरिका होत्या' असे म्हटले आहे. स्वत:चे स्वराज्याचे स्वप्न त्यांनी शिवरायांकडून पूर्ण करून घेतले. 'आनंदवनभुवन' निर्माण करण्याचे स्वप्न पूर्ण झाल्यावर 'याची देही याची डोळा' राज्याभिषेक पाहिल्यावरच त्यांनी इहलोक सोडला.

शहाजीराजांनी शिवरायांच्या शिक्षणाची उत्तम व्यवस्था केली. उत्तमोत्तम शिक्षक नेमून शिक्षण केले. साहित्य, कला, व्यायाम, भूगोल, गणित, युद्धशास्त्र, धनुर्वेद, विविध भाषा, दुर्गबांधणी, व्यवहारोपयोगी कला यांत ते प्रवीण झाले.

सनय - परमानंदाने कर्नाटकात शहाजीराजांनी शिवरायास 'सनय' बनवून पुण्याकडे पाठविले असा उल्लेख केला आहे. 'शिवराय : संस्कार आणि शिक्षण' या लेखात डॉ. आ.

ह. साळुंखे यांनी याचे स्पष्टीकरण दिले आहे. कवीन्द्र परमानंदकृत संस्कृत शिवभारताच्या आधारे हा लेख लिहिला आहे. (संदर्भ - छत्रपती शिवाजी महाराज स्मृतिग्रंथ - प्रका. महाराष्ट्रराज्य पाठ्यपुस्तक निर्मिती व अभ्यासक्रम संशोधन मंडळ, पुणे २०११ - पृ. १३-१४) 'नय' या शब्दाचे मराठीमध्ये होणारे अर्थ सामान्यत: पुढीलप्रमाणे आहेत. मार्गदर्शन, नेतृत्व, व्यवस्थापन, वागणे, वर्तनशैली, जीवनशैली, दूरदर्शिता (सुजाणपणा), द्रष्टेपणा, धोरण, राजकीय शहाणपण, राजनितिज्ञता, मुलकी प्रशासन, राज्यधोरण, नैतिकता, न्याय, सत्य आणि न्याय यांवरील निष्ठा, सर्वांना समान न्यायपूर्ण वागणूक, योजना, भावी गोष्टींचा आराखडा, नियोजित प्रकल्प अनुभवातून प्राप्त करून निश्चित केलेला नियम, तत्त्व, कामकाजाची पद्धत, व्यवस्था, सिद्धान्त आणि मत. एखादा मनुष्य सनय आहे याचा अर्थ त्याच्या व्यक्तिमत्त्वात या प्रकारची गुणसंपदा आहे, हा होतो.

मुक्काम पुणे - शिवरायांचे शिक्षण झाल्यावर शहाजीराजांनी शिवराय, मातोश्री जिजाऊ साहेब आणि विश्वासू अधिकारी यांना कर्नाटकातून पुणे या आपल्या जहागिरीच्या ठिकाणी पाठवले. पुणे व सुपे या जहागिरीच्या भागात शिवराय आले. शहाजीराजांचा पुण्यातील जहागिरीचा कारभार त्यांच्यावतीने त्यांचा सेवक व मलठण गावचा कुलकर्णी दादोजी कोंडदेव पहात होता. दुष्काळ, आदिलशहाने पुण्याचा केलेला नाश, उजाड झालेला मुलूख पूर्ववत करण्याचे काम इ.स. १६३६ हे वर्ष संपण्याच्या आत दादोजीने केले. शहाजीराजांचे प्रतिनिधी म्हणून प्रसंगी वतनासंबंधीच्या निरनिराळ्या तंट्यांचे निवाडे ते करीत. इ. स. १६४६-४७ मध्ये त्यांचा मृत्यू झाला.

पुण्यातील आव्हाने - मातोश्री जिजाऊसाहेब, शिवराय आणि विश्वासू कारभारी यांनी पुण्यात आल्यावर जहागिरीचे स्वरूप पालटून टाकण्याचा चंग बांधला. चोर दरोडेखोरांचा बंदोबस्त केला. शेतीला त्रास देणाऱ्या हिंस्र श्वापदांचा बंदोबस्त केला. शेतकऱ्यांना मदत करण्यास सुरुवात केली. न्याय्य पद्धतीची कर आकारणी केली. न्याय-निवाडे करून जनतेत विश्वास निर्माण केला. मुलखाचा कायापालट केला. शिवराय शिवापूरहून (खेडेबारे) पुण्यात लालमहालात राहायला आले. शिवरायांनी संपूर्ण जहागिरीत फिरून जनतेच्या सुखदु:खांची माहिती घेतली. या काळात शिवरायांच्या अवतीभवती शामराज नीळकंठ पेशवे, बाळकृष्णपंत मुजुमदार, सोनोपंत डबीर, रघुनाथ बल्लाळ सबनीस, माणकोजी दहातोंडे हे होते.

मुद्रा - जहागिरीच्या प्रदेशात व्यवस्था चालवण्याचे काम चालू असतानाच शिवरायांनी स्वत:ची मुद्रा तयार केली.

प्रतिपच्चन्द्रलेखेव वर्धिष्णुर्विश्ववंदिता ।
शाहसूनो: शिवस्यैषा मुद्रा भद्राय राजते ॥

अर्थ - शहाजींचा मुलगा शिवाजी याची ही प्रतिपदेच्या चंद्रकोरीप्रमाणे वाढत जाणारी व विश्वाला वंदनीय अशी ही मुद्रा कल्याणार्थ शोभत आहे.

पत्राच्या शेवटी ''मर्यादेयं विराजते '' (म्हणजे इथे समाप्ती होते) या मजकुराची समाप्तिमुद्रा उमटवली जायची.

त्या काळात महाराजांनी संस्कृतमध्ये मुद्रा करणे आणि त्यात राज्य वाढत जाणार असल्याची घोषणा वयाच्या १६व्या वर्षी करणे आश्चर्यकारक आहे.

श्रीगणेशा - स्वराज्य स्थापायचे असेल तर नुसती जहागीर ताब्यात असून चालणार नाही तर जहागिरीतील किल्ले ताब्यात असणे आवश्यक आहे, हे शिवरायांच्या लक्षात आले. कोंढाणा किल्ल्यावर सिद्दी अंबर हवालदार होता. बापूजी मुदगल नऱ्हेकर, देशपांडे यांच्या माध्यमातून हवालदाराला आमिष दाखवून शिवरायांनी किल्ला ताब्यात घेतला. पुण्याच्या जवळ असणाऱ्या पुरंदरवर आदिलशाही किल्लेदार महादजीपंत नीळकंठराव सरनाईक किल्लेदार होते. त्यांच्या मृत्यूनंतर त्यांचे ज्येष्ठ पुत्र निळोपंत यांनी सर्व सत्ता हाती घेतली. शंकराजी पंत या दुसऱ्या भावाने शिवरायांकडे तक्रार केली. शिवराय पुरंदरला गेले. सर्व भावांना कैदेत ठेवले. किल्ला ताब्यात घेतला. पुढे महादजीपंतांच्या मुलांना स्वराज्यकार्यात गुंतवले. याच काळात विजापूरचा सुलतान मुहम्मद आदिलशहा आजारी पडला होता. त्यामुळे विजापूर दरबारात कटकारस्थाने, अस्थिर वातावरण होते याचा पूर्ण फायदा शिवरायांनी घेतला.

आदिलशाहीशी संबंध - स्वराज्यनिर्मितीचे असे प्रयत्न चालू असतानाच आदिलशाही संकट स्वराज्यावर कोसळले. शिवरायांच्या पुणे जहागिरीतील हालचाली आणि शहाजी राजांचे कर्नाटकात वाढत चाललेले प्रस्थ्य यांमुळे शहाजी राजांस कैद करण्यात आले. मुस्ताफाखान, बाजी घोरपडे, अफझलखान हे या कैद प्रकरणी आघाडीवर होते. १६४८च्या मध्यावर ही घटना घडली. शहाजीराजांस कैद केल्यावर शिवरायांच्या पाडावासाठी फत्तेखान आणि शहाजीराजांचे बंगळूरमधील थोरले पुत्र संभाजी यास पराभूत करण्यासाठी फर्रादखान यांची नेमणूक करण्यात आली. फत्तेखान व काही मराठा सरदार विजापूरहून आगेकूच करीत खळद बेलसरला आले. बाळाजी हैबतराव हा विजापुरी सरदार शिरवळला गेला. शिरवळच्या गढीत त्याचा मुक्काम होता.

आक्रमण - 'आक्रमण हेच बचावाचे हत्यार असते' या न्यायास अनुसरून शिवरायांनी कावजीच्या नेतृत्वाखाली गोदाजी जगताप, भिमाजी वाघ, संभाजी काटे, शिवाजी इंगळे, भिवाजी चोर यांना पाठवले. त्यांनी रात्रीच्या वेळी शिरवळच्या गढीवर हल्ला केला. बाबाजी मारला गेला. आदिलशाही सैन्याला मराठ्यांनी समोरासमोर लढाईत पराभूत केले. भरपूर लूट घेऊन कावजी पुरंदरवर परतला. उत्साहात असणाऱ्या मराठ्यांनी फत्तेखानवरही स्वारी

केली. येथील लढाईत स्वराज्याचे निशाण धोक्यात आले असता बाजी जेधे यांनी ते सावरले म्हणून त्यांस सर्जेराव किताब देण्यात आला. आता मात्र संयम संपलेला फत्तेखान पुरंदरवर चालून आला.

पुरंदरचा संग्राम - मुसेखान आणि अन्य सरदार घेऊन फत्तेखान पुरंदरवर चालून आला. मराठ्यांनी गडावरून प्रतिहल्ला केला. गोफणगुंडे, दगडगोटे, शिळा खालून वर येण्याऱ्या सैन्यावर तुफानी मारा सुरू केला. खानाने प्रत्युत्तर म्हणून तोफगोळे, बाण यांचा मारा केला. हातघाईच्या लढाईत मुसेखान मारला गेला. फत्तेखान अपमानित होऊन विजापूरला परतला.

मुघलांशी संधान - फत्तेखानाचा पराभव केल्यानंतर शिवरायांपुढे एकच ध्येय होते ते म्हणजे वडिलांना कैदेतून सोडविण्याचे. तिकडे बंगळूरमध्ये संभाजी राजेंनी आदिलशाही सरदाराचा पराभव केला. शिवराय मुघलांशी संपर्क साधण्याच्या प्रयत्नात गर्क झाले. मुघलांशी वैर घेणे आदिलशाहीला परवडणारे नव्हते म्हणून त्यांनी बंगळूर, कंदर्पी, कोंढाणा किल्ला यांच्या मोबदल्यात शहाजीराजांना सोडण्याची तयारी दाखवली. अटी मान्य होताच शहाजीराजांची सुटका करण्यात आली. त्यांना 'महाराजा' किताब देऊन पाच लक्ष रुपयांची नवी जहागीर कर्नाटकात देण्यात आली. कर्नाटकात गेल्यावर राजांनी कान्होजी जेधे यास शिवरायांकडे पाठविले.

प्रशासन - युद्धआघाडीवर शांतता प्रस्थापित होताच शिवरायांनी मुलखातील शांतता व सुव्यवस्थेकडे लक्ष दिले. खेडेबारे तर्फ मधील रांझे गावच्या पाटलाने बदअंमल करताच शिवरायांनी त्याला कडक शासन करून 'कायद्या समोर सारे समान' याचा आदर्श घालून दिला. सरकारी अधिकाऱ्यालासुद्धा माफी मिळणार नाही हा संदेश त्यांनी आपल्या आचरणातून दिला.

जावळी - भरपूर पावसाचा दुर्गम प्रदेश, घनदाट जंगल यांनी जावळी प्रदेश अजिंक्य झाला होता. येथे मोरे घराणे प्रमुख होते. ते स्वत:ला 'मौर्य चंद्रगुप्त' यांचे वंशज समजत. आदिलशाहीचे नाममात्र वर्चस्व मानून ते सार्वभौम सत्ताधीशाप्रमाणे वावरत होते. आदिलशहाने मोऱ्यांना 'चंद्रराव' किताब दिला होता. अफाट उत्पन्नामुळे ते भरपूर खजिन्याचे मालक होते. पंधरा हजार सैन्य होते; पण मोरे शिवरायांचे उपकार विसरून त्यांच्याशी वैर घेऊ लागले. जावळीचे अधिपती चंद्रराव दौलतराव निपुत्रिक म्हणून वारल्यावर मोरे यांच्या विधवा पत्नीने शिवरायांच्या मदतीने यशवंतराव यास गादीवर बसवले. तो चंद्रराव होताच त्याने शिवरायांशी जुळवून घेतले नाही. शिवरायांच्या दत्तक वारस नेमण्याला आदिलशाहीचा विरोध होता. याच वेळी अफजलखानाची वाईचा सुभेदार म्हणून नेमणूक झाली. अफजलखानाला जावळीचा ताबा हवा होता. त्याने कान्होजी जेधे यांची मदत मागितली. शिवरायांच्या

सल्ल्याने जेधे यांनी वेळकाढूपणाचे धोरण स्वीकारले. काही काळाने अफजलखानाची बदली कर्नाटक मोहिमेवर झाली.

जावळी आणि स्वराज्यातील संबंध सुधारण्याऐवजी बिघडतच चालले. स्वराज्यद्रोही लोकांना आश्रय देणे, पाटीलकी वतन जप्त करणे, स्वराज्याच्या प्रदेशात घुसखोरी करणे, शिवाजींविरुद्ध पवित्रा घेतल्यास आदिलशहाचा पाठिंबा मिळतो हे लक्षात येताच मोरे अधिकच उद्दाम झाले.

वाई, सह्याद्री आणि समुद्रकिनारा ताब्यात आल्याशिवाय स्वराज्याला स्वस्थता नाही यामुळे महाराजांनी जावळीवर हल्ला करण्याचा निर्णय घेतला. सुलतान अहंमद आदिलशहा गंभीर आजारी असल्याने आत्ता जावळीवर हल्ला केल्यास आपणास कोणीही काहीही करू शकणार नाही याचा अंदाज महाराजांना आला. १६५६ च्या सुरुवातीला जेधे, सिळीमकरांच्या मदतीने महाराजांनी जावळी जिंकली. चंद्रराव रायरी (रायगड) येथे पळून गेला. शिवरायांनी जावळीची व्यवस्था लावली. शिवरायांनी रायरीला वेढा दिला याच दरम्यान चंद्रराव मारला गेला. रायरी जिंकून चतुर्बेट, जोहर खोरे, शिवथर खोरे जिंकून महाराजांनी स्वराज्याचा विस्तार केला. स्वराज्यविरोधकांचे हाल सर्वांनी पाहिले. रायरी, वासोटा किल्ला ताब्यात आला. स्वराज्याला दक्षिण व पश्चिम दिशेला विस्ताराला वाव मिळाला. शिवरायांना या परिसराचे किती महत्त्व होते तर आयुष्याच्या अखेरपर्यंत त्यांनी या प्रदेशाचा ताबा सोडला नाही. देशातून कोकणात जाण्याचे घाटमार्ग, खिंडी ताब्यात आल्याने व्यापारावर प्रभुत्व आले. स्वराज्याची सीमा सागराला भिडली. अफाट संपत्ती मिळाली. याच वेळी शिवरायांच्या मनात आरमार उभारणीचे विचार आले असणार. पार व रडतोंडी घाट सुरक्षित रहावा म्हणून शिवरायांनी मोरोपंत पिंगळे यांच्याकरवी प्रतापगड किल्ला बांधवून घेतला. मोरे यांचे सैन्य स्वत:कडे घेतले. यानंतर रोहिडा किल्ला घेताना शिवरायांना बाजीप्रभू देशपांडे मिळाले.

सुपे प्रांत - सुपे भागावर शहाजी राजांच्या द्वितीय भार्या तुकाई यांचे बंधू संभाजी मोहिते यांचा अंमल होता. प्रजेला छळणे, स्वराज्याला उपद्रव देणे या गोष्टींत मामा मोहिते आघाडीवर होते. शिवरायांनी अकस्मात सुपे भागावर हल्ला करून प्रदेश ताब्यात घेतला. मोहितेंना कर्नाटकात शहाजीराजांकडे पाठविले. एक घरगुती प्रश्न शिवरायांनी 'एक घाव दोन तुकडे' पद्धतीने संपविला. शामराज पेशवा, बाळकृष्णपंत मुजुमदार, बाळाजी हरी सोनोपंत डबीर आणि अन्य सहकाऱ्यांच्या मदतीने स्वराज्याचा विस्तार सुरू झाला.

शिवरायांचे लक्ष आता पवन, हिरडस, गुंजण मावळ आणि पौड, मुठे, मोसे, कानद, वेळवंड, रोहिड खोरे यांकडे लागले.

जावळीचा बंदोबस्त झाल्यावर मराठ्यांची एक तुकडी कर्नाटकात मासूर पर्यंत टेहाळणी करून आली.

कल्याणचा खजिना

कल्याण-भिवंडीचा सुभेदार मुल्ला अहंमद कल्याण प्रांताचा महसूल व प्रांताच्या तिजोरीतील ऐवज घेऊन विजापूरला चालला होता. १६५५-५६च्या सुमारास खजिना विजापूरच्या रस्त्यावर असताना मराठ्यांनी तो ताब्यात घेतला आणि स्वराज्यात पाठवून दिला. या खजिन्याभोवती अनेक दंतकथा, पोवाडे तयार झाले आहेत. या घटनेच्या आगेमागे औरंगजेब दक्षिणचा सुभेदार म्हणून आला. त्याने बेदरचा किल्ला, कल्याणीचा काही भाग जिंकला. औरंगजेबाला आदिलशाही आणि कुतुबशाही नष्ट करायची होती. हे न जमल्यास १६३६च्या तहाने शहाजहानने चौल-दंडा, राजापुरी, कल्याण-भिवंडी हा भाग निजामशहाकडून आदिलशहाला दिला होता. तो परत घेणे हे काम औरंगजेबाला दिले होते. औरंगजेबाचे लक्ष उत्तरेत लागले होते. दारा शुकोहच्या वर्चस्वाला छेद दिल्याशिवाय आपणाला सत्ताधीश होता येणार नाही याची पूर्ण जाणीव औरंगजेबाला होती. शरीराने तो दक्षिणेत असला तरी तो मनाने उत्तरेत होता. यामुळे शिवरायांनी जुन्नर व नगर शहरात मुघलांची कुरापत काढली तरी औरंगजेबाने दुर्लक्ष केले. दक्षिणेत खोलवर शिरायला त्याला वेळच नव्हता. एवढ्यात शहाजहान आजारी पडल्याची बातमी आली. औरंगजेब उत्तरेत निघाला त्याने आदिलशहाला जाता जाता सल्ला दिला की 'शिवाजीवर लक्ष द्या'. महाराज कल्याण-भिवंडी घेऊन पुढे निघाले. सरसगड, सागरगड, सुधागड, कर्नाळा स्वराज्यात सामील केले. कल्याण ते पनवेल मार्ग महाराजांच्या ताब्यात आले. या परिसरातील राजमाची, लोहगड, तुंग, तिकोना, कोरलई, प्रबळगड जिंकून घेतले. माहुलीचा किल्ला, तळे, घोसाळे, प्रदेश ताब्यात घेतला. कल्याण सुभ्याचे प्रमुख आबाजी सोनदेव झाले.

दक्षिण-कोकण

दक्षिण कोकणात परिस्थिती पाहून सावंतांनी आदिलशाहीचे जोखड फेकून देण्याचा प्रयत्न केला. कुडाळ, सावंतवाडीचे खेमसावंत व लखमसावंत त्यात आघाडीवर होते. आदिलशहाने रुस्तमझमाची नेमणूक सावंतांविरुद्ध केली. रुस्तमझमाचे वडील शहाजीराजांचे मित्र होते तर शिवरायांशी त्यांचे मैत्रीचे संबंध होते. रुस्तमझमाच्या स्वारीला सावंत व शिवरायांनी संयुक्त प्रतिकार केला. खरे खुरे युद्ध झाले नाही. सावंतांनी तह करून महाराजांना फोंडा प्रदेश दिला. यामुळे दक्षिण कोकणात स्वराज्याचा प्रसार करणे खूप सोपे झाले.

अफझलखान

जावळी, कोकण, कल्याण-भिवंडी या बातम्या आदिलशाही दरबाराला काळजीत टाकणाऱ्या होत्या. विजापूरच्या सुलतानाची आई बडीसाहिबा हिने शिवरायांच्या विरोधात

अफझलखानाची नेमणूक केली. अफझलखान हा विजापूर दरबारचा विश्वासू सरदार, साम-दाम-दंड-भेद मार्गांनी शत्रूचे पारिपत्य करणारा, कोणत्याही प्रकारचे विधिनिषेध न बाळगणारा, अत्यंत स्वामिनिष्ठ - धर्मनिष्ठ, क्रूर, कपटी सरदार होता. शिवरायांना ठार मारणे अशाच स्वरूपाच्या स्पष्ट सूचना अफजलखानास होत्या. वाई परिसराचा माहितगार असल्याने खानाने मोहिमेचा विडा उचलला. खान विजापूरहून निघाला, येताना पंढरपूर, तुळजापूर या देवस्थानांना त्याने त्रास दिला. 'ज्याला देवस्थानांचे रक्षण करता येत नाही तो प्रजेचे काय रक्षण करणार' असे मत स्वराज्यातील जनतेत करण्याचा प्रयत्न त्याने केला. खानाने वाई मुक्कामी कृष्णाजी भास्कर यास शिवरायांकडे पाठवले. स्वराज्यातून पंताजी गोपीनाथ खानाला भेटण्यास आले. त्यांनी सामोपचाराचे धोरण चालविले. खानाचे सैन्य वाई, पसरणी घाट, महाबळेश्वर येथवर पसरले होते. खानाला येथील माहितगार खंडोजी खोपडे येऊन मिळाला त्यामुळे खानाचा आत्मविश्वास अधिकच दुणावला.

खान आपण कोणत्या कामासाठी महाराष्ट्रात आलो आहोत याविषयी निश्चयी होता. जिवंतपणी पकडणे आणि विजापूरला नेणे किंवा शिवरायास ठार मारणे हीच त्याची उद्दिष्टे होती. विजयाचा अति आत्मविश्वास असल्याने खान प्रतापगडच्या पायथ्याशी भेटीस तयार झाला. १० नोव्हेंबर १६५९ (मार्गशीर्ष शुद्ध ७ गुरुवार) हा दिवस ठरला. शरीररक्षक घेऊन खान निघाला. सभासद लिहितो- 'शिवाजी काय? चढे घोड्यानिशीं जिवंत कैद करून येतो.'

भेट

महाराजांनी अंगात चिलखत, त्यावर अंगरखा, शिरस्त्राण, त्यावर पागोटे, कट्यार, वाघनखे घेतली. या प्रसंगाचे वर्णन मल्हार रामराव चिटणीस पुढीलप्रमाणे करतात– 'आपण आंगांत जिरें (चढवून) त्याजवरि झगा घातला. तसेंच डोईस जिरेटोप घालून परतें पागोटे घातले. चोळणा काच्या घालून उजवे हाती भवानी तलवार घेऊन व बिचवा डावे हाती, वाघनखे, पाठी ढाल. ..... ते समयींचें ध्यान बहुतच उग्र व अपूर्व. (महाराजांचे)' मातु:श्री जिजाबाईंसह पूर्वीच आणि अफजलभेटीच्या अगोदर कारभाऱ्यांशी महाराजांनी सल्लामसलत केली होती. त्यानंतर ते प्रत्यक्ष भेटीस निघाले. मंडपात दोनपेक्षा अधिक सेवक नकोत आणि प्रत्येकी १० अंगरक्षक सैनिक भेटीच्या ठिकाणाहून विशिष्ट अंतरावर उभे राहणार असे ठरले होते. महाराजांबरोबर जिवा महाला तर अफजलखानाबरोबर सय्यद बंडा हे अंगरक्षक होते. शिवराय आणि खानाची प्रत्यक्ष भेट होण्यापूर्वी महाराजांनी बडा सय्यदच्या उपस्थितीस हरकत घेतली. त्यामुळे त्याला प्रत्यक्ष भेटीच्या तंबूतून हलविण्यात आले. राजांनी तंबूत प्रवेश केला.

खान ज्या क्षणाची कित्येक दिवस वाट पाहात होता तो क्षण उजाडला. शिवराय येताच

खान उठून उभा राहिला. त्याने अलिंगनासाठी हात पसरले. दोघांनी एकमेकांचा अंदाज घेतला. खानाने शिवरायांचे मस्तक काखेत दाबले. शिवरायांच्या पाठीत खंजीर खुपसण्याचा प्रयत्न केला. सज्ज असलेल्या शिवरायांनी वाघनखे खानाच्या पोटात खुपसली. जगाच्या इतिहासात वाघनखे वापरणारा बहुतेक हा पहिलाच राजा असावा. महाराजांनी चिलखत घातलेले असल्यामुळे खानाचा वार वाया गेला. खानाची आतडी बाहेर आली. अफजलखानाने योजले काय अन् घडले काय! बडा सय्यद, खानाचा आक्रोश ऐकून महाराजांवर घाव घालण्यासाठी धावला. परंतु, जिवा महालाने त्याला ठार मारले. नंतरचे काम संभाजी कावजीने पूर्ण केले.

महाराज प्रतापगडावर परतले. तोफांचे आवाज करण्यात आले. इशारा मिळताच मराठ्यांनी खानाच्या बेसावध सैन्यावर हल्ला चढविला. जेधे, देशमुख, पालकर आणि अन्य सरदारांनी भीमपराक्रम गाजवला. विजापुरी फौज आधीच बेसावध त्यात हा हल्ला. पाण्याच्या लोंढ्याप्रमाणे सैन्य सैरावैरा धावू लागले. जावळीच्या खंडोजी खोपडे आणि मोरेंनी अफजलखान पुत्र फाजलखान याला सुखरूप पळून जाण्यास मदत केली. मराठ्यांना या युद्धात प्रचंड लूट मिळाली. या घटनेमुळे शिवरायांना प्रचंड कीर्ती मिळाली. पुढे खंडोजी खोपडेला शासन केले. खानाने पहिला वार केल्यामुळे शिवरायांनी त्याला धडा शिकविला. जे मरतात त्यांना इतिहास घडविण्याची संधी पुन्हा मिळत नसते. खानाच्या मृत्यूनंतर फक्त १८ दिवसांच्या आत शिवरायांनी कोल्हापूरमधील पन्हाळा जिंकून घेतला. शिवरायांचा प्रदेश आणि सैन्य, खजिना वाढला. आदिलशाही सत्तेला खानाच्या मृत्यूच्या बातमीचा धक्का बसला. त्यापेक्षा मोठा धक्का मराठ्यांनी गदग-लक्ष्मेश्वर आणि विजापूर शहराजवळील तिकोटे प्रदेशापर्यंत धडक मारून दिला. यात नेतोजी पालकर यांनी पुढाकार घेतला होता. खानाचा सूड घेण्यासाठी फाझलखान आणि रूस्तुमझमा यांची स्वारी स्वराज्यावर झाली असता त्यांचाही मराठ्यांनी कोल्हापूरजवळ पराभव केला. स्वत: शिवाजी महाराज मिरजेपर्यंत धडक देऊन आले. या प्रसंगाविषयी सभासद लिहितो –‘अफझलखान सामान्य नव्हे. केवळ दुर्योधनच जातींने होता... त्यास एकले भीमाने मारिला. त्याचप्रमाणे (येथे राजाने) केले. शिवाजी राजाही भीमच’.

पन्हाळा

आदिलशाही दरबारने शिवरायांचे पारिपत्य करण्यासाठी आता कर्नूलचा सुभेदार सिद्दी जौहर यास सलाबतखान किताब देऊन पाठविले. पाडवा, २ मार्च १६६० रोजी सिद्दीने शिवरायांना पन्हाळ्यात कोंडून धरले. शिवाजीमहाराजांना किल्ल्यात अशा प्रकारे पकडणारा सिद्दी हा एकमेव सेनापती होय. यातूनच त्याचे कर्तृत्व लक्षात येते. सिद्दीबरोबर फाझलखान, मसूद व अन्य सरदार असे अंदाजे ३५ हजार सैन्य होते. शिवरायांची परिस्थिती खूप कठीण

झाली. कारण इंग्रज अधिकारी हेन्री रेव्हिंग्टन तोफ व दारुगोळा घेऊन पन्हाळ्याला सिद्दीच्या मदतीला धावला. एप्रिल १६६० मध्ये औरंगजेबाचा मामा शायिस्तेखान स्वराज्यावर चालून आला. सर्वच शत्रू एकाचवेळी चालून आले.

बाजीप्रभू

पावसाळ्यात गडाचा वेढा विस्कळीत होईल अशी आशा महाराजांना होती. प्रत्यक्षात तसे झाले नाही. मराठ्यांनी जौहरचा वेढा बाहेरून फोडण्याचा प्रयत्न केला; पण त्यात ते अपयशी ठरले. महाराजांनी जौहरबरोबर तहाची बोलणी सुरू केली. वेढ्यात शैथिल्य आले. मुसळधार पावसात महाराज आषाढ वद्य प्रतिपदा या दिवशी गडाखाली उतरले. सर्वच प्रतिकूल गोष्टी असतानाही महाराजांनी हा निर्णय घेतला. अंधार- ४० मैल अंतर, पाऊस, चिखल, ओढे-नाले तुडवत शिवराय विशाळगडाकडे निघाले. (सु. ६४ कि.मी.) विशाळगडाला दळवी व सुर्वे वेढा घालून बसले होते. शिवरायांच्या पाठलागावर सिद्दी मसूद निघाला. गजापूरच्या खिंडीत महाराज पोहोचले. बाजीप्रभू देशपांडे यांनी या क्षणी जिवाची बाजी लावली. बांदल-देशमुखांचे सगळे लोक खिंडीत थांबले आणि महाराजांना पुढे जाण्याची विनंती करू लागले. महाराज पुढे निघाले. ९१ कलमी बखरीत या लढाईचे वर्णन 'प्रहर दीड प्रहर पावेतो फौज खिंड चढो दिधली नाही.' अशा शब्दांत आले आहे. बाजी खिंडीत वीरमरण पत्करून अजरामर झाले. महाराज विशाळगडावर पोहोचले. विशाळगडाला पुन्हा वेढा घालणे आणि महाराजांना पकडणे अवघड होते. सिद्दी मसूद हात हलवीत परत गेला.

महाराज पुढे पुरंदर, राजगडावर गेले. शायिस्तेखान पुण्यात मुक्कामाला आला होताच. महाराजांनी कोकणात उतरून दाभोळ बंदर जिंकले. पालवणीच्या दळवींस आणि शृंगारपूरच्या सुर्वे यांस धडा शिकविला. येथूनच पुढे खारेपाटणच्या पुढील परिसरात त्यांना विजयदुर्ग बांधण्यास जागा मिळाली.

आदिलशाहीबरोबर तह (१६६१)

अली आदिलशहा महाराष्ट्राकडे बारकाईने लक्ष ठेवून होता. शायिस्तेखानाची स्वारी आपल्यावरही होऊ शकते हे संकट आदिलशाहीसमोर होतेच. आदिलशहा व त्याचा वजीर यांनी विचारविनिमय करून महाराजांशी जुळते घेण्याचे ठरवले. उभयतांमध्ये तह झाला. आदिलशहाने कल्याण ते फोंडा, कोकण, दाभोळ, इंदापूर, देशावरचा प्रदेश असे स्वराज्य कायदेशीररीत्या मान्य केले. पुढे १६६३ मध्ये शिवरायांनी कुडाळ जिंकले.

शायिस्तेखानाची बोटे तोडणे (१६६३), सुरत स्वारी (१६६४) यानंतर आदिलशाहीच्या मदतीने लखम सावंत यांनी कुडाळ येथील स्वराज्याचे सुभेदार सोमनाथ पंडित यांचा पराभव केला व प्रदेश घेतला. शिवराय कारवार, बसनूर स्वारीवर होते. सावंतांच्या विजयामुळे

आदिलशाही सरदार खवासखान, फाजलखान कुडाळकडे निघाले. बाजी घोरपडे त्यांस सामील होण्यास जाणार होते. शिवरायांना हे कळताच त्यांनी कुडाळ, वेंगुर्ला ताब्यात घेतले. मुधोळवर अकस्मात हल्ला चढवून बाजी घोरपडे यांस ठार मारले. खवासखानावर हल्ला करून त्याचा पराभव केला आणि तो जीव वाचवून पळाला. यानंतर सिंधूदुर्ग किल्ल्याच्या पायाभरणीचा कार्यक्रम होऊन महाराज कारवारला निघाले. तिकडे मराठ्यांनी आदिलशहाचे समृद्ध शहर हुबळी लुटले.

बसनूर स्वारी

आदिलशाहीच्या सरदारांचा समाचार घेतल्यावर शाहिस्तेखानाच्या स्वारीमुळे स्वराज्याचे झालेले नुकसान भरून काढण्यासाठी महाराजांनी बसनूरवर स्वारी केली. ८ फेब्रुवारी १६६५ रोजी ८५ लहान आणि ३ मोठी गलबते घेऊन महाराज बसनूरवर तुटून पडले. सभासद बखरीनुसार दोन कोटी रुपयांची लूट मिळाली. इतिहासकार त्र्यंबक शंकर शेजवलकर यांचे या स्वारीसंदर्भात पुढील निरीक्षण महत्त्वाचे आहे. 'महाराजांच्या बसनूरच्या एकमेव आरमारी पर्यटनानंतर पुन्हा कोणत्याही मराठी राजाने तारवातून स्वारी केलेली नमूद नाही.'

आदिलशाहीवर हल्ला (१६६५-६६)

मिर्झाराजे जयसिंग व दिलेरखानाच्या आक्रमणापुढे महाराजांना माघार घ्यावी लागली. त्याचा फायदा घेऊन विजापूरचा वजीर मुहंमद इखलसखान याने दक्षिण कोकणातील सावंतांना शिवाजीमहाराजांविरुद्ध मदत केली. मराठ्यांना राजापूरपर्यंत मागे हटविले. महाराजांचा पन्हाळा किल्ला जिंकण्याचा प्रयत्न अयशस्वी झाला. महाराजांचा विश्वासू सरदार नेतोजी पालकर आदिलशहाला जाऊन मिळाला. विजापुरी सैन्याने फोंडा परिसरात मराठ्यांचा पराभव केला. पुरंदरच्या तहाने महाराज आग्रा येथे गेले. तेथून त्यांनी स्वत:ची सुटका करून घेतली व ते स्वराज्यात परतले. याच सुमारास मराठ्यांनी आदिलशहाचा रांगणा किल्ला जिंकून घेतला. रांगणा परत घेण्यासाठी बहलोलखान सरदार विजापूरहून आला; पण महाराजांनी त्याचा बेत उधळून लावला. महाराजांनी आपला वकील बाबाजी नाईक पुंडे विजापूरला पाठविला. याच दरम्यान महाराजांनी स्वत:ची तांब्याची नाणी (शिवराई) पाडायला सुरुवात केली. आपण स्वतंत्र राजे आहोत हेच त्यांना दाखवून द्यायचे होते.

संघर्ष

या दरम्यान अली आदिलशहाचा मृत्यू झाला. त्याचा मुलगा शहाजादा सिकंदर (वय ५) गादीवर आला. सरदार खवासखान प्रमुख झाला. विजापूर दरबारात अंतर्गत संघर्ष सुरू झाल्यावर अण्णाजी दत्तो व कोंडाजी फर्जंद यांनी पन्हाळा जिंकून घेतला. आदिलशाही

दरबारला हा मोठा धक्का होता. आदिलशहाने बहलोलखानास सैन्य देऊन मुघल सरदार दिलेरखानाचे साहाय्याने मराठ्यांवर आक्रमण करण्यास पाठविले. बहलोल व दिलेरखान एकत्र यायच्या आत प्रतापराव गुजर यांनी बहलोलखानाचा उमराणी येथे पराभव केला. बहलोल शरण आल्याने सेनापती गुजर यांना दया आली व त्यांनी बहलोलला सोडले. महाराजांनी प्रतापराव गुजर यांना आपली नापसंती कळवली. सेनापती गुजर यांनी लगेच हुबळीवर हल्ला केला. इंग्रजांची वखार लुटली व ते कोल्हापूरकडे वळले. दुसरीकडे मराठ्यांनी परळी, सातारा किल्ला जिंकून बंकापूर लुटले. एवढ्यात पन्हाळ्याला बहलोल वेढा देत असल्याची बातमी कळताच महाराजांनी गुजर यांस बहलोलचे पारिपत्य करण्याची आज्ञा केली. बहलोल कृतघ्न निघाला म्हणून गुजर यांनी चपळ हालचाली करून बहलोलला कोल्हापूरच्या दक्षिणेस नेसरीच्या परिसरात गाठले. सहा सैनिकांनिशी लढणाऱ्या (फौज मागे ठेवून) सेनापती प्रतापरावांनी बहलोलच्या विरोधात वीरमरण पत्करले. त्याचा बदला प्रतापरावांचे मित्र आणि दुय्यम सेनापती आनंदराव मकाजी मोहिते यांनी घेतला. बहलोलविरुद्ध आनंदराव लढाईत बहलोलला माघार घ्यावी लागली. आनंदरावांनी बहलोलची जहागिरी संपगाव लुटली. महाराजांनी आनंदरावांस हंबीरराव किताब दिला. १६७४ मध्ये शिवरायांचा राज्याभिषेक झाला आणि ते छत्रपती झाले. राज्याभिषेक संपताच महाराजांनी आदिलशाहीतला फोंड्याचा किल्ला जिंकून घेतला. बहलोलखानला मराठ्यांनी लाच देऊन स्वस्थ बसविले आणि किल्ला जिंकून घेतला. पुढे शिवेश्वर, कारवार, अंकोला हा प्रदेश मराठ्यांनी जिंकून घेतला. १६७५ मध्ये आदिलशाहीत खवासखान विरुद्ध बहलोलखान या संघर्षात खवासखान मारला गेला. १६७६ मध्ये मराठ्यांनी विजापूरची अथणी (बेळगाव) बाजारपेठ लुटली व ३ लाख होन रक्कम वसूल केली.

कर्नाटकातील आदिलशाही विरुद्धचा संघर्ष

१६७६ मध्ये महाराज दक्षिण दिग्विजयास गेले. तेथे जिंजी, वेलोर, त्रिचनापल्ली या भागांवर विजापुरी सुभेदार होते. महाराजांनी विनासायास जिंजीचा किल्ला जिंकला. वेलोरचा किल्ला मात्र लष्करी संघर्षातून मिळाला. नझीर मुहमद, शेरखान लोदी, अब्दुल्लाखान, नसीरखान यांना मराठ्यांनी तलवारीचे पाणी दाखविले. महाराजांनी परतीच्या प्रवासात कृष्णा-तुंगभद्रा दोआबावर (दोन नद्यांच्यामधील प्रदेश) ताबा ठेवण्यासाठी गदग जिंकले. दिलेरखान विजापूरवर चालून आला असता आदिलशहा व मराठे यांच्यात (१६७९) तह झाला. आदिलशाही रक्षणाची जबाबदारी घेऊन कर्नाटक प्रदेशातील महाराजांच्या हक्कास विजापूरने मान्यता दिली. ज्या विजापूरच्या आदिलशाहीत शहाजीराजे होते त्याच राज्याचे रक्षणकर्ते छत्रपती शिवाजीमहाराज झाले.

मुघलांशी संघर्ष

मराठ्यांचा मुघलांशी पहिला संघर्ष १६५७ मध्ये जुन्नरच्या लढ्यावेळी झाला. आदिलशाही संबंधात आपण हे पाहिले की, शहाजी राजांना कैद झाली तेव्हा महाराजांनी मुघलांशी संपर्क साधण्याचा प्रयत्न केला होता. १६५३ मध्ये औरंगजेब दक्षिणचा सुभेदार झाला तेव्हा शिवरायांनी आपला वकील सोनाजी विश्वनाथ (डबीर) औरंगजेबाकडे पाठविला होता. औरंगजेबाचे प्राधान्यक्रम वेगळेच असल्यामुळे त्याला स्वराज्याकडे लक्ष द्यायला वेळ नव्हता. त्याचे लक्ष दिल्लीत शहाजहानच्या सिंहासनात गुंतले होते.

जुन्नर हल्ला

एप्रिल १६५७ मध्ये शिवरायांनी जुन्नरवर हल्ला चढवून रोख रक्कम, घोडे, उंची कापड, सोने-नाणे ताब्यात घेतले. श्रीगोंदे लुटण्यात आले. मराठ्यांच्या दुसऱ्या तुकडीने अहमदनगरवर हल्ला करून राशिन व आसपासचा प्रदेश लुटला. औरंगजेबाने आपल्या अधिकाऱ्यांस कडक पत्रे लिहिली. इरजखान, राव कर्ण, शायिस्तेखान यांना शिवरायांच्या विरोधात औरंगजेबाने नगरला पाठवले. यातील एकालाही यश मिळाले नाही. औरंगजेबाने अधिक सैन्य व अधिकारी पाठवून नगरच्या परिसरातील मुघली प्रदेशाच्या संरक्षणाची व्यवस्था केली. औरंगजेब वारसायुद्धात सहभागी होण्यासाठी दिल्लीला निघाला होता. याचा फायदा घेऊन महाराजांनी कल्याण-भिवंडी घेतले. महाराजांचे वकील रघुनाथपंत कोरडे औरंगजेबाच्या भेटीस गेले. महाराजांनी औरंगजेबासमोर नमते घेण्याचे धोरण म्हणजे एकाच वेळी त्यांना आदिलशाही आणि मुघलांशी लढा द्यायचा नव्हता. औरंगजेबाने मात्र 'शिवाजी' हे प्रकरण आपणास भविष्यात जड जाणार अशी खूणगाठ मनाशी बांधली. आदिलशहाला शिवाजीला आवरण्याचा सल्ला दिला पण ते व्यर्थ ठरले. औरंगजेब दिल्लीच्या वारसायुद्धात यशस्वी झाला. ५ जून १६५९ रोजी औरंगजेबाच्या सिंहासनारोहणाच्या समारंभप्रसंगी मराठ्यांचे वकील सोनाजी पंत दिल्लीला गेले. औरंगजेबाने शिवरायांसाठी खास पोशाख पाठवून दिला. अफझलखानाच्या मृत्यूमुळे औरंगजेबाला शिवरायांच्या खऱ्या सामर्थ्याची ओळख झाली.

चाकणचा लढा

सिद्दी जौहरने शिवरायांस पन्हाळ्यात कोंडीत पकडले तेव्हाच शायिस्तेखानाची मोहीम सुरू झाली होती. ओरंगजेबाचा मामा, शूर सरदार, माळवा स्वारीतील यशस्वी सरदार, गोवळकोंडा स्वारीतील विश्वासू साहाय्यक, प्रशासकीय अनुभवी असल्याने शायिस्तेखानाची नेमणूक शिवरायांविरुद्ध झाली. त्याची नेमणूक झाली तेव्हा औरंगाबादेहून तो नगरकडे (जानेवारी १६६०) निघाला. स्वराज्याचा प्रदेश जाळणे हा कार्यक्रम हाती घेऊन ५ महिन्यांनी पुणे मुक्कामी आला. या त्याच्या प्रवासात मराठ्यांनी त्याला प्रखर विरोध केला

नाही. पुरंदर घेण्याचा प्रयत्न अयशस्वी झाल्यावर पराक्रमाचे दर्शन घडविण्यासाठी खानाने चाकणच्या भुईकोट किल्ल्याला वेढा घातला. ५५ दिवस वेढा चालला. फिरंगोजी नरसाळा या किल्लेदाराने शौर्याची शर्थ केली. खानाने सुरुंग लावून किल्ल्याचे तट उडवले. किल्ला ताब्यात आला. याच सुमारास महाराज पन्हाळ्याच्या किल्ल्यातून सुटका करवून घेण्यात यशस्वी झाले व राजगडावर आले.

कारतलबखान

शिवरायांना धडा शिकवित असताना आदिलशाहीलाही आपल्या सामर्थ्याची चुणूक दाखवावी म्हणून खानाने आपला विश्वासू सरदार कारतलबखान यास मराठवाड्यातील परिंड्याचा किल्ला घेण्यास पाठविले. त्याने तो किल्ला जिंकला. आत्मविश्वास वाढलेल्या खानाने कारतलबखानास कोकणात स्वारी करण्यास सांगितले. कारतलबखान, राजपूत सरदार, मराठे सरदार आणि रायबाघीण ही माहूरच्या उदाजी रामची विधवा पत्नी असे सैन्य घेऊन तो कोकणच्या दिशेने निघाला. लोहगड, तुंग, तिकोणा, सह्याद्री ओलांडून उंबरखिंडीतून कोकणात उतरण्याचा खानाचा निश्चय होता. घनदाट जंगलात मराठ्यांनी खानाला घेरले. खानाच्या तोफा निरुपयोगी ठरल्या. येण्या-जाण्याचे रस्ते बंद, पाणी नाही अशा अवस्थेत खानाने शरणागती पत्करली. युद्धसाहित्य, खजिना, हत्ती, घोडे, खंडणी घेऊन मराठे निघून गेले. शायिस्तेखानाचे हात दक्षिण कोकणात पोळून निघताच त्याने उत्तर कोकणात सरदार बुलाखीला देहरीगडास वेढा घालण्यास पाठवले. परंतु, तो अपयशी ठरला. खानाचा दुसरा सरदार नामदारखानही पराभूत झाला. विजयाचे पारडे कधी इकडे तर कधी तिकडे झुकत होते. खान पुण्यात येऊन दोन वर्षे झाली; पण युद्ध अजून निकाली निघत नव्हते. अखेर महाराजांनी मुघलांच्या वर्मावर घाव घालण्याचे ठरविले.

लालमहाल

५ एप्रिल १६६३ ची मध्यरात्र खानासाठी काळरात्र ठरली. शत्रूच्याही स्वप्नात येणार नाही आणि कोणी कल्पनाही करू शकणार नाही अशी योजना महाराजांनी आखली. बाबाजी आणि चिमणाजी देशपांडे, स्वत: महाराज आणि ४०० सैन्य शायिस्तेखानाचा मुक्काम असणाऱ्या लालमहालात घुसले. संरक्षणासाठी खानाच्या उजव्या-डाव्या बाजूस अंतर राखून मोरोपंत पिंगळे आणि नेतोजी पालकर होते. मध्यरात्री शिवराय खानाच्या खोलीत घुसले. खान जीव वाचवून पळत सुटला. महाराजांच्या तलवारीचा घाव त्याच्या हातावर पडला व त्याची ३ बोटे तुटली. खानाची अब्रू गेली. तीन दिवसांच्या आत मुक्काम आवरून शायिस्तेखान औरंगाबादकडे रवाना झाला. खानाची बदली बंगालच्या सुभ्यावर झाली आणि शहाजादा मुअज्जम दक्षिणचा सुभेदार झाला.

सुरतेवरील पहिली स्वारी (१६६४)

शायिस्तेखानाच्या स्वारीतील स्वराज्याचे झालेले नुकसान भरून काढण्यासाठी शिवरायांनी मुघल साम्राज्याच्या इतिहासात बाबरापासून ते शहाजहानच्या कारकिर्दीपर्यंत कोणीही मुघलांचा शत्रू जे करू शकला नाही ते करण्याचे महाराजांनी ठरविले. मुघल साम्राज्यातील सर्वात समृद्ध शहर, पश्चिम किनाऱ्यावरील व्यापाराचे केंद्र, परकीय वखारवाल्यांचे केंद्र, वाहतुकीचे मोठे बंदर असणारे सुरत शहर लुटण्याचे शिवरायांनी ठरविले. शत्रुप्रदेशात खोलवर घुसून लूट घेऊन परत सुखरूप येणे सोपे काम नव्हते. सिद्दी जौहरच्या वेढ्यात मदत केलेल्या इंग्रजांना धडा शिकवणे हा एक उद्देश सुरत स्वारीचा होताच. सुरतेवर स्वारी केल्यावर सर्वच परकीय सत्तांना नोंद घ्यावी लागेल असाही सुप्त राजकीय हेतू होताच. राजगडहून पुणे नाशिक-त्र्यंबकेश्वरमार्गे महाराज सुरतेला पोहोचले. सुरतेचा प्रमुख इनायतखान बेसावध होता. त्याने शहर वाऱ्यावर सोडले आणि स्वत: किल्ल्यात आश्रयाला गेला. धनिकांनी पैसे देऊन किल्ल्यात आश्रय घेतला. चार दिवस सुरत शहरातून संपत्ती गोळा करण्याचे काम चालले. इंग्रज आणि डच वगळता कोणीच स्वसंरक्षणार्थ प्रतिकार केला नाही. धीरजी व्होरा आणि हाजी सैद या धनाढ्यांच्या घरातून पैसा जमा करण्यात आला. कित्येक किलो मोती, सोने-नाणे, हिरे, माणके, पाचू, रोख रक्कम मिळाली. इनायतखानाने सुरतेचे संरक्षण करण्याऐवजी एक मारेकरी महाराजांवर पाठविला. मराठ्यांनी त्याला यमसदनाला पाठविले. मराठ्यांस अंदाजे ३ कोटी रुपये मिळाले असे सांगितले जाते. लाहोरमध्ये असणाऱ्या औरंगजेबास ही बातमी कळताच तो संतापला. सुरतेला तटबंदी करण्याचे आदेश त्याने दिले. इंग्रजांनी सुरतेचे आपले ठाणे मुंबईला नेले. आपली जरब बसविण्यात महाराज यशस्वी झाले. राजगडाकडे परततानाच शहाजी राजे यांच्या निधनाची बातमी महाराजांना कळली. स्वराज्यावर हा फार मोठा घाला होता. वैयक्तिक दु:ख बाजूला ठेवून महाराज आणि मातोश्री जिजाऊसाहेब पुन्हा एकदा स्वराज्यकार्यास लागले. एवढ्यात सिंहगडच्या वेढ्यात अपयश घेऊन महाराजा जसवंतसिंह परत गेला.

मिर्झाराजे जयसिंग

औरंगजेबाच्या विश्वासू सरदारांपैकी एक. जयपूरचा हा राजा वयाच्या आठव्या वर्षापासून मुघल सेवेत होता. जहांगिर, शहाजहान, औरंगजेब असे तीन बादशहा त्याने पाहिले. एकही पराभव न पाहिलेला अजेय सेनापती असा त्याचा लौकिक होता. जय मिळविण्यासाठी साम, दाम, दंड, भेद या सगळ्याची त्याची तयारी असे. स्वराज्य संपुष्टात आणण्यासाठी जयसिंगाची नेमणूक करण्यात आली. जयसिंगपुत्र कीरतसिंह, दिलेरखान, दाऊदखान कुरेशी, राजा रायसिंह, सुजानसिंह, पुरणमल बुंदेला, तोफखान्याचा प्रमुख निकोलाय मनुची असे महत्त्वाचे सरदार आणि कित्येक दुय्यम सरदार या मोहिमेसाठी औरंगजेबाने नेमले.

औरंगजेबाने कोणत्याही सरदाराला दिले नव्हते एवढे स्वातंत्र्य मिर्झांना दिले होते. दक्षिण सुभ्यातून प्रचंड पैसा खर्च करण्यास परवानगी, सुभ्यातल्या मुघल किल्लेदारांनी मिर्झाच्या आज्ञेत राहणे, फौजेच्या सर्वाधिकारी जयसिंग असणार त्यात कोणाचीही (औरंगजेबाचा अति विश्वासू दिलेरखान) ढवळाढवळ चालणार नाही. स्वराज्याचा नाश हाच एकमेव हेतू असल्यामुळे बादशहाने या मागण्या मान्य केल्या आणि ९ जानेवारी १६६५ ला मिर्झाने नर्मदा ओलांडली.

मिर्झासमोरील अडचणी

दक्षिणेच्या सुभ्यात प्रवेश केल्यावर शिवराय, आदिलशाही, कुतुबशाही यांचे एकत्रीकरण होऊ न देणे हा सगळ्यात मोठा पेच मिर्झा समोर होता. आदिलशहा आणि कुतुबशहा या दोघांनाही हे माहीत होते की, स्वराज्याचा नाश झाला की, आपलाही शेवट ठरलेला आहे. त्यामुळे या ३ सत्ता एकत्र येऊन देणे ही त्याच्यापुढची सगळ्यात मोठी कामगिरी होती. त्यामुळे स्वराज्य आणि आदिलशहा यांच्या मध्यावर मुक्काम करणे, दोघांमधील दळणवळण बंद पाडणे आणि स्वराज्याच्या केंद्रावर हल्ला करून सर्वनाश करणे एवढे उद्दिष्ट मिर्झाने समोर ठेवले.

युद्धपूर्व हालचाली

प्रत्यक्ष युद्धाला तोंड फुटण्यापूर्वी दोन्ही पक्ष कामाला लागले. मिर्झाने स्वराज्यद्रोही, फितूर, महाराजांवर नाराज असलेले अशा लोकांना आश्रय देण्यास सुरुवात केली. पोर्तुगीज, डच, इंग्रज यांच्यावर महाराजांना मदत न करण्याचा दबाव आणला. विजापूरकरांचा महाराजांनी काबीज केलेला प्रदेश आपण परत मिळवून देऊ. मुघलांना द्यायची खंडणी कमी करून देऊ अशी आश्वासने विजापूरला दिली. महाराजांच्या अधिकाऱ्यांना फोडण्याचे प्रयत्न सुरू केले. पुढे स्वराज्याच्या प्रदेशात सरदार पाठवून प्रदेश जाळायला सुरुवात केली. स्वराज्यावर घाला घालण्यासाठी पुरंदर किल्ल्याला दिलेरखानाच्या नेतृत्वाखाली वेढा घालण्यात आला.

पुरंदरचा सामना

दिलेरखानाचे सैन्य पुरंदरला वेढा घालीत असतानाच मराठ्यांनी त्यांच्यावर हल्ला केला. हल्ला यशस्वी होत नाही हे पाहताच मराठे किल्ल्यात पळून गेले. जयसिंगाच्या स्वारीला धडा शिकविण्याची पहिली संधी आपणास मिळाली आहे याची जाणीव किल्लेदार मुरारबाजी देशपांडे यांनी गडावरील शिबंदीला करून दिली. रक्ताचा शेवटचा थेंब शिल्लक असेपर्यंत गड लढविण्याचा निश्चय मराठ्यांनी केला. पुरंदरच्या शेजारी वज्रगड होता. दोन

किल्ल्यांच्यामध्ये एक भैरव नामक खिंड होती. वज्रगड लढविणाऱ्या किल्लेदाराचे नाव अद्यापपावेतो अज्ञात आहे. वज्रगड जिंकल्यास पुरंदरवर मारा करणे सोपे होते. दिलेरखानाने एकाच वेळी दोन्ही किल्ल्यांना वेढा दिला आणि मराठे X मुघल संघर्ष सुरू झाला. पुरंदराच्यासमोर मोर्चे सांभाळायला मिर्झा, दिलेरखान, मनुची उभे राहिले. तोफांचा अविश्रांत भडिमार सुरू झाला. १३ एप्रिल १६६५ रोजी रुद्रमाळ उर्फ वज्रगड पडला. मुरारबाजीला कळून चुकले आता शेवटचाच जीवन-मरणाचा लढा सुरू झाला. तोफा, बंदुका, दगड-गोटे ही हत्यारे आणि दुर्दम्य इच्छाशक्ती यांच्या जोरावर मराठे किल्ला लढवित होते. किल्ल्याला बाहेरून रसद आत मिळणे मुघलांनी अशक्य करून टाकले. वज्रगडवर तोफा चढवून पुरंदरवर मारा सुरू झाला. हा लढा चालू असतानाच शिवरायांवरील दबाव वाढविण्यासाठी मुघल फौजा रोहिडखोरे, हिरडसमावळ, वेलवंडखोरे येथे घुसल्या. त्यांनी स्वराज्यात जाळपोळ सुरू केली. शिवाजी महाराजांनी मुघली प्रदेशावर हल्ले करू नये म्हणून मिर्झाने ही युक्ती केली. त्याला यश आले. मराठ्यांचाही तिखट प्रतिकार चालू होता. मराठ्यांचा एकाचवेळी सगळीकडे पराभव करणे जयसिंगाला अशक्य होते. प्रदेश वैराण होत चालला होता. मोहीम दीर्घकाळ लांबणे दोन्ही पक्षांसाठी घातक होते. पुरंदरावर यश येत नव्हते म्हणून किल्ल्याच्या समोर लाकडी धमधमे (ज्यावर तोफा उभ्या करता येतात असे तात्पुरते बांधकाम) उभारण्यात आले. किल्ल्याच्या सफेद बुरूज आणि काळा बुरूज यांवर जोरदार हल्ले सुरू झाले. घनघोर लढाई चालू असताना तटावरच्या दारूगोळ्याचा स्फोट झाला. सफेद बुरूजाला खिंडार पडले. पुढच्या दिवसांत काळा बुरुजही मुघलांनी जिंकला.

मुरारबाजी

अत्यंत पराक्रमी, स्वामिनिष्ठ, स्वराज्यनिष्ठ अशा मुरारबाजींनी अंतिम भीमटोला लगावण्याची तयारी केली. कडवे ७०० सैनिक घेऊन ते मुघलांच्या विशेषत: दिलेरखानाच्या ५ हजार सैन्यावर तुटून पडले. दिलेरखान मुरारबाजीच्या शौर्यावर बेहद्द खूश झाला. मुरारबाजीच्या सैन्याने ५०० पठाण मारले. दिलेरखानाच्या एका बाणाने मुरारबाजीच्या कंठाचा वेध घेतला आणि पुरंदरचा कडा कोसळला. संकटाचे स्वरूप लक्षात घेता महाराजांनी शरण येण्याचे ठरवले. जून १६६५ च्या सुरुवातीस पुरंदरवरचे भगवे निशाण खाली उतरवले.

पुरंदरचा तह

अधिक हानी टाळण्यासाठी महाराजांनी पुरंदरच्या पायथ्याशी तह केला. या तहानुसार महाराजांनी २३ किल्ले व ४ लाख उत्पन्नाचा प्रदेश मुघलांना दिला. संभाजी राजांस

मुघलांनी पंचहजारी मनसब दिली. दक्षिणेत मुघल विरुद्ध अन्य सत्ता असा कोणताही संघर्ष सुरू झाल्यास शिवरायांनी मुघलांस मदत करणे. मुघलांविरुद्धच्या मोहिमेत शिवरायांनी ४० लाख होन १३ वार्षिक हप्त्यांत द्यायचे. शिवरायांचे सैन्य आदिलशाहीचा जो प्रदेश जिंकेल तो स्वराज्यात सामील केला जाईल. शिवरायांकडे फक्त १२ किल्ले राहणार.

आजवर मिळवलेले स्वराज्यापैकी तीन चतुर्थांश भाग मुघलांच्या प्रत्यक्ष वर्चस्वाखाली जाणार होता. 'राजापेक्षा राजनिष्ठ' या पद्धतीने जयसिंग वागला. महाराजांची अधिकात अधिक मानहानी करण्याचा त्याचा प्रयत्न होता. आजवर औरंगजेबाच्या कोणत्याच सरदाराला स्वराज्याविरुद्ध एवढे मोठे यश मिळाले नव्हते. शिवरायांव्यतिरिक्त अन्य कोणीही एवढ्या प्रतिकूल परिस्थतीत टिकून राहिला नसता.

मुघल आणि शिवराय विरुद्ध आदिलशाही संघर्षात आदिलशहाने दणदणीत विजय मिळवला. पन्हाळा किल्ल्याला वेढा दिला असता तेथेही महाराजांचा पराभव झाला. नेतोजी पालकर आदिलशहाला जाऊन मिळाला. पुढे जयसिंगाने त्याला मुघल चाकरीत घेतले. अशा वेळी स्वत: जयसिंगानेच बादशहा आणि शिवराय यांची भेट घडवून आणण्याची कल्पना मांडली. औरंगजेबाकडून संमती आल्यावर जयसिंहाने भेटीसाठी महाराजांवर दडपण आणले. महाराजांनी दूरदृष्टीने स्वत:च्या सुरक्षिततेची हमी जयसिंह व त्याच्या दरबारात असणारा पुत्र रामसिंह यांच्याकडून घेतली. शिवराय आणि पुत्र संभाजी, हिरोजी फर्जंद आणि विश्वासू लोक घेऊन महाराजांनी आग्राप्रवास सुरू केला. स्वराज्याची जबाबदारी राजमाता जिजाऊ साहेब, मोरोपंत, निळोपंत यांच्याकडे देऊन महाराज निघाले. औरंगजेब आणि शिवराय यांची ही पहिली आणि शेवटचीच भेट ठरली.

आग्रा दरबार

१२ मे १६६६ रोजी आग्रा येथे औरंगजेबाचा ५०वा वाढदिवस आणि शहाजहानच्या मृत्यूनंतरचा पहिला भव्य दरबार अशा दुहेरी उद्देशाने दरबार भरवण्यात येणार होता. प्रत्यक्ष दरबार भरला तेव्हा महाराजांना पंचहजारी मनसबदारांच्या रांगेत उभे करण्यात आले. त्यांच्यापुढे महाराजा असवंतसिंह याला उभे करण्यात आले होते. रामसिंहकडून झालेले दुर्लक्ष, औरंगजेबाची वागणूक यांमुळे दुखावलेल्या महाराजांनी स्वत:च्या भावना कडक शब्दांत व्यक्त केल्या. दरबारातून ते तडक निघाले आणि मुक्कामी गेले. शिवरायांची रामसिंहने समजूत काढण्याचा प्रयत्न केला पण तो व्यर्थ गेला.

नजरकैद

आग्रा दरबारात शिवरायांनी दुखावलेली, पराभूत केलेली बरीच मंडळी होती. त्यांनी औरंगजेबाकडे महाराजांना ठार मारण्याचा आग्रह धरला. अशा बेताचा सुगावा लागताच

रामसिंहाने जयसिंग यांनी सुरक्षिततेचे वचन दिले आहे अशी आठवण बादशहाला करून दिली. स्वत:चा जामीन दिला. शिवराय पळून जाणार नाहीत अशी ग्वाही दिली. महाराजांच्या निवासस्थानाबाहेर दिल्लीचा कोतवाल फुलादखानाचा पहारा बसविण्यात आला.

सुटका

या नजरकैदेतून सुटका करून घेण्यासाठी शिवरायांनी अभूतपूर्व साहस केले जे त्यांच्या स्वभावाला साजेसे होते. स्वत: आजारी असल्याची घोषणा महाराजांनी केली. प्रकृतीला आराम पडावा म्हणून मेवा-मिठाई वाटण्यास सुरुवात केली. मेवा मिठाई मोठ्या पेटाऱ्यांतून बाहेर पाठविली जाई. सुरुवातीला पेटारे तपासले जात असत. पेटारे तपासण्याचे बंद झाल्यावर महाराज, संभाजी राजे पेटाऱ्यात बसून आग्रा शहराबाहेर पडले. शहराचे बाहेर मराठे घोडे घेऊन हजर होते. बातमी फुटायच्या आत महाराज २४ तास दौड मारीत नरवर मुक्कामी आले. दुसऱ्या दिवशी शिवराय पळून गेल्याची बातमी औरंगजेबाला समजली. शोध सुरू झाला. प्रवासात कोणालाही संशय यायला नको म्हणून संभाजी राजांस मथुरेत कृष्णाजीपंत यांजकडे ठेवण्यात आले होते. २५ दिवसांच्या खडतर प्रवासानंतर महाराज राजगडावर पोहोचले. तणाव निवळल्यावर संभाजी राजे स्वराज्यात दाखल झाले. मुघलांच्या इतिहासात असा चमत्कार झाला नव्हता.

पुनश्च हरिः ओम्

राजगडावर परतताच महाराजांनी नव्या जोमाने स्वराज्यकार्य सुरू केले. १६६९ पर्यंत महाराजांनी मुघलांशी प्रत्यक्ष संघर्ष टाळला. १६७० मध्ये नरवीर तानाजीराव मालुसरे यांनी प्राणार्पण करून सिंहगड स्वराज्यात आणला. निळोपंतांनी पुरंदर घेतला. कल्याण-भिवंडी परत घेतले. माहुलीच्या किल्लेदाराने मात्र मराठ्यांचा पराभव केला. लोहगड जिंकला. पुढे माहुली, कर्नाळा, रोहिडा हे किल्ले चार महिन्यांच्या आत जिंकले. औरंगाबाद, अहमदनगर, जुन्नर, परिंडा, औसा परिसर लुटून जयसिंगाने केलेले स्वराज्याचे नुकसान अल्पसे भरून काढले. सगळे नुकसान भरून काढण्याचा एकच उपाय होता तो म्हणजे सुरत लुटणे.

सुरतेवर दुसरी स्वारी

३-४ ऑक्टोबर १६७० रोजी महाराज सुरतेत दाखल झाले. मागील अनुभवावरून मुघल अजिबात शहाणे झाले नव्हते. सुरतेच्या रक्षणासाठी फक्त ३०० लोक होते. महाराज १५००० हजारांची फौज घेऊन सुरतेवर तुटून पडले. ६६ लाख रुपयांची प्राप्ती झाली. यामुळे सुरतेतील व्यापार बसला. महाराजांना परतीच्या प्रवासात अडविण्यासाठी दाऊदखान हा मुघल सरदार आला. परंतु, त्याला अपयश पहावे लागले. पुढे खानदेश, वऱ्हाड,

बहादुरपुरा, कारंजे शहर मराठ्यांनी लुटले. मोरोपंत पिंगळे यांनी साल्हेर किल्ला जिंकला. चौरगड, होलगड ताब्यात घेऊन जयसिंगाच्या स्वारीचा सूड मराठ्यांनी घेतला. याच काळात छत्रसाल बुंदेला महाराजांना येऊन भेटला. स्वराज्यातून स्फूर्ती घेऊन त्याने मुघलांची चाकरी सोडली व तो उत्तर भारतात स्वतंत्र राज्य स्थापण्यासाठी परतला.

स्वराज्याची चढती कमान

महाराजांच्या कुशल नेतृत्वामुळे मुघलांना सर्वत्र पराभवाला तोंड द्यावे लागत होते. अधून मधून त्यांना एखादे छोटेसे यश मिळायचे. शिवनेरी किल्ला घ्यायला गेलेल्या मराठ्यांचा पराभव झाला. मोरोपंत पिंगळे यांनी जव्हार व रामनगरच्या राजांचा बंदोबस्त केला. चौल, वसई ठाणी लुटली. नाशिक, वणी, दिंडोरी येथे मुघलांचा त्यांनी पराभव केला. पुढे मराठ्यांनी दिलेरखानाचाही पराभव केला. पुरंदरच्या तहात गेलेला सारा प्रदेश किंबहुना त्यापेक्षा जास्तच प्रदेश आणि खजिना मराठ्यांनी मिळवला.

स्वराज्याभिषेक (१६७४) झाल्यावर छत्रपतींनी खर्च भरून काढण्यासाठी पेडगाव येथे मुक्कामास असणाऱ्या बहादूरखानाचा पराभव करून १ कोटी रुपये, २०० घोडे लुटून आणले. पुढे छत्रपतींचे पुत्र युवराज संभाजी राजे मतभेदांमुळे दिलेरखानाला जाऊन मिळाले. खानाने त्यांची मदत घेऊन भूपाळगड ताब्यात घेतला. संभाजीराजांस कैद करण्याचा गुप्त हुकूम दिलेरखानाला मिळाल्याचे समजताच संभाजी राजे स्वराज्यात परत दाखल झाले. औरंगजेबाचे राजकारण फसले. १६७९ मध्ये मराठ्यांनी जालना, धरणगाव, चोपडा शहरे लुटली. मुघल X मराठे संघर्षाचे सार औरंगजेबाच्या शब्दात सांगायचे तर ''सतत वीस वर्षे मी माझे सेनापती शिवाजीविरुद्ध पाठवित आहे; पण त्यांना शिवाजीचा पराभव करता येत नाही. त्याचे राज्य वाढतच आहे.'' (मराठ्यांचा इतिहास खंड १-पृ. २१२)

शिवराज्याभिषेक - शिवराज्याभिषेक ही मध्ययुगातील एक अत्यंत महत्त्वाची घटना आहे. वयाच्या ४४व्या वर्षापर्यंतचा महाराजांचा प्रवास एका व्यक्तीपासून ते स्वराज्यापर्यंत झाला. शहाजी राजांना पुत्र छत्रपती होणे ही गोष्ट सोपी नव्हती. आदिलशहा, मुघल, इंग्रज, डच, फ्रेंच, सिद्दी यांस वेळप्रसंगी धडा शिकवून स्वराज्य सुरक्षित राखणे ही अभूतपूर्व गोष्ट होती.

राज्याभिषेक कल्पना

सभासद बखरीत पुढील प्रमाणे मतं मांडल्याचे आढळते, '... वेदमूर्ती राजेश्री गागाभट्ट म्हणून वाराणशीहून राजयाची कीर्ती ऐकून दर्शनास आले.' ... त्यांचे मते, मुसलमान बादशहा तख्ती बसून छत्र धरून पातशाही करितात आणि शिवाजी राजे यांनीही चार पादशाही दबविल्या आणि पाऊण लाख घोडा लष्कर गडकोट असे (मेळविले) असता

त्यास तक्त नाही. याकरता मराठा राजा छत्रपती व्हावा असे चित्तात आणिले आणि (ते) राजेयांसहि मानिले. वेगवेगळ्या बखरीत वेगवेगळी मते दिलेली आहेत. राज्याभिषेक व्हावा असे सगळ्यांच्याच मनात असल्याने राज्याभिषेक करण्याचे ठरले. राज्याभिषेकामुळे राजवंश, राज्याला वारस, कायदेशीर करार, तह याला सार्वजनिक मान्यता मिळणार होती. स्वत: शिवाजी- महाराजांच्या मनात राज्याभिषेक करवून घेणे होतेच. राज्याभिषेकामुळे इनाम, वतने देण्याचा कायदेशीर अधिकार, सरकारी फर्मान काढण्याचा अधिकार, आदिलशाहीचा जहागिरदार म्हणून हिणविणे, ब्राह्मणांचा न्यायनिवाडा करणे, अन्य राज्यकर्त्यांशी बरोबरीच्या नात्याने तह करणे, सर्वसामान्य जनतेच्या मनात अभिषिक्त राजा म्हणून प्रतिमा निर्माण करणे साध्य होणार होते. यामुळेच गागाभट्ट यांच्या 'श्रीशिवराज्याभिषेक प्रयोग' ग्रंथाच्या रचनेस कारण मिळाले. रायगडावर राज्याभिषेक करण्याचे ठरले. त्यासाठी सविस्तर खर्च मंजूर करण्यात आला. त्याचा आढावा शेवटच्या दहाव्या प्रकरणात घेतलेला आहे.

पूर्वतयारी

पूर्वतयारी म्हणून महाराज प्रतापगडावर भवानीमातेचे दर्शन घेण्यासाठी गेले. देवीला सोन्याची छत्री अर्पण करण्यात आली. रायगडावर महाराज परतल्यावर 'मौजीबंधन' व 'तुलापुरुषदान' विधी करण्यात आले. (तुलापुरुषदान म्हणजे विष्णूची सुवर्णमूर्ती तयार करून, तिची पूजा करून विसर्जन करणे व ती नंतर दान देणे) हे सर्व आणि राज्याभिषेकाचा विधी इतिहासकार रा. वि. ओतुरकर यांच्या मते (मराठ्यांचा इतिहास खंड १ पृ. २४०) गागाभट्टांनी स्वत: न करता भोसल्यांचे कुलोपाध्याय व पुरोहित प्रभाकर भटांचे चिरंजीव बाळंभट यांच्या हस्ते करविले व आपण जवळ बसून मार्गदर्शन केले.

महाराजांची प्रथम सुवर्णतुला करण्यात आली. नंतर चांदी, तांबे व इतर मौल्यवान धातू, साखर, फळांनी तुला करण्यात आली. समंत्रक विवाह लावण्यात आला. महाराणी सोयराबाई या पट्टराणी झाल्या. अग्निप्रतिष्ठा, चतुष्कुंभस्थापन, ग्रहयज्ञ, नक्षत्रहोम, नक्षत्रयज्ञ, पुण्याहवाचन असे विविध विधी करण्यात आले. मुख्य समारंभाचे वर्णन सभासदाने पुढील प्रमाणे केले आहे.

'... सर्वांस नमन करून (महाराज) अभिषेकास सुवर्णचौकीवर बसले. अष्टप्रधान व थोर थोर ब्राह्मणांनी स्थळोस्थळीची उदके करून सुवर्णकलशपात्री अभिषेक केला. दिव्य वस्त्रे, दिव्य अलंकार घेऊन सर्व पूज्य मंडळीस नमस्कार करून सिंहासनावर बसले. कित्येक नवरत्नादिक सुवर्णकमळे, वस्त्रे उदंड दिधली. दानपद्धतीप्रमाणे षोडश महादाने इत्यादिक महादाने केली. सिंहासनास अष्टखांबजडीत केले. त्यास्थानी अष्टप्रधानांनी उभे रहावे.'

राज्याभिषेक संपन्न होताच मंगलवाद्यांचा गजर झाला. सर्व किल्ल्यांवर तोफांची सरबत्ती देण्यात आली. महाराजांच्या उजव्या बाजूस पंतप्रधान मोरो त्रिंबक पिंगळे (पेशवा), नारो

नीळकंठ व रामचंद्र नीळकंठ अमात्य (मुजुमदार), अण्णाजी दत्तो, सचिव (सुरनीस), दत्ताजी त्रिंबक मंत्री (वाकनीस) हे उभे होते. डाव्या बाजूस हंबीरराव मोहिते, सेनापती (सरनौबत), रामचंद्रपंत सुमंत, निराजी रावजी न्यायाधीश, रावजी पंडितराव - दानाध्यक्ष उभे होते. या मंत्र्यांना संस्कृत भाषेतील उपाधी देण्यात आली कारण राज्याभिषेकाच्या निमित्ताने महाराजांनी रघुनाथ पंडितांकडून राजव्यवहारकोश करवून घेतला. पंडितांनी तो धुंडिराज लक्ष्मण व्यास यांजकडून करवून घेतला. पंचांगात सुधारणा करण्यासाठी कृष्ण ज्योतषी यांजकडून 'करणकौस्तुभ' हा करण ग्रंथ करवून घेतला. स्वभाषेला प्राधान्य देण्याची दूरदृष्टी महाराजांनी दाखवली.

शककर्ते शिवराय

राज्यारोहणाच्या घटकेपासून नवा राजशक सुरू झाला. नवी कालगणना सुरू करून महाराजांनी आपण युगप्रवर्तक शककर्ते आहोत हे जाहीर केले. सिद्ध तर त्यांनी पूर्वीच केले होते. राज्याभिषेकाच्या वेळी समुद्रावर वर्चस्व आणि आरमार निर्मितीचे प्रतीक म्हणून मत्स्यचिन्ह सिंहासनाभोवती दर्शवण्यात आले होते. अश्वपुच्छ हे चिन्ह घोडदळावरील वर्चस्वाचे प्रतीक तर तराजू हे नि:पक्षपातीपणाचे प्रतीक होते. राजपत्रावर 'क्षत्रियकुलावतंस श्री राजा शिवछत्रपती' असा उल्लेख सुरू झाला. तांब्याचे 'शिवराई' नाणे आणि सोन्याचा 'शिवराई होन' अशी खास शिवशाही नाणी सुरू झाली. सभासद म्हणतो 'मराठा पातशहा येवढा छत्रपती झाला ही गोष्ट काही सामान्य जाहली नाही' या समारंभास सिद्दी, पोर्तुगीज यांना निमंत्रण नव्हते. इंग्रजांचा वकील ऑक्झेंडन हजर होता. या समारंभाचे सर्वात अपार कौतुक, मातोश्री जिजाऊ साहेबांस वाटले. कारण याची देही याची डोळा त्यांचे आनंदवनभुवनाचे स्वप्न साकार झाले. या प्रसंगी जो दानधर्म करण्यात आला त्याचे वर्णन चित्रगुप्ताने शिवाजी महाराजांची बखर (पृ. १०८) मध्ये पुढीलप्रमाणे केले आहे. जैसा धर्मराजें राजसूय यज्ञ संपादिला, किंवा रघुराजे धरादत्त करून संपूर्ण धरां ब्राह्मणांस दान दिधली, किंबहुना जनमेजयांनी सर्पसत्र अचंब संपादिलें यद्वत् (तद्वत्) कलयुगी महाराजांनी दानधर्माची निस्सीमताच केली.

दुसरा राज्याभिषेक

पहिल्या राज्याभिषेकात काही तांत्रिक चुका राहून गेल्या असा तांत्रिक पद्धतीचा विशेषत: निश्चलपुरी गोसावी यांच्या प्रतिपादनाचा मथितार्थ होता. पहिला राज्याभिषेक होण्यापूर्वी ज्या वाईट घटना घडल्या त्या आणि राज्याभिषेकानंतर मातोश्री जिजाऊसाहेबांचे निधन झाले या गोष्टींस कारण म्हणजे पहिला राज्याभिषेक वैदिक व मांत्रिक पद्धतीने झाला होता. असे 'तांत्रिक' पंथीयांचे मत होते. हा भाग 'शिवराज्याभिषेककल्पतरू' ग्रंथात आला

आहे. पूरकविधी म्हणून राजांनी दुसऱ्या राज्याभिषेकास मान्यता देऊन दुसरा राज्याभिषेक एक दिवसात पूर्ण केला.

कर्नाटक मोहीम

राज्याभिषेक पार पडल्यावर छत्रपतींच्या पुढील मोहिमा सुरू झाल्या यांतील सगळ्यात महत्त्वाची मोहीम म्हणजे कर्नाटक मोहीम होय. तिलाच दक्षिणदिग्विजय असेही म्हणतात.

कर्नाटक स्वारीचा नक्की हेतू काय होता, याबद्दल इतिहासकातरांमध्ये एकमत नाही. कोणत्याही हेतूशिवाय कार्य करणे हा छत्रपतींचा स्वभाव नाही महाराजांना विनाकारण दवडण्यासाठी वेळ नव्हता. सभासद म्हणतो - 'तुंगभद्र देशापासून कावेरीपर्यंत कर्नाटक साधावे हा हेतू मनात धरिला.' उत्तरेकडे राज्यविस्तार करणे अवघड होते. आदिलशाही प्रदेशापेक्षा कुतुबशाहीत स्वराज्यविस्तार सोपा आणि जमल्यास तेथील हिंदू नायकांना स्वराज्यकार्यात सहभागी करून घेण्याचा छत्रपतींचा हेतू असणार. याचे कारण छत्रपतींनी येथे जिंकलेल्या प्रदेशात स्वराज्याची प्रशासन व्यवस्था लावली. तात्पुरत्या लुटींनी वेळा भागविल्या जातात राज्य उभे राहात नाही. त्यामुळे या स्वारीत केवळ लूट करणे, अगणित संपत्ती आणणे हा महाराजांचा हेतू नव्हता शिवाजी राजांची जहागीर (बंगलोर, कोलार, होसकोट, शिरा, चिक्कबाळापूर, कनकगिरी) पहावी. सावत्र बंधू व्यंकोजी राजे यांना भेटावे असाही एक उद्देश होता. आज ना उद्या औरंगजेब दक्षिणेत उतरणार तेव्हा आपला अंतिम झगडा आदिलशाही, कुतुबशाही यांच्याशी नसून मुघलांशी आहे याची स्पष्ट जाणीव महाराजांना होती. मालोजीराजे घोरपडेंना लिहिलेल्या पत्रात महाराज म्हणतात- '... दक्षिणची पादशाही आम्हा दक्षिणीयांचे हाती आहे हे करावे म्हणून.' या वाक्याचा अर्थ अगदी स्पष्ट आहे. महाराजांच्या दूरदृष्टीची आपणास कल्पना येते की त्यांच्या निधनानंतर औरंगजेब दक्षिणेत उतरला व त्याने या दोन्ही शाह्या नष्ट केल्या. राज्याभिषेकानंतर राजा राज्यविस्तारासाठी बाहेर पडायचा अशी प्राचीन भारतात परंपरा होती. महाराज तिचेच पालन करत होते. महाराजांपुढे शहाजी राजांचे उदाहरण होते. शहाजी राजांनी आपल्या हयातीत स्वत:ची जहागिरी ज्येष्ठ पुत्र संभाजी व शिवाजी यांना वाटून देऊन त्यांना स्वतंत्र कार्यक्षेत्र उपलब्ध करून दिले होते. छत्रपतींना युवराज संभाजी राजे व राजाराम असे दोन पुत्र होते. त्यामुळे अशा प्रकारचा विचार त्यांच्या मनात आलाच नसेल असे नाही. औरंगजेब दक्षिणेत उतरल्यावर मिर्झाराजे जयसिंग याने अशी स्वराज्याची कोंडी केली होती तशी औरंगजेबाला करता येता कामा नये त्यासाठी महाराष्ट्राबाहेरही स्वराज्याचा विस्तार करणे आवश्यक होते. भविष्यात तसेच घडले. शक्य झाल्यास बंधू व्यंकोजी यांना स्वराज्याची दीक्षा देणे असे सुविद्य उद्देश ठेऊन महाराज कर्नाटकात निघाले.

कुतुबशाही

गोवळकोंडा येथे कुतुबशाहीचे मुख्य ठाणे होते. शिवकालात मादण्णा आणि आकण्णा हे दोन मुत्सद्दी या शाहीचे प्रमुख कारभारी होते. दरबारात महाराजांचे वकील म्हणून प्रल्हाद निराजी कार्यरत होते. या तिघांच्या संयुक्त प्रयत्नातून महाराजांची भागानगर येथे भेट ठरली. स्वराज्याचा अधिकाधिक फायदा करून घ्यावा म्हणून छत्रपती निघाले. स्वराज्याची व्यवस्था मोरोपंत पिंगळे, युवराज संभाजीराजे व अन्य मंत्री यांच्यावर सोपविण्यात आली होती. मुघलांचा दक्षिणेचा सुभेदार बहादूरखानाबरोबर तह करून मराठे X मुघल आघाडीवर महाराजांनी शांतता निर्माण केली. फेब्रुवारी १६७७ मध्ये १२ हजार स्वार घेऊन महाराज वेंगुर्लामार्गे कुतुबशहाला भेटायला निघाले.

भेट आणि कृती

४ मार्च १६७७ रोजी कुतुबशहा आणि छत्रपतींची भेट झाली. महाराजांचा मोठा आदरसत्कार करण्यात आला. मादण्णा आणि महाराज हे ठरवतील त्याला आपली मान्यता असेल असे कुतुबशहाने सांगितले. महाराज ससैन्य जिंजीच्या किल्ल्यास वेढा घालण्यास निघाले. मोठा संघर्ष वा रक्तपात टाळून त्यांनी किल्ला घेतला. पेनेमल्ली, तिरुवनालूर जिंकले. आदिलशाही सरदार शेरखानचा मराठ्यांनी पराभव केला. वेलूरचा किल्ला तेवणापट्टण जिंकले. प्रवासातच श्रीशैल येथील ज्योतिर्लिंगाचे दर्शन घेतले.

व्यंकोजीराजे

मोहीम अर्ध्यापेक्षा जास्त झाली तरी सावत्र बंधू व्यंकोजी राजे भेटायला आले नव्हते. विमलपाडा येथे उभयतांची भेट झाली. भेटीत शहाजीराजांच्या जहागिरीचा विषय निघाला. महाराजांच्या बोलण्याचा विपर्यास करून व्यंकोजीराजे छावणीतून तडक निघून गेले. डोक्यात राख घालून घेतल्याप्रमाणे व्यंकोजीने कृती केली आणि महाराजांचे या भागातील सरदार संताजी भोसले यांच्यावर बेसावध अवस्थेत हल्ला करून त्यांस पराभूत केले. संताजीने बदला घेण्यासाठी पुन: हल्ला केला व व्यंकोजीचा पराभव केला. मराठ्यांनी त्याच्या ताब्यातील होसकोट, सिरलकोट व अन्य काही भाग जिंकून घेतला. जगदेवगड, चिदंबर, ब्रह्माचल मराठ्यांनी जिंकले, छत्रपतींनी व्यंकोजीची पत्नी दीपाबाई हिला बंगलूर, होसकोट, सिरलकोट प्रदेश जहागीर म्हणून दिला. तंजावर व आसपासच्या ७ लक्ष होनांचा मुलूख व्यंकोजीच्या ताब्यात राहील असे मान्य केले. मुख्य कार्य समाप्तीनंतर महाराज स्वराज्यात परत निघाले. कोप्पळ, गदग, बंकापूर, श्रीरंगपट्टण येथे मराठ्यांनी खजिन्यात भर घातली. येताना मराठ्यांनी बेलवडीच्या देसाईण सावित्रीबाई यांचा पराभव केला. एप्रिल-मे १६७८ मध्ये महाराज रायगडावर

परतले आणि मोहिमेची सांगता झाली. संताजी भोसले आणि रघुनाथपंत हणुमंते यांच्याकडे कर्नाटकची व्यवस्था लावण्यात आली.

या मोहिमेचा शोध आणि बोध सांगताना ख्यातनाम इतिहासकार वा. सी. बेंद्रे लिहितात - 'या दक्षिणदिग्विजयाचे महत्त्व शिवाजी महाराजांच्या राजकारणी डाव खेळण्यात विशेषत्वाने दिग्दर्शित होते. तशीच त्यांची धाडसी व धडाडीची प्रवृत्तीही. त्यांच्या राज्यापासून अतिदूरवरील प्रदेशात, इस्लामी शत्रूंची राज्ये ओलांडून जाऊन सहजपणे यशस्वी केलेली आक्रमणे त्यांच्या विशिष्ट लौकिकास कारण झाली. हिंदवी स्वराज्याचा मूळ उद्देश म्हणजे स्थानिक जनतेचे स्वातंत्र्य, परदेशीय पठाण व स्थानिक मुसलमान यांचा धार्मिक संबंध देशातील स्थानिक लोकांच्या एकजुटीच्या व स्वातंत्र्याच्या आड येऊ न देण्याची कारवाई इस्लामियांच्या धार्मिक भावनांना धक्का न देता यशस्वीपणे पार पाडली आणि हिंदूधार्जिणी झालेल्या कुतुबशाहीला धक्का देणाऱ्या आदिलशाही पठाण सरदारांची आक्रमणाची वाट बंद केली. जिंकलेला प्रांत सबळ करण्याकरिताच तेथील महसुलाच्या सर्व उत्पन्नांत गट-कोट-तलावादी उपयुक्त कामे त्वरित हाती घेऊन कुतुबशाहीस चांगले संरक्षण मिळवून दिले. या कुतुबशाहीच्या मागणीवरून आक्रमणात जिंकलेला प्रदेश हिंदवी स्वराज्याचाच भाग मानावयाचा असा गुप्त करार असल्यानेच या आक्रमण कारवायांत लूटमार व जाळपोळ यांचा फारसा वापर केला गेला नव्हता. यामुळे स्थानिक जनतेला हे आक्रमण संकटमय भासले नाही. इतक्या सौम्य प्रकारच्या आक्रमणाने शिवाजी महाराजांचे शौर्य, धैर्य, बुद्धिचातुर्य आणि एकोजीच्या बाबतीत दाखविलेला समजूतदारपणा हीच या दिग्विजयाची मुख्य अंगे ठरली. हाच राज्याचा भाग पुढे संभाजी राजांच्या कारकिर्दीत त्यांचा मेव्हणा महादजी महाडिक यांनी विस्तारीत केला. तो प्रबळ प्रदेश पुढे हिंदवी स्वराज्यातील महासंकटात महाराष्ट्रीयांना अधारभूत झाला. ही घटना या कारवाईला महत्त्व प्राप्त करून देते. आपल्या शौर्य, धैर्य व संस्कृतीबद्दल शेखी मिरविणाऱ्या व शिवाजीमहाराजांच्या राज्यविस्ताराबद्दल शत्रुत्वाच्या दृष्टीने पाहणाऱ्या व शिवाजी राजांच्या राजकारणातील हीनत्त्व दाखविण्याचाच ज्यांचा नेहमीचाच प्रचार होता त्याच इंग्रजांनीसुद्धा या शिवाजीमहाराजांच्या कर्नाटकातील राजकीय कारवाईची उत्कृष्ट व असामान्य म्हणून नोंद केली आहे. ती नोंद या कारवाईच्या वास्तवबोधाची चांगली कल्पना करून देते. (मराठ्यांचा इतिहास खंड १ - पृ. २७४-७५).

प्रकरण ४

छत्रपती शिवाजी महाराजांची प्रशासनव्यवस्था

Administration Under Chhatrapati Shivaji

या पाठात आपणास महाराजांचे केंद्रीय, प्रांतीय, लष्करी प्रशासन अभ्यासायचे आहे. महाराजांच्या न्यायव्यवस्थेचाही आपण स्वतंत्र अभ्यास या पाठात करणार आहोत. ही सगळी प्रशासनव्यवस्था अभ्यासण्याअगोदर आपणास राज्याचा विस्तार आणि सीमा जाणून घेणे आवश्यक आहे.

राज्यविस्तार

एका छोट्याशा जहागिरीपासून राज्याची सुरुवात करून त्याचे वटवृक्षात रूपांतर करणे ही महाराजांची कामगिरी अजोड आहे. स्वराज्याचा विस्तार समजून घेण्यासाठी सभासद बखर उपयुक्त साधन आहे. याशिवाय स्वराज्यात समाविष्ट झालेल्या सुभ्यातील उत्पन्नाची माहिती देणारा एक 'जाबता' आहे. सभासदाच्या सांगण्यानुसार 'सालेरी किल्ल्यापासून गोदावरी नदी अलीकडे (पश्चिम बाजूस) वरघाट, तळघाट, तुंगभद्रापावेतो एक प्रांत व चंदी, वेलोर ते कावेरी नदीपर्यंतचा एक प्रांत, 'म्हणजेच कर्नाटक असे दोन प्रांत स्वराज्यात मोडत'.

प्रशासन

राज्य स्थिर पायावर उभे करायचे असेल तर प्रशासनाला पर्याय नसतो. मध्ययुगात महसुली यंत्रणा आणि लष्करी यंत्रणा या अत्यंत महत्त्वाच्या यंत्रणा होत्या. छत्रपती शिराजी महाराज हे स्वराज्याचे संस्थापक असल्यामुळे तेच प्रशासनाचेही प्रमुख होते. स्वराज्याच्या व्यवस्था ह्या समकालीन शासनसंस्था, प्राचीन परंपरा आणि गरजेनुसार विधायक बदल यांवर आधारित होत्या. आधुनिक भाषेत सांगायचे झाल्यास त्यांच्या प्रशासनाला मानवी चेहरा होता. खऱ्या अर्थाने 'रयतेचे कल्याण' हाच स्वराज्याचा उद्देश होता.

राजा

मध्ययुगात आपणाकडे 'दिल्लीश्वरो वा जगदीश्वरो वा' असे म्हणण्याची प्रथा रूढ होती. प्राचीन काळी 'राजा कालस्य कारणम्' म्हटले जाई. राजाला परमेश्वराचा अवतार मानले जाई. राजा हाच राज्यातील सर्व भूमींचा अंतिम मालक समजला जाई. राजाच्या कर्तव्यपालनाला राजधर्म म्हटले जाई. राष्ट्रसंरक्षण, प्रजापालन, धर्मपालन, संस्कृतिसंरक्षण ही राजाची प्रमुख कर्तव्ये असत. ही कर्तव्ये पार पाडण्यासाठी राजाच्या मदतीला प्रधानांची/मंत्र्यांची व्यवस्था केलेली असे. त्यांचा सल्ला राजा घेई पण अंतिम निर्णय राजाचा असे.

प्राचीन काळापासून राज्याचे ७ प्रमुख विभाग मानले गेले. राजा, मंत्री, मित्र, खजिना, राष्ट्र, किल्ले, सैन्य. यांतील एक विभाग जरी दुर्बल झाला तरी राज्याच्या विकासाला ते बाधक होई म्हणून राजाला उर्वरित ६ विभागांवर लक्ष द्यावे लागे.

शिवकालीन केंद्रीय प्रशासन

छत्रपती शिवाजी महाराजांनी राज्याभिषेकसमयी अष्टप्रधान मंडळ नेमले आणि स्वराज्याची द्वाही सर्वत्र फिरविली.

१) मुख्य प्रधान (पेशवा) – या पदावर महाराजांनी मोरोपंत पिंगळे यांची नेमणूक केली. मुख्य प्रधानाचे महत्त्वाचे काम म्हणजे राजकार्य करणे, राजपत्रांवर शिक्का उमटविणे. प्रसंग पडेल तसे सेनेचे नेतृत्व करणे. प्रदेश जिंकल्याबरोबर त्याची सर्व व्यवस्था लावणे. अन्य सर्व सरदारांवर नियंत्रण ठेवणे. महाराजांच्या अनुपस्थितीत संपूर्ण राज्य चालविणे. या पदासाठी वर्षाला १५ हजार होन पगार होता. मोरोपंत पिंगळे यांची या पदावर नेमणूक त्यांच्या गुणांमुळे झाली. प्रतापगडावर भवानीमातेचे मंदिर उभारणे, प्रतापगड बांधून काढणे आणि प्रसंगी फौजेचे नेतृत्व करणे अशा साऱ्या जबाबदाऱ्या त्यांनी निभावल्या होत्या. म्हणूनच त्यांची नेमणूक या पदावर झाली.

२) अमात्य (मुजुमदार) – नारो नीलकंठ व रामचंद्र नीलकंठ यांची नेमणूक महाराजांनी या पदावर केली. संपूर्ण राज्याचा जमाखर्च ठेवणे, दफ्तरदार व फडणीस यांच्याकडून कामे करवून घेणे, फडणिशी व चिटणिशी पत्रांवर शिक्का करणे. या कामांशिवाय ऐन वेळी युद्धप्रसंग ठाकल्यास सेनेचे नेतृत्व करणे. या कामासाठी वर्षाला १२ हजार होन पगार होता.

३) सचिव (सुरनीस) – राजपत्रांचा मजकूर तयार करणे आणि परिपूर्ण राजपत्रांवर शिक्का उमटविणे, युद्धात जिंकलेल्या प्रदेशाची व्यवस्था लावणे, या कामांशिवाय ऐनवेळी वा युद्धप्रसंगी स्वारीचे नेतृत्व करणे. अण्णाजी दत्तो यांना सचिवपद देण्यात आले होते.

त्यांनी स्वराज्यातील महसूल पद्धतीला चांगले वळण दिले. पन्हाळ्यावर स्वारी करून तो किल्ला घेण्यात कोंडाजी फर्जंद यांजबरोबर त्यांचाही पुढाकार होता.

४) मंत्री (वाकनीस) – प्रचलित राजकारणाचा सावधतेने विचार करून राजांशी मसलत करणे, भूतकाळातील उदाहरणांचा योग्य तो अभ्यास करून राजांस योग्य तो सल्ला देणे. राजांचे वेळापत्रक, निमंत्रणे, राजांच्या भोजनादी व्यवस्थेकडे लक्ष देणे, राजपत्रांवर संमती चिन्ह करणे, प्रसंगी युद्धनेतृत्व करणे या गोष्टी मंत्री दत्ताजी त्रिंबक यांना कराव्या लागत.

वरील चारही मंत्री दरबारात महाराजांच्या उजवीकडे असत. तर उर्वरित मंत्र्यांची जागा डावीकडे असे.

५) सेनापती (सरनोबत) – राज्याभिषेकाच्या अगोदर हंबीरराव मोहिते यांची या पदावर नेमणूक करण्यात आली. सैन्याचे नेतृत्व करणे, जिंकलेल्या प्रदेशाचे हिशेब सादर करणे, परराज्यात स्वारी करून आणलेल्या संपत्तीचा हिशेब ठेवणे इत्यादी कामे करावी लागत. या पदावर त्यांच्या पूर्वी तुकोजी चोर, माणकोजी दहातोंडे, नेतोजी पालकर, प्रतापराव गुजर यांनी काम केले होते.

६) सुमंत (डबीर) – या पदावर रामचंद्र त्रिंबक सुमंत यांची नेमणूक करण्यात आली. आजच्या भाषेत हे पद म्हणजे परराष्ट्रमंत्रिपद होय. परराज्यांच्या वकिलांशी संबंध ठेवणे, युद्धप्रसंगी स्वारीचे नेतृत्व करणे राजपत्रांवर संमतिचिन्ह करणे इत्यादी कामे करावी लागत असत.

७) न्यायाधीश – या पदावर निराजी रावजी यांची नेमणूक करण्यात आली होती. न्यायदानाची पूर्णपणे जबाबदारी त्यांच्यावर होती. निकालपत्रांवर संमतिचिन्ह उमटविणे हे काम न्यायाधीशांचे असे. त्यांच्यावर युद्धाची जबाबदारी देण्यात आली नव्हती.

८) पंडितराव (दानाध्यक्ष) – या पदावर रघुनाथ पंडितराव यांची नेमणूक करण्यात आली होती. त्यांना धर्मविषयक बाबींचे प्रमुख करण्यात आले होते. प्रायश्चित्तपत्रावर संमतिचिन्ह उमटविणे, राजघराण्यातील धार्मिक गोष्टी पार पाडणे इत्यादींची जबाबदारी या पदावर होती.

राज्याचे चिटणीस म्हणून बाळाजी आवजी होते. राजांची सर्व पत्र लिहिणे आणि राजनैतिक पत्रव्यवहार करण्याचे काम त्यांना असे. त्याचा समावेश अष्टप्रधान मंडळात नसला तरी राजमंडळात होता.

या नेमणुकांच्या बदल्यात वतन, जहागीर, प्रांत देण्याची पद्धत महाराजांनी बंद केली. ही पदे वंशपरंपरागत भरण्याची पद्धती महाराजांनी बंद केली.

पद	व्यक्ती	वार्षिक पगार होन	रुपये
१) मुख्य प्रधान	मोरोपंत पिंगळे	१५,०००	४५ हजार
२) अमात्य	नारो नीलकंठ व रामचंद्र नीलकंठ	१२,०००	३६ हजार
३) सचिव	अण्णाजी दत्तो	१०,०००	३० हजार
४) मंत्री	दत्ताजी त्रिंबक	१०,०००	३० हजार
५) सेनापती	हंबीरराव मोहिते	१०,०००	३० हजार
६) सुमंत	रामचंद्र त्रिंबक	१०,०००	३० हजार
७) न्यायाधीश	निराजी रावजी	१०,०००	३० हजार
८) पंडितराव	रघुनाथ पंडित	१०,०००	३० हजार
९) चिटणीस	बाळाजी आवजी	६,०००	१८ हजार

सतराव्या शतकात १ होन : २.५ रुपये ते ३.७५ रुपये असा दर डॉ. अ. रा. कुलकर्णी यांनी (शिवकालीन महाराष्ट्र, पृ. १७१) दिला आहे. येथे सोपेपणासाठी ३ रुपये दर घेतला आहे.

राज्य जबाबदारी

महाराजांनी राज्याभिषेकाचेवेळी स्वराज्याचे ३ भाग केले होते. हे ३ भाग प्रशासकीय सोयीसाठी होते.

१) उत्तरविभाग— मोरोपंत पिंगळे यांच्याकडे कल्याण, भिवंडीपासून कोळवण-- साल्हेरीपर्यंत कोकण व बरघाटचा (घाटावरचा) प्रदेश, लोहगड, जुन्नर, बारामावळ, हारोळ्याचे घाटापर्यंतचा सर्व प्रदेश

२) दक्षिण विभाग— अण्णाजी दत्तो यांच्याकडे चेऊल ते दाभोळ, राजापूर, कुडाळ, बांदे, फोंडा आणि कोप्पळ. याला तळकोकण वा तळघाट (घाटाखालचा) प्रदेश म्हणायचे.

३) देश अथवा नैर्ऋत्य विभाग— दत्ताजी त्रिंबक यांच्याकडे जबाबदारी. वाई ते कोप्पळ, तुंगभद्रा, कर्नाटकातील प्रदेश. या विभागाचे ठिकाण पन्हाळा होते.

राज्याभिषेक झाल्यावर कोप्पळ, बेलवडी, होसकोटे, शिरे, कोलार, वेलोर, जिंजी येथवरचा प्रदेश मराठ्यांनी ताब्यात घेतला त्याला 'चंदीचे राज्य' म्हणत असत. या सगळ्यातून महाराजांनी संस्थात्मक कामाची चौकट निर्माण केली. प्रत्येकामध्ये जबाबदारीची जाणीव निर्माण केली म्हणूनच औरंगजेबाच्या मोहिमेतही स्वराज्य सुरक्षित राहिले.

कारखाने व महाल

या अष्टप्रधानांकडे १८ कारखाने आणि १२ महालांचा कारभार होता.

अठरा कारखाने– खजिना, जवाहिरखाना, अंबरखाना (वस्त्रविभाग), पीलखाना (हत्तीविषयक विभाग), शरबतखाना, तोफखाना, दफ्तरखाना, जामदारखाना, हे १८ कारखान्यांपैकी महत्त्वाचे कारखाने होते. बारा महालांमध्ये खजिना, कोठी, इमारत, पागा, टांकसाळ इत्यादी महत्त्वाचे महाल होते. या कारखाने व महालांचा कारभारही अष्टप्रधानांना पहावा लागे.

प्रांतीय प्रशासन

प्रांतांच्या कारभाराकरिता अष्टप्रधानांना प्रांत नेमून दिले जात. त्यांच्या कचेरीत प्रांतांचा कारभार बघण्याकरिता दिवाण, हिशेब तपासनीस (मुजुमदार), महसूल- हिशेब अधिकारी (फडणीस), सबनीस-दफ्तरदार, पुरवठा अधिकारी (कारखानीस), चिटणीस, खजिनदार (जामदार), नाणेतज्ज्ञ (पोतनीस) असे अधिकारी असत. स्वराज्याचे ३ विभाग करून ते अष्टप्रधानमंडळातील ३ सदस्यांकडे दिल्याचे आपण मागेच पाहिले. पुढे यात 'चेंजी' प्रदेशाची भर पडली. यामुळे अष्टप्रधान- मंडळातील काही सदस्य एकाच वेळी केंद्रात मंत्री आणि प्रांत पातळीवर प्रांतीय कारभाराचे प्रमुख अशा दुहेरी भूमिका बजावीत असत. प्रांतात ते छत्रपतींचे प्रतिनिधित्व करीत असत. गडकोट किल्ले यांचीही व्यवस्था तेच बघत. मुघलांसारखी पद्धती (किल्लेदार केंद्रीय सत्तेला उत्तराधिकारी) येथे नव्हती. गडावरील किल्लेदाराची नेमणूक महाराज स्वत: करीत. प्रधान मंडळाचे गुमास्ते, मुतालिक केंद्र सत्तेला उत्तरदायी असत. प्रांत प्रमुखांना आपला वार्षिक हिशेब राजांना दरवर्षी सादर करावाच लागे.

सुभा

अष्टप्रधानांना विभागीय कारभारात सरसुभेदार मदत करीत असत. त्यांना देशाधिकारी म्हणत असत. कल्याण-भिवंडी, तळकोकण, कुडाळ, पुणे, सातारा-वाई, पन्हाळा, बंकापूर, कोप्पळ येथे सरसुभेदार नेमलेले होते. दोन-तीन सुभ्यांचा मिळून सरसुभा करीत असत. हा सगळा विभाग प्रशासकीय व्यवस्थेचा एक भाग असे. दोन महाल मिळून लाख-सव्वा लाख महसुलाच्या उत्पन्नाचा एक सुभा होई. सुभ्याच्या कचेरीस 'दिवाण-सुभा' अथवा परगणा म्हणत असत. सुभेदाराच्या मदतीला मुजुमदार, कारकून, चिटणीस, सभासद, सबनीस, पोतनीस असे अधिकारी असत.

कार्यवाटप

मुजुमदाराकडे हिशेबाचे काम, हवालदाराकडे सुभ्याच्या बंदोबस्ताचे 'सुभा-दिवाण'कडे, पगण्यातील महसूल वसूल, न्याय, राजकीय बंदोबस्ताचे काम चाले. सुभेदाराला वर्षाला ४०० होन (१२०० रुपये), मुजुमदाराला १२५ होन (३७५ रुपये) वार्षिक पगार होता. सुभेदाराला पालखी तर मुजुमदाराला आबदागिरी होती. स्वराज्यातील प्रत्येक किल्ल्यावरचे हवालदार सुभेदारांच्या आधिपत्याखाली होते. या सगळ्या प्रशासकीय चौकटीत बढती देणारी व कार्यक्षमता तपासणारी यंत्रणा होती.

सुभेदाराला सुभ्यातून महसुली वसुलीसाठी देशमुख व देशपांडे यांचे सहकार्य घ्यावे लागे. या दोघांचे मुख्य काम म्हणजे जमिनीची लागवड व वसाहत करणे, ठरवून दिलेला महसूल गोळा करणे, गोळा केल्यावर तो सुभा अथवा महालाच्या दिवाण कचेरीत जमा करणे हे मुख्य काम असे. कोकणात या दोघांना देसाई व देशकुलकर्णी संबोधत असत. देशमुखांना महसुलाच्या एकंदर उत्पन्नावर ५ टक्के मोबदला देण्यात येई. या मोबदल्याला 'हक्क' अथवा 'मोईन' म्हणत असत. लागवडीखाली आलेल्या जमिनीत त्याला वाटा, गावाकडून मानपान मिळे. सर्व जमीन लागवडीखाली आणणे हे त्याच्या पुढचे आव्हानात्मक काम असे. सरकारच्या सर्व आज्ञांची तामिली आपापल्या क्षेत्रात करणे हे देशमुखांचे महत्त्वाचे काम असे. यासाठी देशमुख कौल देणे, अभयपत्र देणे असे उपाय योजीत. देशपांडे हा अधिकारी हिशेब व दफ्तराचे काम पाही. देशपांडेंना देशमुखांपेक्षा कमी काम असे. काही वेळा कोकणात देसाई या अधिकाऱ्यांवर सरदेसाई अधिकारी होते. देशमुख, देशपांडे, पाटील, कुलकर्णी यांना त्यांच्या जमिनी, वतन अधिकार विकता येत नसे.

गाव

केंद्र, प्रांत यांच्यानंतर प्रशासनातील शेवटचा विभाग म्हणजे गाव अथवा मौजा. हा घटक सगळ्यात छोटा असे. गावातील मूळ कुटुंबास गावकारभाराचा अधिकार असे त्याला पाटील म्हणत. त्याला हिशेबाच्या कामी कुलकर्णी मदत करे. चौगुला अधिकारी पाटलाला मदतनीस असे. त्यांना इनाम जमीन, मानपान मिळे. कित्येक वर्षे दुसऱ्यांच्या शेतात कामगारांना मालक झाल्यावर मिरासदार म्हणत. पाटील महसुली वसुलीस जबाबदार असे. पाटील-कुलकर्णी यांस जमीनसारा माफ असे. अलुतेदार-बलुतेदार यांस धान्य स्वरूपात मोबदला मिळे.

महाराजांनी वेतन रोख स्वरूपात देण्यास सुरुवात केल्यामुळे रयतेवरील अन्याय दूर झाले. महाराजांनी रयतेचा सारा निश्चित करून पाटलास जबाबदार धरले. वतनदारांस पाडे, गढवा, हवेली बांधण्यास परवानगी नाकारली. रयतेस लुबाडण्याच्या अधिकाऱ्यांच्या वाटा बंद केल्या.

लष्करी प्रशासन

छत्रपतींची युद्धपद्धती अगोदर अस्तित्वात आली आणि त्यानंतर प्रशासन- पद्धती अस्तित्वात आली. परिस्थितीचा रेटा, गरज आणि उपलब्ध साधनसामग्रीची मर्यादा यांमुळे गनिमी कावा पद्धत येथे वापरावी लागली. गनिमी कावा पद्धत वापरण्यासाठी लागणारी भौगोलिक परिस्थिती येथे उपलब्ध होती. हाही एक महत्त्वाचा भाग आपणास दुर्लक्षून चालणार नाही.

गनिमी कावा पद्धत

मध्ययुगात आदिलशाही, कुतुबशाही, मुघल, सिद्दी, पोर्तुगीज, इंग्रज, डच, फ्रेंच, स्वकीय एवढे शत्रू असताना त्यांच्यावर मात करून स्वत:चे राज्य उभारणे ही सोपी गोष्ट नव्हती. अत्यंत साध्या-सुध्या माणसांचे रूपांतर त्यांनी शस्त्रसज्ज सैनिकांत केले. ज्यांची नावे इतिहासात कधी सापडली नसती त्या माणसांची नावे मराठ्यांच्या लष्करी इतिहासात अजरामर झाली. यातच महाराजांची दूरदृष्टी दिसून येते. उदा. जिवा महाला, बाजी प्रभू देशपांडे, मुरारबाजी, तानाजी मालुसरे, नेतोजी पालकर, प्रतापराव गुजर, सूर्याजी काकडे, येसाजी कंक, कोंडाजी फर्जंद, कावजी मल्हार, रामाजी पांगेरे, बाजी पासलकर इत्यादी.

या सामान्य माणसांकडून असामान्य कामगिरी करवून घेण्यासाठी महाराजांनी जी पद्धत वापरली ती अनोखी होती. स्वत:ची ताकद कमी असताना महाराज कधीच समोरासमोर लढायला गेले नाहीत. बलाढ्य शत्रूची रसद तोडणे, दळणवळण बंद पाडणे, पाणीपुरवठा खंडित करणे, अन्नपाणी मिळू न देणे, अरण्यात गाठणे, शक्यतो शत्रुप्रदेशातच युद्ध करणे, रात्री अकस्मात छापे टाकणे या पद्धतींचा वापर महाराजांनी करून शत्रूला अडचणीत आणले. अत्यंत बिकट परिस्थितीत 'न भूतो' अशा मार्गांचा वापर करणे यात महाराजांचा हातखंडा होता. उदा. अफझलखान प्रकरणात वाघनखे वापरणे, पन्हाळा किल्ला रात्री उतरणे व विशाळगडाकडे कूच करणे, लाल महालात मध्यरात्री घुसून शायिस्तेखानाची बोटे तोडणे, औरंगजेबाच्या कैदेतून सुटका करवून घेणे या गोष्टी महाराजांच्या शौर्याच्या निदर्शक आहेत. कोणीही कल्पना करू शकणार नाही अशाच मार्गांचा वापर केल्याने महाराज यशस्वी झाले. यातूनच प्रेरणा घेऊन मराठ्यांनी औरंगजेबाच्या छावणीचे कळस कापले.

मोहिमांचे स्वरूप

महाराजांच्या लष्करी मोहिमांचे वर्णन करताना 'शिवाजी महाराजांची संरक्षण- संघटना' या लेखात लेफ्टनंट कर्नल म. ग. अभ्यंकर यांनी महाराजांच्या मोहिमांचे ३ विभाग पाडले आहेत.

१) सन १६४५ ते १६६० : बचावात्मक मोहिमा

२) १६६१ ते १६७२ : बचावात्मक आक्रमण

३) १६७२ ते १६८० : आक्रमक मोहिमा

पहिल्या टप्प्यातील रणक्षेत्राचा भाग म्हणजे सह्याद्रीचा परिसर. या परिसरात युद्धासाठी सर्वात आदर्श सेना म्हणजे पायदळ. पायदळाच्या सहाय्याने लढाई जिंकायची असेल, तर त्या परिसराची माहिती असणे, हा परिसर पायाखालचा असणे गरजेचे होते. यामुळे सुरुवातीला मावळे, शेतकरी, हेटकरी लोक सैन्यात भरती करून घेण्यात आले. पायदळ वाढू लागल्यावर घोडदळाच्या निर्मितीकडे महाराजांनी लक्ष दिले. कल्याण-भिवंडी, जावळीचा प्रदेश ताब्यात आला. स्वराज्याच्या सीमा समुद्राला भिडल्या आणि नौदलाची गरज भासू लागली.

अफझलखान प्रकरणानंतर स्वराज्याचा विस्तार वाढू लागल्यावर प्रदेश ताब्यात ठेवणे, प्रशासनावर अंकुश ठेवणे यासाठी गतिमान घोडदळाची गरज निर्माण झाली. या घोडदळाच्या साहाय्याने सुरतेपर्यंत स्वारी करणे शक्य झाले. कर्नाटक- स्वारीच्या अगोदर पल्लेदार तोफांची गरज महाराजांना भासू लागली. महाराजांच्या एकमेव आरमारी स्वारीत (बसनूर) मराठ्यांची ८५ जहाजे सहभागी झाली होती. पुढे याच आरमाराने खांदेरीच्या लढाईत इंग्रजांच्या आरमाराला पाणी पाजले. कर्नाटक स्वारीत घोडदळ पुढे जाऊन प्रदेश जिंकू लागले आणि पायदळ मागून जाऊन प्रशासन ताब्यात घेऊ लागले. यातूनच सुरुवातीपासून जे किल्ले ताब्यात घेतले त्यांचा वापर संरक्षित तळ, पुरवठा केंद्र, संपर्क केंद्र, आणिबाणीचे आश्रयस्थान, लूट ठेवण्याची जागा म्हणून किल्ल्यांचा वापर होऊ लागला. किल्ले जिंकणे, दुरुस्ती करणे, नव्याने बांधणे, जलदुर्ग उभारणे असा कार्यक्रम महाराजांनी धडाक्यात सुरू केला. खर्चाला मागेपुढे पाहिले नाही.

गुप्तहेर खाते

नुसत्याच लष्करी युद्धसज्जतेने युद्ध जिंकता येत नाही. आपले शत्रू काय करीत आहेत, त्यांच्या संभाव्य योजना, त्यांचा व्यापार यांची माहिती जमविणे आवश्यक असे. महाराजांचे गुप्तहेर खाते या बाबतीत अत्यंत कार्यक्षम होते. महाराजांचे हुशार, चाणाक्ष, स्वामिभक्त हेर आणि वकील यांच्याकडून बातम्या येत त्यावर तात्काळ कार्यवाही केली जाई. अशा सगळ्यांची गुंफण यशस्वी करून महाराज स्वराज्यनिर्माते ठरले.

पायदळ

स्वराज्याचा उदय आणि विस्तारात पायदळाने मोलाची भूमिका बजावली. पायदळाची रचना पुढीलप्रमाणे असे. १० सैनिकांच्यावर एक नाईक असे. असे ५ नाईक (५० सैन्य)

एकत्र करून त्यांच्यावर १ हवालदार असे. असे ३ हवालदार (१५० सैनिक) एकत्र करून त्यांच्यावर १ जंबळदार असे. अशा १० जंबळदारांवर (१५०० सैनिक १ हजारी अधिकारी असे. असे ४ हजारी वा ५ हजारी (७५०० सैनिक) अधिकाऱ्यांचा प्रमुख १ सेनापती असे.

४-५ हजारी	१ सेनापती (७५०० सैनिक)
१० जंबळदार (१५०० सैनिक)	१ हजारी प्रमुख
३ हवालदार (१५० सैनिक)	१ जंबळदार
५ नाईक (५० सैनिक)	१ हवालदार (५० सैनिक)
१० सैनिक	१ नाईक (१० सैनिक)

तानाजी मालुसरे हे पायदळाचे विख्यात सेनापती होते.

घोडदळ

घोडदळात शिलेदार व बारगीर हे प्रकार होते. शिलेदार स्वत:चा घोडा व हत्यारे वापरत असे. बारगिराला मात्र सरकार घोडा देई. या घोडदळाची रचना पुढीलप्रमाणे असे. २५ घोडेस्वारांवर १ हवालदार असे. अशा प्रत्येकी ५ हवालदारांवर १ जुमलेदार असे, अशा दहा जुमलेदारांवर १ हजारी व ५ हजारींवर १ पंचहजारी आणि ५ पंचहजारींवर एक सरनौबत हा अधिकारी होता.

तोफखाना

महाराजांच्या काळात पायदळ, घोडदळाप्रमाणे स्वतंत्र तोफखाना उभारून त्याच्या साहाय्याने लढाईत मैदान मारल्याची फारशी उदाहरणे शिवकाळात नाहीत. इंग्रज, पोर्तुगीज, फ्रेंच यांच्याकडून महाराज कायम दारूगोळा व तोफा मागवीत असत. या तोफांमध्ये दारूगोळा भरण्यासाठी तोफेला पुढून तोंड असे. तोफांसाठी मराठ्यांना कायम परकीय सत्तांवर अवलंबून राहावे लागले. शिवकाळात तोफखान्याचा फारसा विकास झाल्याचे आपणास आढळत नाही. तटबंदी उडवून देणारे सुरुंग, दारूगोळे मराठ्यांना तयार करणे अवघड होते.

आरमार

महाराजांनी स्वतंत्र नाविकदल उभारण्यास १६५७ पासून सुरुवात केली. नौदल उभारणीत महाराजांनी इतकी आघाडी घेतली की पोर्तुगीज, इंग्रज यांच्याशी मराठ्यांचे आरमार सामना करू लागले. सभासदाच्या मते ४०० जहाजे स्वराज्याकडे होती. गुराबे, तारांडी, तारवे, गलबते, पागार, शिबाडे असे जहाजांचे प्रकार होते. त्यावर तोफा, जंबुरे, बंदुका, दारूगोळा असे. व्यंकोजी, दौलतखान, मायनाक हे आरमाराचे प्रमुख अधिकारी

होते. आरमाराचेही सुभे करण्यात आले होते. प्रत्येक सुभ्यात पाच गुराबा व पंधरा गलबते असत. जहाजे हाकारण्याचे काम कोळी, भंडारींकडे असे. मालवण, सिंधुदुर्ग, विजयदुर्ग, कुलाबा ही आरमाराची प्रमुख केंद्रे होती. 'ज्याचे आरमार त्याचा समुद्र' यावर राजांचा विश्वास. त्यामुळे जहाजे बांधण्यासाठी सागाची झाडे वाढविण्यावर भर दिला. समकालीन राजसत्तेने आरमार उभारण्याचे मनातही आणले नव्हते तेव्हा महाराजांनी स्वत:चे आरमार उभारले.

किल्ले प्रशासन

'संपूर्ण राज्याचे सार ते दुर्ग' अशा शब्दांत किल्ल्यांचे महत्त्व सांगितले आहे. सभासदाने राजांच्या ताब्यातील गडांची संख्या २४० सांगितली आहे. गडावर हवालदार, सबनीस, सरनोबत असे तीन अधिकारी असत. कारखानीसावर गडावरील धान्यकोठी, युद्धसाहित्याची जबाबदारी असे. जमाखर्चाचे कामही तो बघे. मोठ्या गडावर ५-७ तटसरनोबत असत. सैनिकांस पाईक म्हणत त्यात बंदुखी, इटेकरी, तिरंदाज, आडहत्यारी प्रकार असत. गडाच्या किल्ल्या मुख्य हवालदाराकडे असत. सबनीस अधिकाऱ्याकडे रोकड, खजिना, हिशेब असे. रोजचा हिशेब कारखानीस व सबनीस लिहीत असत. हजेरीचे काम सबनीस करे व वरिष्ठ पातळीवरील पत्रव्यवहार त्याला बघावा लागे. कारखानीस व सबनीस एकमेकांच्या कामावर लक्ष ठेवून असत. किल्ल्यावरील साहित्याची यादी कारखानीस करे तर सबनीस त्यावर शिक्का करे. किल्ल्यावर बांधकाम कारखानीस करे तर त्याची तपासणी सबनीस करे. किल्ल्यावरील घरांना कौले, रात्रीच्या गस्तीच्या चुड्या, दोरखंड, आगीचे ओंडके, तट्टे, केरसुण्या, सुपे, इरली, इत्यादी साहित्य सभोवतालच्या गावच्या कुळांकडून मिळे.

किल्ल्याच्या संरक्षणासाठी मेटेवर मेटकरी असत. शत्रूवर नजर ठेवण्याचे त्यांचे काम असे. किल्ल्याच्या पायथ्याशी चौक्या असत. किल्ल्यावर फितुरी, भ्रष्टाचार, वशिलेबाजी होऊ नये म्हणून दर तीन वर्षांनी हवालदार, दर चार वर्षांनी सरनोबत, दर पाच वर्षांनी सबनीस-कारखानीस बदलत असत.

लष्करी शिस्त

महाराजांचे काही नियम लष्करासाठी अत्यंत कडक होते. लढाईत सापडलेली सोने, चांदी, दागिने, पैसा, स्त्रिया यांना कोणीही खासगी मालमत्ता न समजणे. मशीद अथवा कुराणास धक्का न लावणे, स्त्रियांना सन्मानाने वागवून त्यांच्या नातेवाइकांकडे पाठविणे. चीजवस्तू सरकारात जमा करणे. सामान्य जनतेच्या, शेतकऱ्यांच्या भाजीच्या देठालाही हात न लावणे, सैन्यास लागणाऱ्या वस्तू विकत घेणे, जुलूम-जबरदस्ती केल्यास शिक्षा

ठरलेली असे. प्रशासनात काम करणाऱ्या अष्टप्रधान मंडळापासून ते सामान्य सैनिकापर्यंत सर्वांना रोख पगार देण्यात येई.

अशा रीतीने मध्ययुगात एक शिस्तबद्ध यंत्रणा महाराजांनी निर्माण केली. नेता पडल्यावर पळून जाणाऱ्या सैन्याची परंपरा असणाऱ्या या देशात, त्यांनी नेता पडला तरी लढा चालू ठेवण्याची परंपरा निर्माण केली म्हणूनच स्वराज्य तरले.

न्यायव्यवस्था

मध्ययुगीन महाराष्ट्रात निःस्पृह न्यायदानाचा वारसा शिवछत्रपतींनी दिला असे म्हटले तर त्यात अतिशयोक्ती होणार नाही. न्यायदानासमोर येणाऱ्या विषयांमध्ये प्रामुख्याने वतनदारी संदर्भातील वाद, जमिनीवरून उद्‌भवलेले वाद, वारसदारांमध्ये वडिलपणाचे, भाऊपणाचे हक्कांवरून निर्माण झालेल्या तक्रारी, कुटुंबातील वाटणी, धार्मिक समूहांमधील खटले, जाती अंतर्गत झगडे, स्त्रियांचे हक्क व वारसदार संदर्भातील प्रश्न, स्त्री-पुरुषांचे अनीतिचेमान वर्तन, सामुदायिक मालकी संदर्भातून गावांचे वाद, अनैतिक कृत्ये, चोरी, खून, दरोडे या गोष्टींसंदर्भात वाद असत. (महाजन-४०)

शिवकालात वरील गोष्टींविषयी वाद निर्माण झाल्यावर काही आदर्श तत्त्वांच्या आधारे या खटल्यांचा निर्णय केल्याचे आपणास दिसते. कोणाचाही पक्ष न घेता (पूर्वग्रहरहित) नि:पक्षपातीपणे न्याय करणे, कोणत्याही दबावाला (जात, धर्म, लोभ) बळी न पडता निर्भयपणे न्यायदान, लाच देण-घेणे कायद्याने गुन्हा, सर्वांना समान न्याय, विनाचौकशी न्याय न करणे, धार्मिकदृष्ट्या पक्षपात न करणे या तत्त्वांचा अवलंब केल्याचे दिसते.

मातोश्री जिजाऊसाहेबांच्या मार्गदर्शनाखाली शिवरायांनी न्यायदानाचे धडे गिरविले. राज्य स्थापल्यावर स्वतः प्रमुख न्यायाधीश, पंडितराव, सरकारी अधिकारी यांची मिळून केंद्रीय न्यायसभा बनविली. (महाजन-११३). ही न्यायसभा सर्वोच्च 'अपील' करण्याचे स्थान होती. स्थानिक पातळीवरचा न्याय पसंत न पडल्यास या न्यायसभेकडे दाद मागता येत असे. अत्यंत महत्त्वाच्या वादात किंवा निवाडापत्र तयार करताना कारभारातील वरिष्ठ अधिकारी पेशवा किंवा सरनोबत उपस्थित असत. याशिवाय ब्रह्मसभा व गोतसभा निर्णय करण्यासाठी असतच.

ब्रह्मसभा – ही संस्था सामाजिक व धार्मिक स्वरूपाच्या तंट्यावर निकाल देत असे. तीर्थक्षेत्रांच्या ठिकाणी विद्वानांची सभा बोलावत असत. विद्वान ब्राह्मणांच्या सभेस ब्रह्मसभा म्हणत असत. कोल्हापूर, पैठण, वाई येथे अशा सभा व्हायच्या. धार्मिक ग्रंथ, ज्येष्ठ विद्वानांचा सल्ला घेऊन निर्णय दिला जाई. या सभेस काहीवेळा परगण्याचे प्रमुख अधिकारी, देशमुख, देसाई, पाटील, चौधरी हे वतनदारीही उपस्थित असत.

गोतसभा – खेड्यातील न्यायनिवाडा करणारी ही प्रमुख संस्था होती. त्याचे परगणा, कसबा, तर्फ खेडे असे प्रकार असत. खेड्याच्या गोतसभेला बलुतेदार हजर असत. परगण्याच्या गोतसभेला देशमुख, देशपांडे, शेटे, महाजन, मोकदम, नाईकवाडी उपस्थित असत. कसब्याला देशमुख, देशपांडे, कुलकर्णी, चौगुला, शेटे, महाजन, बलुतेदार हजर असत. गोतसभेच्या निवाड्यास गोतनिवाडा, थलपत्र, गोत महजर म्हणत असत.

अधिकारी – न्यायसभेच्या प्रमुखास 'सभानायक' म्हणत. धर्मसभेचा प्रमुख धर्माधिकारी असे. गोतसभेतील निष्णात व्यक्तीला महाप्राश्निक म्हणत असत. ते प्रश्नोत्तरे करीत असत.

न्यायव्यवस्थेत सामान्यांचा सहभाग – न्यायदान प्रक्रियेत सर्वसामान्यांचा सहभाग असणे हे शिवकालाचे एक वैशिष्ट्य होय. खेड्यातील तेली, रंगारी, तांबोळी, धनगर, परीट, महार, नासार, सोनार, कोष्टी, सुतार, लोहार, चांभार, कुंभार, मांग, कोळी, जिनगर, तुतारी इत्यादी लोक खेड्यांचा न्यायनिवाडा करण्यासाठी बोलावलेल्या खेड्याच्या गोतसभेला उपस्थित रहात आणि न्यायदानाच्या प्रक्रियेतील दिव्यासारख्या प्रसंगी त्यांची साक्ष घेतली जाई. वतनाच्या खटल्यांच्या निर्णयाचा महजर तयार करताना त्यावर या लोकांच्या साक्षीची चिन्हे कोरली जात. बारा बलुतेदारांपैकी न्यायनिर्णयावर नाभिकांचा आरसा, चर्मकारांची आरी, सुवर्णकारांचा हातोडा, लोहारांचा भाता, सुताराचे किंकरे, परीटाची मोगरी, कुंभाराचे चाक इत्यादींच्या स्वतंत्र निशाण्या असत. (महाजन पृ. ३५)

खेड्यातील महार जातीच्या व्यक्तींना खेड्याचा शिपाई नेमून त्याच्याकडून गुन्हे व गुन्हेगारांचा तपास करीत असत. खेड्यातील गोतसभेच्या मदतीने विविध जाती-जमातींमधील तंटे, वतनासंबंधी झगडे, भाऊबंदकीच्या वाटणी-हिश्श्यावरून होणारे वाद, चोरीसंबंधीचे तंटे यांसारखे खटले प्रामुख्याने चालत असत.

दिव्य – खरे-खोटे ठरविण्यासाठी दिव्य केले जाई. त्याचे जलदिव्य, खादिव्य, बेलभंडार दिव्य, अग्निदिव्य, ऐरणदिव्य असे प्रकार होते. दिव्य करताना त्या व्यक्तीने जी प्रतिज्ञा केली असेल ती कागदावर लिहून तो कागद त्या व्यक्तीच्या डोक्यास बांधण्यात येई. त्या कागदास शिरोपत्र, चीरपत्र, भालपत्र नाव असे. दिव्य करण्यासाठी गावची पंढरी, नदीचा संगम, या जागा असत. जलदिव्य करताना नदीच्या डोहात बुडी मारून तळाला गेलेली वस्तू वर आणावी लागे. (उदा. नाणे)

दाणाखा दिव्य म्हणजे घागरीत काळा चणा, गोरा चणा टाकत असत. दिव्य करणाऱ्याने काळा चणा काढला तर तो अपराधी असे. 'बेल-भंडार' ही देवासमोर उचलत असत.

शिक्षा – राजद्रोह, फितुरी करणाऱ्यांना मृत्युदंड, पैशांचा अपहार केल्यास कडक शिक्षा वा वतन जप्ती, अनैतिक वर्तन वा परस्त्रीशी गैरकृत्ये केल्यास अवयव तोडणे, खोटी साक्ष दिल्यास आजन्म कैद.

न्यायव्यवस्था आणि स्त्री जीवन

मध्ययुगात कुटुंबात स्त्रीला महत्त्वाचे स्थान असले तरी समाजजीवनातील वागणूक मात्र पक्षपाती होती. एकत्र कुटुंबात परावलंबी जीवन जगणाऱ्या विधवा स्त्रीला तर खूपच विपरीत परिस्थितीला तोंड द्यावे लागे. न्यायाच्या संदर्भातही अशीच परिस्थिती होती. स्त्रीला वडील अथवा पतीच्या मृत्यूनंतर अधिकच हलाखीच्या परिस्थितीला सामोरे जावे लागे. वडिलांच्या अथवा पतीच्या मालमत्तेत वाटा न मिळाल्यास तिला राजदरबारी धाव घ्यावी लागे. पतीच्या निधनानंतर विधवेला वारसपुत्र नसल्यास कुटुंबाच्या मालमत्तेत तिला हिस्सा मिळणे दुरापास्त होई. काही वेळा उदरनिर्वाहाची सोय झाली तर तिला मालमत्तेवरील हक्क सोडावा लागे. याच काळात नाशिक येथील फुलाई नावाच्या स्त्रीला पतीनिधनानंतर सासऱ्याने वर्षाला बारा मण तांदूळ व साडीचोळीसाठी रक्कम दिली, परंतु त्या बदल्यात तिला कुटुंबाच्या मालमत्तेवरील हक्क सोडावा लागला. (महाजन पृ. ३८)

एकाच कुटुंबातील वडील पुरुषांच्या दोन पत्नींच्या वडील पुत्रांमध्ये वतनाची वाटणी करताना तो वडील स्त्रीचा अथवा धाकट्या स्त्रीचा पुत्र असा विचार करून वतनाची विभागणी करीत. एखाद्या स्त्रीने/पुरुषाने विषम जातीत विवाह केल्यास त्याला मान्यता नसे. त्याला समाजाच्या तिरस्काराला तोंड द्यावे लागे. प्रसंगी अशा कुटुंबास सामाजिक बहिष्काराला तोंड द्यावे लागे.

न्यायव्यवस्था आणि भौगोलिक परिस्थितीचा उपयोग

न्यायसभेपुढे साक्ष देणाऱ्या साक्षीदाराला साक्ष देण्यापूर्वी परिसरातील पवित्र नद्यांच्या पाण्यात स्नान करावे लागे. स्नान केल्यावर साक्ष देण्यापूर्वी त्याला परमेश्वर वा लोकमातेची (नदीची) शपथ घ्यावी लागे. काही वेळा दोन नद्यांच्या मधील संगमावर न्यायसभेच्या बैठका होत असत. नद्यांमधील डोहांचा वापर जलदिव्य करताना करत असत.

महाराष्ट्रातील गडकोट आणि डोंगरांचा वापर गुन्हेगारांना कडेलोट करण्यासाठी केला जाई. रायगडावरील टकमक टोक यासाठी प्रसिद्ध होते. अशा जागा अनेक किल्ल्यांवर आहेत. वासोटा किल्ल्यावर इंग्रजांना शिवकाळात बंदी म्हणून ठेवले होते.

दोन गावांच्या सीमा ठरविताना या दोन गावांमधील नैसर्गिक पाण्याचे प्रवाह, नाले, झरे, जलाशय यांचे भौगोलिक स्थान महत्त्वाचे असे. वाहणाऱ्या पाण्याचा प्रवाह आणि दिशा या गोष्टी गावाची हद्द ठरविण्यासाठी महत्त्वाच्या असत.

काही वेळा मंदिरात न्यायदानाचे काम करताना मंदिराच्या देव-देवतांसमोर वादी व प्रतिवादी यांच्या नावाच्या चिठ्ठ्या ठेवण्यात येत असत. ज्याच्या नावाची चिठ्ठी निघेल त्याच्या बाजूने निर्णय लागल्याचे गृहीत धरून खटला निकाली काढण्यात येई. काही वेळा श्री देवाची शपथ, गोमातेची शपथही देत असत.

दिव्य करतानाही या जागांचा उपयोग करीत असत. खरे-खोटे ठरविण्यासाठी दिव्य करीत असत.

प्रकरण ५

छत्रपती शिवाजी महाराज आणि
परकीय सत्ता

Chhatrapati Shivaji Maharaj & Foreign Powers

या प्रकरणात आपणास छत्रपती शिवाजी महाराज आणि पोर्तुगीज सत्ता, डच सत्ता, फ्रेंच सत्ता, इंग्रजांची सत्ता यांचे असणारे परस्पर संबंध अभ्यासावयाचे आहेत. या सर्व परकीय सत्ता भारतात व्यापाराच्या निमित्ताने आल्या. त्यांचा प्रवास तराजू, तलवार, तख्त असा झाला. पोर्तुगिजांचा प्रवेश या देशात सर्वप्रथम झाला आणि इंग्रजांच्या जोखडातून भारत स्वतंत्र झाल्यावरसुद्धा पोर्तुगिजांची सत्ता या देशातील गोवा प्रांतावर चालूच होती. १४९८ ला पोर्तुगीज नौसेनानी व्हास्कु द गाम (वास्को द गामा) भारतात आला. या निमित्ताने भारताला प्रथमच महत्त्वाकांक्षी अशा पोर्तुगीज व्यापाऱ्याचे पाय लागले. पोर्तुगिजांचा उल्लेख समकालीन मराठी कागदपत्रांमध्ये 'फिरंगी' असा आहे. त्यांच्या ताब्यातील प्रदेशाला 'फिरंगाण' असे म्हणत. १९६१ मध्ये भारतातून विशेषत: गोवा भागातून पोर्तुगीज बाहेर पडले. १४९८ ते १९६१ एवढा दीर्घकाळ भारतात पाय रोवणे सोपे नव्हते. या अशा पोर्तुगिजांना धडा शिकविणाऱ्यांमध्ये छत्रपती शिवाजी महाराज, छत्रपती संभाजी महाराज यांची नावे अग्रक्रमाने घ्यावी लागतील.

पोर्तुगीज

१४९८ च्या सुमारास गामा भारतात आला. दक्षिण हिंदुस्थान, भारताचा पश्चिम किनारा येथे त्यांनी वसाहती केल्या. किनाऱ्याजवळील छोट्या बेटांवर वखारी स्थापल्या व त्यांच्या रक्षणार्थ जलदुर्ग उभारले. या किल्ल्यांना रसदपुरवठा करण्याचे मार्ग समुद्री असतील तर पोर्तुगिजांचा पराभव करणे शत्रूला अवघड व्हायचे. आरमाराच्या साहाय्याने स्थानिकांवर राज्य करणे ही तर पोर्तुगिजांची खासियत. हिंदी महासागरातून जहाजे न्यायची असतील तर मुघल, आदिलशाही, कुत्बशाही यांना पोर्तुगिजांची परवानगी घ्यावी लागे.

शिवकाल

इ. स. १६३० मध्ये दीव बेट, दमण ते करंजापर्यंत तीस किलोमीटर रुंदीची किनारपट्टी, चौल, गोवा, (साष्टी व बारदेशसह) होनावर, गंगोळी, बसरूर, मंगलोर, कन्नूर, कोडुंगलूर, कोचीन, कोल्लम येथे पोर्तुगिजांच्या वसाहती होत्या. पोर्तुगिजांच्या पौर्वात्य साम्राज्याची राजधानी गोव्याला होती. त्यांच्या या साम्राज्यातील प्रत्येक किल्ल्यात व ठाण्यात एक दुभाषा नोकरीस ठेवलेला असे. १७ व्या शतकात पोर्तुगालमधून दरवर्षी ५ जहाजे भारतात येत. मालवाहतुकीच्या जहाजांवर सुद्धा संरक्षणासाठी तोफा असत. भारतात पोर्तुगीज वसाहतींमध्ये दमण, वसई, गोवा येथे उत्तम दर्जाचे साग लाकूड उपलब्ध असल्याने येथेच जहाजबांधणी व्यवसाय फोफावला. हे सागाचे लाकूड टणक असायचे व कुजत नसायचे.

लष्कर

दीव, दमण, संजाण, अटोरी, वसई, करंजे, चौल येथे पोर्तुगिजांचे बुरुजयुक्त किल्ले होते. डहाणू, तारापूर, माहीम येथे तटबंदी होती पण किल्ला नव्हता. साष्टी व मुंबई बेटात बुरूज बांधून, त्यावर तोफा ठेवून संरक्षण चाले. अग्वाद व नोसा सन्योरा द काबू आणि रैश मागूश व गारपर दिआश हे ४ किल्ले पोर्तुगीज साम्राज्याचा मध्यविभाग सांभाळून होते. बारदेश प्रदेश या किल्ल्यांमुळे सुरक्षित होता. पनवेल येथे त्यांचा सगळा दारूगोळा होता (पोर्तुगीज साम्राज्याचा नकाशा इतिहासकार ग. भा. मेहेंदळे यांच्या श्री राजा शिवछत्रपती खंड १, भाग १, प्रथमावृत्ती, पृ. १६० वर दिला आहे.)

प्रजेचा छळ

प्रजेचा छळ करण्यात पोर्तुगीज आघाडीवर होते. पोर्तुगिजांनी धर्मांतराला पोषक कायदे केले. धर्म बदलणारांना आर्थिक व नोकरीचा लाभ मिळे. नवे मंदिर बांधणे वा जुने दुरुस्त करण्यास बंदी होती. ख्रिस्तेतरांना धार्मिक उत्सव, सण, लग्नात धार्मिक विधी करण्यास मनाई होती. नियम मोडणारांना जबर दंड असे. कपाळावर गंध लावण्यास बंदी होती. यावरून एतद्देशीय सत्ता आणि पोर्तुगीज यांच्यात वारंवार संघर्ष चालत असे. यामुळेच इ.स. १६६७ मध्ये शिवाजी महाराजांनी बारदेशात आक्रमण केले तेव्हा तेथील रहिवाशांनी पोर्तुगीज साम्राज्याचे नागरिक असूनसुद्धा पोर्तुगिजांना मदत करण्याचे धोरण स्वीकारले नाही. स्वराज्याच्या सीमेवर असणारा हा प्रदेश त्यामुळे मराठे आणि पोर्तुगीज यांचे संबंध कायमच बदलते राहिले. राजकारणात कोणीही कायमचा मित्र नाही आणि कोणीही कायम शत्रू नाही. यावर उभय पक्षांचा विश्वास होता.

शिवराय आणि पोर्तुगीज

कल्याण-भिवंडी महाराजांनी ताब्यात घेतल्यावर स्वराज्याचा विस्तार समुद्राच्या दिशेने सुरू झाला. याचा अपरिहार्य परिणाम पोर्तुगिजांशी संबंध येण्यात झाला. महाराजांनी आरमारनिर्मितीला प्रारंभ करताच पोर्तुगिजांना संभाव्य धोक्यांची कल्पना आली. पोर्तुगिजांच्या मोठ्या जहाजांना मराठ्यांची छोटी जहाजे समोरासमोर टक्कर देण्याऐवजी जेरीस आणू लागली. पोर्तुगीज सुरुवातीला मराठ्यांना तंत्रज्ञानाची मदत करीत होते. गोव्याच्या व्हॉईसरॉयने दडपण आणताच पोर्तुगीज तंत्रज्ञांची मदत बंद झाली. सिद्दीविरोधात मराठ्यांच्या हालचाली वाढताच पोर्तुगिजांनी सिद्दीला मदत सुरू केली. सिद्दीचा नाश केल्यावर आपलाही नाश होऊ शकतो याची जाणीव पोर्तुगिजांना होती.

१६६५ मध्ये मराठ्यांचे आरमार होनावर, बसरूर (बार्सेलोर), गंगोत्री, मंगळूर येथून पराक्रम गाजवून येत असताना पोर्तुगिजांनी मराठ्यांची तेरा जहाजे पळवून नेली. पुढे मात्र त्यांना ती सोडावी लागली. १६६६ मध्ये मराठ्यांनी फोंड्याच्या किल्ल्याला वेढा दिला असता पोर्तुगिजांनी किल्लेदारास दारूगोळा पुरविला. सुरतेच्या स्वारीच्या प्रसंगी महाराज पोर्तुगीज प्रदेशातूनच सुखरूप स्वराज्यात आले. मिर्झा राजे जयसिंग याच्या आक्रमणावेळी पोर्तुगिजांनी मराठ्यांना सहानुभूती दाखविली. आग्रा येथून स्वत:ची सुटका करून घेण्यात यशस्वी झाल्यावर १६६७ मध्ये मराठ्यांनी बारदेशवर स्वारी करून लखम सावंत, केशव नाईक यांस धडा शिकविला. या स्वराज्याच्या शत्रूंना पोर्तुगिजांनी गोव्यातून हाकलले तेव्हा महाराजांनी पोर्तुगिजांना दाभोळ येथे वखार उघडण्यास परवानगी दिली. १६६९ मध्ये मराठ्यांनी दंडाराजापुरीस वेढा घातला, तेव्हा पोर्तुगिजांनी सिद्दीस धान्य व दारूगोळा पुरविला. आदिलशाही × मराठे संघर्षात पोर्तुगीज तटस्थ असल्याचे दाखवून आदिलशहाला मदत करीत असत. या घटनेपूर्वीच रायगडावर पोर्तुगिजांचा वकील गोंसालू मार्तीस महाराजांना भेटायला येऊन गेला होता. उभयतांनी संघर्ष टाळण्याचे ठरविले. गोव्यातून पोर्तुगिजांची सत्ता समूळ नष्ट करण्यासाठी महाराजांनी आपली माणसे गटागटाने गोव्यात पाठविली होती. पुरेशी संख्या झाल्यावर सर्वांनी एकत्र येऊन उठाव करायचा आणि पोर्तुगीज सत्तेचे जोखड फेकून द्यायचे असे ठरले. पोर्तुगीज व्हॉईसरॉयला याचा सुगावा लागला. योजना अयशस्वी झाली. १० फेब्रुवारी १६७० च्या तहाने उभयतांनी परस्परांची जहाजे लुटली असल्यास त्याबद्दल योग्य ती नुकसानभरपाई द्यावी, मुघलांना जहाजांच्या संदर्भात देण्यात येणाऱ्या सवलती मराठ्यांनाही द्याव्यात व एकमेकांच्या सरहद्दीत किल्ले बांधू नयेत, सिद्दीला शिवाजींविरुद्ध मदत करू नये असे ठरले. रामनगरच्या राज्याच्या चौथाईच्या प्रश्नावरून मराठे-पोर्तुगीज यांच्यात संघर्ष कायमच राहिला. महाराजांनी पितांबर शेणवी, जिवाजी शेणवी या वकिलांची नेमणूक केली होती पण त्या वकिलांनाही फारसे यश आले

नाही. १६७९ मध्ये खांदेरी-उंदेरी बेटांवरून मराठे × इंग्रज लढा चालू असताना पोर्तुगिजांनी इंग्रजांना गुप्तपणे मदत केली. १६८० मध्ये मदाजी अनंत यांच्या नेतृत्वाखाली मराठी फौज फोंड्याला जमा झाली होती. स्वत: महाराज स्वारीचे नेतृत्व करणार होते. इतक्यात रायगडावर छत्रपतींचेच निधन झाले आणि पोर्तुगीज मोठ्या संकटातून वाचले.

महाराजांच्या संदर्भात तत्कालीन पोर्तुगीज गव्हर्नर लिहितो, 'शिवाजीच्या मृत्युमुळे हे राज्य आता काळजीतून मुक्त झाले! युद्धापेक्षा शांततेच्या प्रसंगी तो अधिक भीतिदायक होता.' छत्रपतींचे इतके अचूक वर्णन त्यांचे शत्रूच करू जाणोत.

उपसंहार

पोर्तुगिजांची महाराष्ट्राच्या इतिहासा संदर्भातील एक कामगिरी अजोड स्वरूपाची आहे. कास्मो-द-ग्वार्द या पोर्तुगीज इतिहासकाराने vida de celebre sevagy (Life of celebrated Shivaji) ग्रंथ लिहिला. हा आद्य युरोपीय (पोर्तुगीज) लेखक की ज्याने शिवचरित्र लिहिले. त्याची काही मते पुढीलप्रमाणे आहेत.

''शिवाजीराजाच्या नावाचा दरारा इतका आहे की, कोणीही त्याला आव्हान देण्याचे क्वचितच धाडस करतो.''

''कोणतेही बक्षीस अथवा शिक्षेमध्ये तो (छत्रपती शिवाजी महाराज) अतिशय नि:पक्षपाती असतो. ...कोणत्याही गुणाला बक्षिसाशिवाय अथवा गुन्ह्याला शिक्षेशिवाय सोडले नाही, त्याचे शौर्य व चांगल्या वागणुकीमुळे त्याच्यावर सर्व माणसे प्रेम करतात. तो सगळ्या हिंदुस्थानात दरारा बसवणारा तसेच प्रजेची काळजी घेणारा सर्वश्रेष्ठ राजा म्हणून ओळखला जातो.''

राजावर सैनिक किती प्रेम करायचे हे लिहिताना ग्वार्द म्हणतो, ''माझ्या सैनिकांचे प्रेम हे जगातील कोणत्याही गोष्टीपेक्षा मला सर्वश्रेष्ठ वाटते.''

डच

डच ईस्ट इंडिया कंपनी– १६०२ मध्ये पौर्वात्य देशांमध्ये येणाऱ्या सर्व डच कंपन्या एकत्र करून त्यांची 'युनायटेड ईस्ट इंडिया कंपनी' स्थापून तिला व्यापाराचे अधिकार देण्यात आले. वखारी स्थापणे, किल्ले बांधणे, नाणी पाडणे, युद्ध वा तह करणे ही कामे कंपनी करू लागली. भारतात डचांनी मच्छलीपट्टण, पेतापुली, पुलिकत, तिरुपापुलिअर, कारिकल येथे वखारी सुरुवातीला उभारल्या. विजयनगर सम्राटांची परवानगी घेऊन गेल्ड्रिआ किल्ला बांधला. नाणी पाडली. ठठ्ठा, आग्रा, अहमदाबाद, भडोच, खंबायत, सुरत आणि महाराष्ट्रात वेंगुर्ले येथे त्यांची वखार होती. कोचीनमधून मिरी निर्यात करण्याचा एकाधिकार त्यांना मिळाला होता. एतद्देशीय राजांना डचांची परवानगी घ्यावी लागे. वेंगुर्ला येथे डचांची

वखार असल्याने स्वराज्याशी त्यांचा संबंध येणे अपरिहार्य होते. १६४९ मध्ये सुरू झालेल्या वेंगुर्ल्याच्या वखारीने व्यापारात आपले चांगले बस्तान बसविले. १६६३-६४ च्या दरम्यान महाराजांची स्वारी कुडाळवर झाल्याने डचांच्या व्यापारावर प्रतिकूल परिणाम झाला.

डचांशी संघर्ष– मराठ्यांच्या स्वाऱ्यांना आपणास वारंवार तोंड द्यावे लागणार याची खात्री पटताच डच स्वसंरक्षणाकडे वळले. वखारीची तटबंदी अधिक भक्कम करणे, सैन्यसंख्या वाढविणे इत्यादी उपाय केले. एकाच वेळी दोन शत्रूंशी लढाई करायची नाही असा संकेत महाराज कायम पाळत आल्याने त्यांनी कुडाळवर स्वारी करून लखम सावंतांना धडा शिकविला. डचांच्या वखारीला हात लावला नाही. वखारीवर हल्ला न केल्याबद्दल महाराजांच्या इतमामास शोभेसा नजराणा डचांनी महाराजांकडे पाठविला. याचे मर्म ओळखण्यात मराठ्यांनी कसूर केली नाही. डचांनी कुडाळवरील विजयाबद्दल महाराजांचे अभिनंदन केले. महाराजांशी जे लोक चांगले वागले त्यांच्याशी महाराज चांगलेच वागले याचे एक उदाहरण डचांच्या संदर्भात आहे. डच कागदपत्रांचा अभ्यास करून शिवचरित्र लिहिणारे इतिहासकार डॉ. बाळकृष्ण यांच्या मते डचांना असे वाटत होते की, पोर्तुगीज महाराजांचे साहाय्य घेऊन डचांना महाराष्ट्राबाहेर घालविण्याच्या प्रयत्नात आहेत. परंतु, महाराजांनी त्यांना मदत केली नाही, कारण गोवा आणि दंडाराजापुरी जिंकण्यासाठी महाराजांना डचांची मदत हवी होती.

सुरतेच्या स्वारीत मराठ्यांनी डच वखारीकडे नजराणा मागितला होता. संघर्ष करायला मराठ्यांना वेळ नाही हे डचांच्या लक्षात येताच त्यांनी व्यापारी कारणे पुढे केली. डचांकडून फारशी अर्थप्राप्ती झाली नाही. याच वेळची डचांची सुरतेच्या स्वारीसंदर्भातील एक टिप्पणी महत्त्वाची आहे. '(सुरतेवरील स्वारीत) फक्त त्याचाच (महाराजांचा) एक शामियाना होता. इतर सर्व अधिकारी उघड्यावर राहात. शिवाजीची छावणी तात्पुरती असून सर्व छावणीभर लूट वाहून नेणारे मजूर आणि बैल यांची गर्दी आहे. प्रत्येक घोडेस्वाराजवळ एक रिकामा घोडा आहे.' हे समकालीन चित्रण आहे.

शिवाजी महाराजांच्या सुरत स्वारीचा डचांना फायदा झाला. औरंगजेबाने एक वर्ष जकात माफ केली आणि पुढील वर्षीसाठी अडीच टक्केवरून दोन टक्के असा दर केला. हा सगळा फायदा मराठ्यांनी लवकरच वसूल केला कारण पुढील चार महिन्यांतच अहमदाबाद-सुरत मार्गावर डच व्यापारी माल घेऊन चालले असता त्यांस लुटले आणि सुरतेची भरपाई केली. असे असले तरी डच आपल्या मर्यादा जाणून होते. १६६५ मध्ये सुरतेच्या सुभेदाराने संपत्तीच्या बदल्यात मराठ्यांचे आरमार नष्ट करण्याकरता डचांची मदत मागितली असता त्यांनी ती नाकारली. महाराजांनी डचांना दाभोळ येथे वखार काढण्यास सुचविले होते; परंतु, वेंगुर्ल्याची परिस्थिती पाहता वखार सुरू न करण्यात त्यांनी शहाणपण मानले. मुंबईतून इंग्रजांचे उच्चाटन करण्यास महाराजांनी आपणास मदत करावी अशी डचांची इच्छा होती. सुरतेच्या दुसऱ्या स्वारीत मराठ्यांनी डचांच्या वखारीला हातही लावला

नाही. कर्नाटक स्वारीत डच वखारींचे संरक्षण आणि परवान्यांसाठी महाराजांना मोठा नजराणा डचांनी दिला. पोर्टोनोव्हो, तेगनापटम उर्फ देवेनापटम येथील वखारी त्यांनी सुरक्षित राखल्या. प्रकरण ३ मध्ये शिवचरित्रलेखनासाठी उपयुक्त असणाऱ्या डच साधनांचा थोडक्यात आढावा घेतला आहे.

फ्रेंच

फ्रेंच ईस्ट इंडिया कंपनी– १६६४ मध्ये फ्रान्सचा अर्थमंत्री कोहबेर यांच्या पुढाकाराने ही कंपनी स्थापन झाली. फ्रान्सच्या राजाने या कंपनीस म्हणजे चौदाव्या लुईने पौर्वात्य देशांशी व्यापार करण्याचा परवाना दिला. करमाफी, सैन्य बाळगणे, युद्ध वा तह करणे या गोष्टी करण्यास कंपनीला परवानगी होती. भारतात सुरत, बालिआपट्टण, तेलीचेरी, राजापूर, बालासोर, कासिमबझार, मच्छलीपट्टण येथे वखारी सुरू झाल्या.

स्वराज्य आणि फ्रेंच– १६६८ च्या डिसेंबर महिन्यात राजापूर येथे महाराजांच्या परवानगीने फ्रेंचांनी वखार सुरू केली. अन्य कोणत्याही परकीय सत्तेने जी मदत केली नाही ती फ्रेंचांनी केली. फ्रेंचांनी महाराजांना दारूगोळा पुरविला. महाराज मित्रत्वाचे संबंध सांभाळण्यात कायमच आघाडीवर असत. सुरतेच्या दुसऱ्या स्वारीत मराठ्यांनी फ्रेंचांच्या वखारीस आश्वासन दिल्याप्रमाणे मैत्री संबंधांना जागून हातही लावला नाही. कृतज्ञतेची पावती म्हणून फ्रेंचांनी मराठ्यांना मोठा नजराणा दिला. सुरतेच्या स्वारीत फ्रेंच वखारीला लागून काशगरच्या राजाचा वाडा होता. अफाट संपत्तीचा धनी असणाऱ्या काशगरच्या राजाला वाटले की, आपल्याला काही होणार नाही. फ्रेंचांनी काशगरच्या वाड्यात जाण्यास वखारीतून वाट दिली. सुरतेचा मुख्य (फ्रेंच वखार) बारॉं याने अण्णाजी दत्तो यांची भेट घेऊन प्रदीर्घ चर्चा केली होती. १६७७ मध्ये पाँडिचेरी येथील फ्रेंच वखारीचा प्रमुख फ्रांस्वा -याने वखारीस संरक्षण व परवाना मिळविला. स्वत:ची गैरसोय होत असताना सुद्धा महाराजांनी फ्रेंचांशी मैत्रीसंबंध टिकविले.

दक्षिणदिग्विजयानंतर कारोमंडल किनारा आणि पाँडचेरीवर मराठ्यांचे प्रभुत्व निर्माण झाले. त्यामुळे स्वराज्याचे दोन अधिकारी तात्काळ या प्रदेशावर लक्ष देण्यास नेमले गेले. त्यामुळे उभयपक्षांच्या संबंधात तणाव निर्माण झाले. जे भाग्य फ्रेंचांना लाभले ते कोणालाही लाभले नाही. झेरमँ हा फ्रेंच नोकर पोर्तुगीज दुभाष्यासह कोहोरून नदीकाठच्या तळावर महाराजांना भेटला व तीन दिवस तिथेच राहिला होता.

इंग्रज

पौर्वात्य देशांशी व्यापार करण्याच्या निमित्ताने ईस्ट इंडिया कंपनीची स्थापना इंग्लंडमध्ये झाली. ३१ डिसेंबर १६०० रोजी इंग्लंडची राणी एलिझाबेथ हिने कंपनीला पौर्वात्य देशांशी

(पूर्वेकडील देश) व्यापार करण्याचा परवाना दिला. शिवकाळात या कंपनीचे नाव 'कंपनी ऑफ मर्चंट्स ऑफ लंडन ट्रेडिंग इन टू दि ईस्ट इंडिज' असे होते. १६६१ मध्ये इंग्लंडचा राजा दुसरा चार्ल्स याने कंपनीला एकाधिकाराची नवी सनद दिली. या सनदेनुसार पौर्वात्य देशात किल्ले बांधणे, सैन्य बाळगणे, ख्रिस्तीतरांशी युद्ध व तह करणे असे अधिकार कंपनीला मिळाले. कंपनीने पौर्वात्य देशांमध्ये स्थानिक राज्यकर्त्यांची परवानगी घेऊन व्यापारी वखारी (मालाच्या खरेदी-विक्रीचे केंद्र किंवा कंपनीचे केंद्र) सुरू केल्या. भारतातून कापड, नीळ, सोरा, मसाल्याचे पदार्थ निर्यात व्हायचे तर कंपनी लोकरी कापड, शिसे, प्रवाळ, हस्तिदंत आयात करायची. कंपनीच्या वखारी आणि महत्त्वाच्या बाजारपेठांच्या ठिकाणी मालाच्या खरेदी-विक्रीसाठी कंपनीचे भारतातील अधिकारी स्थानिक व्यापाऱ्यांची दलाल म्हणून नेमणूक करीत असत. त्यांच्या मध्यस्थीने मालाची खरेदी-विक्री करीत असत. या व्यवहारांसाठी सुरत येथे दोन टक्के कमिशन भारतीय मध्यस्थांना मिळे. कंपनीच्या दुय्यम जागांवर एतद्देशियांना नोकऱ्या देत असत. भारतीय भाषा शिकणाऱ्या इंग्रजांस वीस पौंड बक्षीस देत असत.

शिवकाल– शिवकालात कंपनीच्या मालकीची मालवाहतुकीची १०-१५ जहाजे व इंग्लंडहून येणारी मध्यम आकाराची ३-४ जहाजे होती. इंग्रज लोक अत्यंत कुशल असे दर्यावर्दी होते. एतद्देशीय जहाजांना त्यांची परवानगी घ्यावी लागे. १६२६ मध्ये कंपनीने अर्मगाव येथे वखार व किल्ला बांधणे आणि नाणी पाडण्याची परवानगी घेतली होती. पुढे मद्रास येथे फोर्ट सेंट जॉर्ज किल्ला १६५३ मध्ये कंपनीने बांधला. किल्ल्यावर ४९ तोफा, १४०० लोखंडी तोफगोळे, ७०० दगडी तोफगोळे, बारा हजार पौंड बंदुकीची दारू होती. इ.

मुंबई– १६६१ मध्ये इंग्लंडचा राजा दुसरा चार्ल्स याचे पोर्तुगीज राजकन्या ब्रॅगांझा हिच्याशी लग्न ठरले. पोर्तुगालच्या राजाने हुंडा म्हणून त्याला मुंबई बेट देऊन टाकले. मुंबईचा गव्हर्नर म्हणून सर अब्राहम शिपमन याची नेमणूक झाली. मुंबई, माहीम, परळ, वडाळा, वरळी, शीव, माजगाव ही सात गावे इंग्रजांच्या ताब्यात आली. मुंबई बेट सांभाळणे परवडत नसल्याने चार्ल्सने ते बेट ईस्ट इंडिया कंपनीस दरवर्षी दहा पौंड भाड्याने दिले. कंपनीने बेट ताब्यात घेतल्यावर वार्षिक उत्पन्न बाराशे पौंडांवरून साडेसहा हजार पौंडांवर नेले. १६७२ मध्ये मुंबईत कंपनीने टाकसाळ सुरू केली. स्वराज्याला लागूनच मुंबई असल्यामुळे मराठे X इंग्रज यांचे संबंध कधी सलोख्याचे तर कधी तणावाचे होते.

स्वराज्य X इंग्रज– शिवाजी महाराज आणि इंग्रज यांचा संबंध सर्वप्रथम अफझलखान प्रकरणात आला. खानाला मारण्यापूर्वी मराठ्यांनी दाभोळ बंदर जिंकून घेतले. या बंदरात अफझलखानाची ३ जहाजे माल उतरविण्याच्या तयारीत होती. खानाच्या मृत्यूची बातमी ऐकताच खानाचा दाभोळ येथील प्रतिनिधी महमूद शरीफ सारी संपत्ती, माल व जहाजे घेऊन

राजापूरला पळून गेला. खानाचा मुलगा फाझलखान याने राजापूरचा सुभेदार अब्दुल करीम याला आपल्या वडिलांच्या जहाजावरील माल उतरविण्यास सांगितले. मराठ्यांनी संधी साधून राजापूर बंदरावर हल्ला केला आणि तेही जिंकून घेतले. अब्दुल करीमने इंग्रजांचे कर्ज घेतले होते. करीम कर्जफेड करू शकत नव्हता. इंग्रजांनी याचा फायदा घेऊन करीमच्या ताब्यात असणाऱ्या तीनपैकी एका जहाजाला कर्जफेडीसाठी ताब्यात घेतले. मराठे पाठीवर येतात करीम वेंगुर्ल्याला पळाला. मराठ्यांनी तीनही जहाजांचा ताबा घेण्यासाठी इंग्रजांच्या मागे लकडा लावला. परंतु, इंग्रजांनी जहाजे परत देण्यास नकार दिला. 'नाक दाबले की तोंड उघडते' या न्यायाने मराठ्यांनी जैतापूर येथील इंग्रजांचा दलाल वालजी याला अटक केले. त्याच्या सुटकेसाठी फिलिफ गिफर्ड हा अधिकारी मराठ्यांना भेटायला गेला. त्यालाही कैदेत टाकण्यात आले. रेव्हिंग्टन या मुख्य अधिकाऱ्याने पुढे या दोघांचीही सुटका केली. या घटनेने वितुष्ट आले ते कायमचेच.

पन्हाळा– आता इंग्रज संधीच्या शोधात होते. शिवाजी महाराज पन्हाळ्याच्या किल्ल्यात अडकून पडलेले असताना आदिलशाहीला तोफांचा दारूगोळा पुरविण्यासाठी रेव्हिंग्टन, मिघैम, गिफर्ड, वेलजी आनंदाने हजर झाले. शिवाजी महाराजांचा ग्रंथ या स्वारीत आटोपणार याची खात्री या सगळ्यांना होती, पण झाले उलटेच! महाराज सुटले आणि त्याच्या पुढील वर्षी राजापूरच्या स्वारीत त्यांनी इंग्रजांना मराठ्यांच्या तलवारीचे पाणी दाखविले. हेन्री रेव्हिंग्टन, रिचर्ड टेलर, रँडॉल्फ टेलर, फिलिफ गिफर्ड यांना पकडण्यात आले. त्यांना दोन वर्षे तुरुंगात टाकण्यात आले. राजापूर स्वारीची नुकसानभरपाई मिळावी म्हणून इंग्रज चिकाटीने महाराजांच्या मागे लागले. महाराजांनी इंग्रजांना अर्ज-विनंत्यांच्या पलीकडे जाऊ दिले नाही. एकूणच पन्हाळ्यावरील तोफगोळे इंग्रजांना खूपच महागात पडले.

सुरत स्वारी– महाराजांनी सुरतेवर दोन स्वाऱ्या केल्या. दोन्ही वेळा इंग्रज वखारींशी त्यांचा संबंध आला. पहिल्या सुरत स्वारीत इंग्रजांची वखार लुटणे हा मराठ्यांचा उद्देश नव्हता. त्यांनी उत्तमप्रकारे स्वसंरक्षण केले. दुसऱ्या सुरत स्वारीत उभयतांचे मित्रत्वाचे संबंध असल्याने इंग्रज वखारीस काही त्रास झाला नाही. मास्टर नावाच्या अधिकाऱ्याने वखारींचे अल्पशा लोकांच्या मदतीने संरक्षण केले.

१९७१ मध्ये हुबळीच्या स्वारीत मराठ्यांनी इंग्रजांची वखार लुटली, पण महाराजांनी त्याची जबाबदारी नाकारली.

चर्चा

शिवाजी महाराजांच्या राज्याभिषेक प्रसंगी इंग्रज वकील रायगडावर आला. त्यापूर्वी इंग्रजांच्या वतीने स्टीफन अुस्टीक हा अधिकारी महाराजांकडे वखारींच्या संदर्भात बोलणी

करण्यासाठी आला होता. राजापूरला वखार काढण्यासंदर्भात आपण विचार करू आणि नुकसानभरपाई म्हणून ५ हजार होन देऊ असे महाराजांनी मोघम आश्वासन दिले. महाराजांचे वकील सुंदरजी व पिलाजी हेसुद्धा इंग्रजांना भेटले, पण ही भेट अयशस्वी ठरली.

हुबळीच्या वखारीच्या नुकसानभरपाईसंदर्भात थॉमस निकल्स हा अधिकारी राजांना भेटायला रायगडावर आला. नुकसानभरपाई ऐवजी मीठ व लाकूडफाटा सवलतीत देण्याचे आश्वासन त्याला मिळाले. यानंतर भीमाजी पंडित हा मराठ्यांचा वकील आणि नारायण शेणवी हा इंग्रज दूत यांच्यात चर्चेच्या फेऱ्या झाल्या. शेवटी महाराजांनी नुकसानभरपाई देण्याचे कबूल केले.

राज्याभिषेक

महाराजांच्या राज्याभिषेकासाठी हेन्री ऑक्झिंडेन आला. त्याने राजापूरला वखार काढण्याची परवानगी मिळविली. या संदर्भात मराठ्यांचा इतिहास (खंड ३, पृ. २२५) मध्ये वि. ग. हाताळकर 'मराठे आणि परकीय सत्ता' या लेखात पुढील माहिती देतात. १२ जून १६७४ रोजी इंग्रज-मराठे तहावर सह्या झाल्या. राजापूर वखारनुकसानीबद्दल राजांनी इंग्रजांस दहा हजार होन हप्त्याने देणे, स्वराज्यात व्यापार करण्यास परवानगी, राजापूर, दाभोळ, चौल, कल्याण येथे वखारी उघडणे, इंग्रजांच्या मालावर अडीच टक्केच जकात घेणे या अटी मान्य करून इंग्रजी शिक्क्याची नाणी मराठ्यांच्या राज्यात चालावी, जहाजे फुटून किनाऱ्यास लागलेला इंग्रजांचा माल त्यांस परत द्यावा. जंजिऱ्याच्या सिद्दीशी तह करून त्यास बुडवू नये ही कलमे महाराजांनी फेटाळली. या ऑक्झिंडेनचे इतिहासावर अनंत उपकार आहेत; कारण त्याने छत्रपतींचे वर्णन लिहून ठेवले आहे. तो लिहितो, 'शिवाजीचा चेहरा सुंदर व पाणीदार, इतर मराठ्यांच्या मानाने रंग गोरा, डोळे तीक्ष्ण, नाक लांब, बाकदार व जरासे खाली आलेले. दाढी कापून हनुवटीच्या खाली टोकदार केलेली, मिशा बारीक असून मुद्रेत त्वरा, निश्चय, कठोरपणा व जागरूकता स्पष्ट दिसतात.' (य. न. केळकर; चित्रमय शिवाजी, दु. आ. पृ. ४)

थोड्याच दिवसानंतर धरणगाव येथील इंग्रजांची वखार मराठ्यांनी लुटली. ऑस्टिन महाराजांना भेटण्यास रायगडावर आला, पण नुकसानभरपाई मिळाली नाही. याउलट, मराठ्यांना इंग्रजांकडून ना तोफा व दारूगोळा मिळाला, ना तंत्रज्ञान मिळाले.

खांदेरी

सिद्दी आणि इंग्रज यांच्यात गुप्त समझोते असावेत अशीच परिस्थिती होती. दोघेही एकमेकांना तिसऱ्या शत्रूविरुद्ध कायम मदत करीत असत. १६७९ मध्ये महाराजांनी या दोघांनाही चाप बसावा म्हणून खांदेरी बेटावर किल्ला बांधला. बांधकाम बंद पाडण्यालाही

ह्यूजेस हा अधिकारी आला. बांधकाम मायनाक भंडारी यांच्या नेतृत्वाखाली चालले होते. इंग्रजांनी रसद बंद करण्याचा प्रयत्न केला. मायनाक भंडारी व आरमारप्रमुख दौलतखान यांनी इंग्रजांना तिखट प्रतिकार केला. त्यांची गलबते पकडली व अधिकाऱ्यांस कैद केले. मुंबईहून केग्विन या अधिकाऱ्याच्या हाताखाली रिव्हेंज फ्रिगेट हे मोठे जहाज व ७ गलबते आली. मराठ्यांच्या छोट्या ४०-५० गलबतांनी त्याला टक्कर देण्याचा प्रयत्न केला. इंग्रजांच्या जहाजांना ही छोटी गलबते चकवू लागली. १६८० मध्ये खांदेरीच्या प्रदेशातून इंग्रजांनी माघार घेतली.

सारांश

आतापर्यंत आपण ४ परकीय सत्तांचा आढावा घेतला. या चारही सत्तांचे वैशिष्ट्य म्हणजे कोणीही आपल्या मातृभूमीशी फितुरी केली नाही. या सत्तांपैकी कोणीही लोक मोठ्या प्रमाणात महाराजांकडे नोकरीला गेले नाहीत. युरोपात इंग्लंड X फ्रान्स युद्ध पेटले तरी भारतात त्यांचा स्वार्थ कायमच होता. मातृभूमीशी एकनिष्ठता या चारही सत्तांनी राखली ती शिकण्यासारखी आहे. छत्रपतींचे मोठेपण म्हणजे या सत्तांपेक्षा तंत्रज्ञानाने मागास असणाऱ्या प्रदेशातील लोकांना बरोबर घेऊन या चारही सत्तांना मराठ्यांच्या तलवारीचे पाणी त्यांनी दाखविले.

प्रकरण ६

छत्रपती संभाजी

Chhatrapati Sambhaji's Achievements

छत्रपती शिवाजीमहाराजांचे थोरले पुत्र, स्वराज्याचे युवराज म्हणून संभाजीराजे इतिहासात ओळखले जातात. छत्रपती पदाच्या अवघ्या नऊ वर्षांच्या कारकिर्दीत त्यांनी जे कार्य केले त्यामुळे त्यांना अजरामरत्व प्राप्त झाले. त्यांचे जीवन, त्यांच्या आयुष्याचे अंतिम क्षण हे बखरकार, नाटककार, कवी, लेखक, शाहीर यांना आकर्षून घेणारे ठरले. अवघ्या बत्तीस वर्षांच्या आयुष्यात अकाली मातृविरह, आग्रा भेट व सुटका; मुघलांना सामील होणे व जीवावरच्या संकटातून परतणे; पितृवियोग; स्वकीयांशी संघर्ष, छत्रपती पदाची प्राप्ती; आदिलशाही, इंग्रज, सिद्दी, पोर्तुगीज, मुघल यांच्याशी संघर्ष; प्रशासन आणि वीरमरण एवढ्या गोष्टी छत्रपती संभाजीमहाराजांच्या आयुष्यात घडल्या. त्यांच्या कारकिर्दीचा थोडक्यात आढावा आपण या पाठात घेणार आहोत.

जन्म व बालपण

छत्रपती संभाजीमहाराजांचा जन्म ज्येष्ठ शुद्ध १२ शके १५७९ म्हणजे १४ मे १६५७ रोजी पुणे जिल्ह्यातील पुरंदर गडावर झाला. संभाजीमहाराजांच्या मातोश्री सकलसौभाग्यसंपन्न सईबाई राणीसाहेब या संभाजीराजे दोन वर्षांचे असताना निधन पावल्या. मातृत्वाचे छत्र अकाली हरपल्यामुळे आजी राजमाता जिजाऊसाहेब यांनी शंभूराजे उर्फ संभाजी यांना सांभाळले.

केशव भट, उमाजी पंडित यांच्या मार्गदर्शनाखाली आणि वडिलांच्या देखरेखीखाली शंभूराजांचे शिक्षण सुरू झाले. गडावरचे सवंगडी, सह्याद्रीतील गडकोट, भीमपराक्रमी असणारे वडील, साधनांची उपलब्धता यांच्या जोरावर शंभूराजांचे बालपण आकाराला आले.

शिक्षण

कोकणातील दामोदर भट्ट पुरोहितांचे चिरंजीव केशव पंडित यांनी संभाजीराजांस

संस्कृतची गोडी लावली. मल्हार रामराव चिटणीस यांच्या बखरीत संभाजीराजांच्या शिक्षणासंदर्भात पुढील नोंद आहे.

'घोड्यावर बसणे, शस्त्रविद्या, तालीम, तिरंदाजी' यांचे शिक्षण देवविले. आपण राजे व हे राजपुत्र पुढे राज्यास अधिकारी हेच. आपण महाराष्ट्र आक्रमून धर्मस्थापना केली. ते पुढे वृद्धीस या हाती पावावी. अष्टप्रधान यांतच राजपुत्राची गणना आहे. सर्व अमात्य राजाचा वाम भुज, युवराज, राजपुत्र हा सत्यभुज आहे. त्याअर्थी सुशिक्षित असावे म्हणून अभ्यास करविला... मातब्बर सरकारकून प्रौढ यांजपाशी बसावे. राज्यकारभार माहीत होत जावे असे सांगून करविते झाले.

थोरल्या महाराजांनी (शिवाजीमहाराज) एवढीच व्यवस्था केली नाही तर स्वत:बरोबर ते स्वारीवर शिकारीला नेऊ लागले. त्या काळानुसार घोडेस्वारी, दांडपट्टा, तलवार, भालाफेक, धनुर्विद्या, कट्यार, जंबिया, मल्लविद्या, पोहणे, व्यायाम यांचे शिक्षण देण्यात आले.

पंडितांकडून त्यांनी अष्टादशपुराणे ऐकली. कामंदकीय नीतिसार व इतिहासाचा अभ्यास केला. संस्कृतच्या व्यासंगातून पुढे 'बुधभूषणम्' ग्रंथ रचला. अफजल खानाचे संकट स्वराज्यावर कोसळले तेव्हा संभाजी राजे फक्त दोन वर्षांचे होते. पुढे पन्हाळ्याचा वेढा (१६६०), शायिस्तेखानाची स्वारी (१६६०-६३) हे प्रसंग निभाऊन गेल्यावर मिर्झा राजे जयसिंह, दिलेरखान यांची स्वारी आली. जयसिंहाच्या आक्रमणासमोर स्वराज्याची मात्रा चालली नाही. या प्रसंगी पहिल्यांदाच संभाजीराजांचे नाव मुघल दरबारात पोहोचले. संभाजीराजांचा आयुष्यात प्रथमच मुघलांशी संबंध आला तो येथेच आणि अखेरपर्यंत कायम राहिला.

संभाजीराजांचा विवाह १६६४-६५च्या सुमारास कोकणातील दाभोळ येथील पिलाजीराव शिर्के यांच्या कन्येशी झाला. त्यांचे नाव राजसबाई होते ते बदलून येसूबाई ठेवण्यात आले. अशा रीतीने त्या शिवाजीमहाराजांच्या थोरल्या सूनबाई झाल्या.

पुरंदरचा तह

संभाजीराजांची जडणघडण चालू असतानाच स्वराज्यावर मुघलांचे संकट कोसळले. अफजल खानाची दुर्दशा, सिद्दी जौहरच्या ताब्यातून सुटका, शायिस्तेखानाला शासन यांमुळे औरंगजेबाने मिर्झाराजे जयसिंह यांना स्वराज्यावर चाल करून पाठवले.

१६६५ च्या सुमारास मिर्झाराजे पुरंदरला दाखल झाले. जयसिंह आणि दिलेरखान यांच्यापुढे मुरारबाजी देशपांडे यांनी पराक्रमाची शर्थ केली परंतु त्यांना अपयश आले. मृत्यूपूर्वी मुरारबाजीने मराठ्यांच्या तलवारीचे पाणी मुघलांना पाजले. परंतु, अंतिमत: शिवाजीमहाराजांना या विषम लढाईत अपयश आले. पुरंदरचा तह करण्यात आला. तहाच्या एका अटीनुसार संभाजीराजे यांस मुघलांकडून पाच हजारांची मनसब देण्यात आली. संभाजीराजे मुघलांचे मनसबदार झाले आणि जयसिंहाच्या छावणीत हजर झाले. पुढे

औरंगजेबाच्या भेटीसाठी पिता-पुत्र आग्रा येथे गेले. शिवाजीमहाराजांनी अत्यंत चातुर्याने स्वत:ची सुटका करवून घेतली. परतीच्या प्रवासात संभाजीराजांच्या जिवास धोका नको म्हणून महाराजांनी त्यांना मथुरेत कृष्णाजी माथुरे विश्वासराव यांच्याकडे गुप्तपणे ठेवले. २० नोव्हेंबर १६६६ रोजी ते राजगडावर सुखरूपपणे पोहोचले. महाराजांनी आग्रा येथून परतल्यावर सबुरीचे धोरण स्वीकारले. त्यांना (पुरंदरच्या तहात) गमावलेला प्रदेश पुन्हा मिळवायचा असल्याने त्यांनी संभाजीराजांस औरंगाबादेत पाठविले. महाराजांच्या व्यापक राजनीतीनुसार संभाजीराजे औरंगाबादेस औरंगजेबपुत्र शहजादा मुअज्जम याच्या छावणीत दाखल झाले. मुघल मनसबदारीचा त्यांनी स्वीकार केला. काही दिवसातच ते राजगडला परतले. येथून पुढे संभाजीराजांच्या अधिकच जबाबदारीच्या प्रशिक्षणाला सुरुवात झाली. त्यांना प्रत्यक्ष राज्यकारभाराचे प्रशिक्षण द्यायला सुरुवात झाली. संभाजीराजे युद्ध आघाडीवर जाऊ लागले. रामनगर-जव्हार येथील मोहिमांत ते सहभागी झाले.

याच दरम्यान त्यांची इंग्रज वकील टॉम निकल्स याच्याशी भेट झाली. ६ जून १६७४ रोजी रायगडावर शिवाजीमहाराजांचा राज्याभिषेक झाला. स्वराज्याला अभिषिक्त छत्रपती मिळाले आणि स्वराज्याला पहिला युवराज मिळाला. १६७५-७६ मध्ये गोवा, उत्तर कर्नाटक येथील स्वारीत संभाजी राजे यांनी सक्रिय सहभाग घेतला. १६७६ मध्ये छत्रपती शिवाजी महाराज कर्नाटक स्वारीवर निघाले असता शृंगारपुरी प्रभावळीचे सुभेदार म्हणून त्यांची नियुक्ती झाली. १६७८ मध्ये संभाजीराजांस कन्यारत्न झाले. याच कालखंडात सज्जनगडावर राहायला गेले असता संभाजीराजे अकस्मात मोगलांना जाऊन मिळाले. दिलेरखानाने संभाजीराजांच्या मदतीने भूपाळगड घेतला. मुघली दरबारच्या खऱ्या अंतरंगाचा परिचय झाल्यावर युवराज संभाजीराजे स्वराज्यात परतले.

१६८० च्या जानेवारी महिन्यात छत्रपती शिवाजीमहाराज आणि संभाजीराजे यांची भेट झाली. पितापुत्रांमध्ये दिलजमाई झाली. वातावरणात अधिक सुधारणा होण्याची अपेक्षा असताना छत्रपतींचे अकस्मात निधन झाले. ३ एप्रिल १६८० रोजी छत्रपती शिवाजीमहाराज रायगडावर कैलासवासी झाले. याच महिन्यात संभाजीराजांनी पन्हाळ्यावर स्वराज्याची सूत्रे स्वत:कडे घेतली आणि ते स्वराज्याचे प्रमुख झाले. जून १६८० मध्ये ते रायगडावर आले. त्यांचे मंचकारोहण आणि सुवर्णतुला करण्यात आली. १६ जानेवारी १६८१ रोजी रायगडावर त्यांना राज्याभिषेक करण्यात आला आणि स्वराज्याला दुसरे छत्रपती लाभले. येथूनच पुढे संभाजीराजांची शत्रूच्या उरात धडकी भरविणारी कारकीर्द सुरू झाली.

राज्याची जबाबदारी अंगावर आली म्हणून छत्रपती डगमगले नाहीत कारण छत्रपती शिवाजीमहाराजांनी त्यांच्याकडून उत्तम गृहपाठ करवून घेतला होता. १६७१ पासूनच संभाजीराजांचा राजकारणात सक्रिय सहभाग होता. अभिषिक्त युवराज झाल्यावर ते युद्धआघाड्यांमध्ये नेतृत्व करू लागले होते. न्याय देण्याची वा करण्याची प्रक्रिया त्यांनी

उत्तम साधली. शिवरायांनी त्यांना परकीयांचा अनुभव असावा म्हणून वखारवाल्यांशी चर्चेला पाठविले होते. सैनिकांना संभाजीराजांचा सहवास प्रिय होता आणि सैन्य त्यांच्या आज्ञा पाळीत होते. छत्रपती शिवाजी महाराजांच्यानंतर स्वराज्याचे आव्हान संपविणे सोपे आहे असे औरंगजेबाला वाटू लागले होते ते खोटे ठरविण्याची जबाबदारी छत्रपती संभाजीमहाराजांवर आली.

मुद्रा

छत्रपती संभाजीमहाराजांनी स्वत:च्या मुद्रेने राज्यकारभार सुरू केला.

श्री शंभो: शिवजातस्य मुद्राद्यौरिव राजते ।
यदंकसेविनो लेखा वर्तते कस्य नोपरि ॥

अर्थ : संभाजीमहाराजांची राजमुद्रा सूर्याच्या तेजाप्रमाणे (प्रभे) शोभते आणि राजमुद्रेची अश्रित असलेली लेखा (कोर) कोणावरही अंमल गाजविते अशी ही शिवपुत्र शंभूची मुद्रा प्रकाशित आहे.

राज्यातील वातावरण पूर्ववत होताच महाराजांनी खजिन्याची मोजदाद केली. कारभाऱ्यांना विश्वासात घेतले. स्वराज्याची समुद्री सीमा सुरक्षित राखण्यासाठी राजापूरला ५० गलबते आणि ५ हजार सैन्याला सज्जतेचे आदेश देण्यात आले. महाराजांचे वकील आवजी पंडित इंग्रजांना जाऊन भेटले. १६८० च्या डिसेंबर महिन्यात राजांनी सोलापूरवर स्वारी केली आणि मुघलांना तलवारीचे पाणी पाजले.

प्रशासन

राज्याला स्थैर्य आणण्यासाठी त्यांनी अष्टप्रधान मंडळ नेमले. प्रधान मंडळ पुढीलप्रमाणे-

१) पेशवे - निळो मोरेश्वर पिंगळे
२) मुजुमदार - आण्णाजी दत्तो
३) डबीर - जनार्दनपंत
४) चिटणीस - बाळाजी आवजी
५) सुरनीस - आबाजी सोनदेव
६) सरनौबत - हंबीरराव मोहिते
७) दानाध्यक्ष - मोरेश्वर पंडितराव
८) वाकेनवीस - दत्ताजीपंत
मुख्य न्यायाधीश - प्रल्हाद निराजी
छंदोगामात्य - कवी कलश
वरीलप्रमाणे सर्वांना कामे नेमून दिली.

महाराज × मुघल संघर्ष

प्रशासनाच्या पातळीवर शांतता प्रस्थापित झाल्यावर आदिलशहा, कुतुबशहा, मुघल, इंग्रज, सिद्दी, पोर्तुगीज, डच, फ्रेंच हे मराठ्यांच्या राज्याचा ऱ्हास इच्छिणारे शत्रू आगळिकीची वाट पहात होते. राजांनी बुऱ्हाणपूर शहरावर हल्ला करण्याचे योजले.

बुऱ्हाणपूर

(हे शहर सध्याच्या मध्यप्रदेशातील पूर्व निमाड जिल्ह्यातील तापी नदीच्या किनाऱ्यावर आहे.) 'ऐन - इ - अकबरी' या ग्रंथानुसार बुऱ्हाणपूर हे शहर मोगल साम्राज्यातील दुसऱ्या क्रमांकाचे, बागबगिचे, उद्याने असणारे, कलाकुसर, चांदीच्या तारा, सुवर्णतारा गुंफण्याचे कुशल कारागिरांचे शहर होते. बुऱ्हाणपूर शहराच्या बाहेर खुर्रमपुरा, बहादूरपुरा, शहाजंगपुरा, इ. सतरा पुरे होते. बहादूरपुरा हा सर्वात जास्त श्रीमंतांचा भाग होता. सोने, चांदी, हिरे, मोती, माणके, जडजवाहीर, उंची वस्तू, उंची अत्तरे, उंची वस्त्रे यांच्या व्यापाराचे हे केंद्र होते. जणू सोन्याची लंका!

औरंगजेबाच्या आईचे (मुमताज महल) मृत्युस्थान, औरंगजेबाच्या दोन बहिणींचे (रोशनआरा, गोहरआरा) जन्मस्थान, औरंगजेबाची दोन मुले (आज्जम, मुअज्जम) येथेच जन्मली, औरंगजेबाला हिराबाई उर्फ जैनाबादी महल ही पत्नी येथेच मिळाली. त्यामुळे हे शहर म्हणजे औरंगजेबाचे मर्मस्थान होय.

आक्रमण

अशा बुऱ्हाणपूरचे संरक्षण करण्यासाठी खानजहान हा सुभेदार आणि काफरखान अफगाण यांच्या हाताखाली फक्त २०० माणसांची फौज होती. हंबीरराव मोहिते यांनी २० हजारांची सेना घेऊन बुऱ्हाणपूरवर हल्ला केला. ३० जानेवारी १६८१ या दिवशी केलेल्या हल्ल्यात मराठ्यांना तीव्र प्रतिकार झालाच नाही. सोने, चांदी, जडजवाहीर, मौल्यवान साहित्य मराठ्यांनी बरोबर घेतले आणि ते साल्हेरला निघून गेले. येथील नागरिकांनी मराठ्यांच्या हल्ल्याची बातमी औरंगजेबाजवळ पोहोचविली. चिडलेल्या औरंगजेबाने 'दक्षिणच्या काफरांचा बिमोड करण्यासाठी मी स्वत: येत आहे.' असे कळविले. औरंगजेबाने हा निरोप बऱ्हाणपूरला पोहोचवला तेव्हा मराठे औरंगाबाद शहरात घुसून मुघलांचा प्रदेश जिंकीत होते. पुढे मराठ्यांनी नळदुर्ग किल्ल्यावर हल्ला केला.

छत्रपती संभाजीमहाराजांनी शत्रूच्या खोल प्रदेशात दूरवर मुसंडी मारून हल्ले केले. यामुळे मुघलांची ताकद विभागली गेली आणि गनिमीकावा पद्धत, स्वत:ची कमीत कमी हानी तर शत्रूची जास्तीत जास्त हानी. पराभवाची शक्यता दिसताच पळून जाणे, शत्रुसंख्या कमी असताना मुघलांशी सपाट मैदानात समोरासमोर टक्कर देणे या गोष्टी मराठ्यांनी अवलंबिल्या.

संघर्ष

याच काळात छत्रपतींनी कर्नाटकातील प्रमुख रघुनाथ नारायण हणमंते यांच्याऐवजी हरजीराजे महाडिक आणि शामजी नाईक पुंडे यांच्या ताब्यात प्रदेश दिला. कर्नाटकातील प्रश्नांचा निपटारा होत असताना मुघल फौजा कल्याण-भिवंडीत उतरल्या.

नोव्हेंबर १६८१ मध्ये हसनअलीखान बहादूर चौदा हजार फौजेसह तळकोकणात उतरला. जुन्नर ते कल्याणपर्यंतचा प्रदेश जिंकण्याचा त्याला आदेश होता. प्रत्यक्षात त्याला यश मिळाले नाही. कल्याण-भिवंडी परिसरातील प्रदेश जाळून तो परतला. मुघलांची एक तुकडी रामसेज किल्ल्याला (दिंडोरी तालुका, नाशिक जिल्हा) वेढा घालायला गेली. रामसेजच्या किल्लेदाराने मराठ्यांच्या तलवारीचे असे काही पाणी दाखविले की औरंगजेबाचे भले भले सरदार पराभूत झाले. हा वेढा संभाजीराजे यांच्यासाठी आणि स्वराज्यासाठी चिरस्मरणीय ठरला (१६८२).

या लढाईच्या धामधुमीत स्वराज्याला युवराज मिळाले छत्रपती संभाजी राजे आणि महाराणी येसूबाई साहेब यांना पुत्ररत्न झाले. (१८ मे १६८२) मुलाचे नाव शिवाजी (नंतरचे छत्रपती शाहू) ठेवण्यात आले.

आत्तापर्यंतच्या विषम लढाईत हसनअलीखान, खानजहान बहादूर, इब्राहिमखान, कासीमखान, राजपूत सरदार पूर्ण पराभूत झाले. कल्याण, भिवंडीच्या जोडीला आता नाशिक, बागलाण येथे मुघलांचे हल्ले सुरू झाले. त्याला प्रतिउत्तर म्हणून मराठ्यांनी अहमदनगर-औरंगाबादवर हल्ले चढविले. औरंगजेबाच्या सगळ्याच सरदारांनी छत्रपती संभाजीराजांची धास्ती घेतली होती. ३० जुलै १६८२च्या पत्रातून कारवारकर इंग्रज सुरतकरांना लिहितात–

"मोगल बादशहा (औरंगजेब) संभाजीविरुद्ध इतका चिडला आहे की, त्याने आपल्या डोक्याची पगडी (किमॉश) खाली उतरवली आणि शपथ घेतली की त्याला मारल्याशिवाय किंवा राज्यातून हाकलून दिल्याशिवाय मी ती डोक्यावर घालणार नाही." अशी त्याने प्रतिज्ञा केली आहे.

औरंगजेब दक्षिणेत उतरून दोन वर्षे पूर्ण व्हायच्या आतच छत्रपतींनी त्याची वरीलप्रमाणे अवस्था केली. याच काळात संभाजीराजांनी कर्नाटकात धाव घेऊन म्हैसूरकरांना मराठ्यांचे मांडलिक केले. १६८३ च्या सुरुवातीला सरसेनापती हंबीरराव मोहिते यांनी २० हजार फौजेसह कल्याण-भिवंडीवर छापा घातला. उभयतांचे नुकसान झाले. औरंगजेबाने प्रचंड नुकसानीमुळे कल्याण-भिवंडी मोहीम गुंडाळली. आता औरंगजेब गोवा प्रदेश घेण्याच्या विचाराने प्रेरित झाला. सप्टेंबर १६८३ मध्ये त्याने शाहजादा मुअज्जम याची नेमणूक मराठ्यांचे पारिपत्य करणे आणि गोवा ताब्यात घेणे यासाठी केली. त्याच्या बरोबर ५० हजारांची फौज देण्यात आली. त्याच्या फौजेचा प्रवास सुरू होताच मराठ्यांनी गनिमीकाव्याच्या

लढाईला सुरुवात केली, एवढ्या मोठ्या सैन्याला सामोरे जाण्याची मराठ्यांची तयारी नव्हती. दुष्काळ आणि मानवनिर्मित संकटांना तोंड देत मुघल सेना गोव्यात पोहोचली. विजयाच्या उन्मादात त्यांनी मराठ्यांचा आणि पोर्तुगिजांचाही प्रदेश जाळला. शहाआलम हात हलवीत परतला. मराठ्यांचा नाश करण्यासाठी औरंगजेब आपल्या प्रत्येक सरदाराला त्यांच्या कामकाजाच्या भागातील (महाराष्ट्रातील) नकाशा तयार करण्यास सांगू लागला.

कोथळा किल्ला

मराठ्यांचे कोठार व शस्त्रागार कर्जतच्या ईशान्येस असणाऱ्या कोथळागडावर होते. रायगडवरील मुन्शी काजी हैदर मुघलांना फितूर होऊन मिळाला. त्याला किल्ल्याची अंतर्गत रचना माहीत होती. फितुरीच्या जोरावर औरंगजेबाने हा किल्ला जिंकला. १६८५-८६ या काळात औरंगजेबाच्या हे लक्षात आले की, चिवट मराठे युद्धात नाश पावण्याची शक्यता कमी आहे पण फितुरी, वतनाची आशा, बक्षिसी, अमाप पैसा दिला तर ते स्वराज्य सोडून आपल्याकडे येतील. औरंगजेबाच्या या धोरणाला यश येण्याची चिन्हे दिसू लागली.

विजापूर व भागानगर

मराठ्यांना आटोक्यात आणणे अवघड होऊ लागताच धूर्त औरंगजेबाच्या डोक्यात एका जुन्याच कल्पनेने पुन्हा मूळ धरले. छत्रपती शिवाजीमहाराजांनी आदिलशाही आणि कुतुबशाही यांच्या बरोबर सलोख्याचे संबंध प्रस्थापित केले होते. या दोन्ही शाह्या आतून स्वराज्याला मदत करतात असा संशय औरंगजेबाला होताच. औरंगजेबाने विजापूरवर हल्ला केला. १४ सप्टेंबर १६८६ रोजी विजापुरात विजेता म्हणून औरंगजेब प्रवेश करता झाला. आदिलशाहीचा अवतार समाप्त झाला. १६८७ मध्ये कुतुबशाहीचीसुद्धा तीच अवस्था झाली. भागानगरचे पारिपत्य झाल्यावर मुघलांना एकच शत्रू उरला होता तो म्हणजे मराठे. अखेरच्या शत्रूला नाउमेद करण्यासाठी सत्तरीतील औरंगजेब निघाला. याच काळात मराठ्यांच्या सैन्याचे प्रमुख हंबीरराव मोहिते यांनी मुघलांविरुद्धच्या संघर्षात वीरमरण पत्करले.

आक्रमण

मुघलांनी १६८७ मध्ये पुन्हा जोराचा प्रतिकार महाराष्ट्रात सुरू केला. साल्हेर-मुल्हेर किल्ले घेतले. पुणे, चाकण, भीमा नदीचा प्रदेश, नीरथडी, शिरवळ, भोर, शिवापूर, मावळ, कऱ्हाड, इस्लामपूर, कोरेगाव, नाशिक, बागलाण, जुन्नर, सुपे, इंदापूर या ठिकाणी मुघलांची ठाणी वसली. रामसेजचा किल्ला फितुरीने जिंकला. याच वेळेला औरंगजेबला आणखी एक गोष्ट अनुकूल ठरली. त्याचा बंडखोर राजपुत्र अकबर इराणला पळून गेला.

मराठ्यांना संपविण्यासाठी शहजादा महम्मद आज्जम यास चाळीस हजार फौज देण्यात

आली. शेख निजाम हैद्राबादी उर्फ मुकर्रबखान यास स्वतंत्रपणे रवाना करण्यात आले. पुन्हा एकदा महाराष्ट्रात सर्वशक्ती एकवटल्यावर मुघलांनी नाशिक भागातील पट्टा, अलंग, मदन, कुलंग, रतनगड किल्ले घेण्याचे ठरविले व जिंकले. होलगड, त्र्यंबक, सामानगड याही किल्ल्यांवर अशीच परिस्थिती होती. १६८८ च्या सुमारास विजापुरात प्लेगची साथ पसरल्यामुळे औरंगजेब अकलूजला राहायला आला. येथेच औरंगजेबाला शिर्के आणि छत्रपती यांच्यात कवी कलश मुळे भांडण झाले असे समजले. कवी कलशचा राजकारणातील सहभाग, न्यायदानातील हस्तक्षेप, वतन देण्याविषयीचा दृष्टिकोन, परस्पर आज्ञा देण्याचे प्रमाण यांमुळे रायगडावरील मंडळी दुखावली गेली होती. काही फितूर मराठे सरदार औरंगजेबाला बातम्या पुरवीत होते. यातूनच औरंगजेबाला कळले की महाराज वारंवार खेळणा, पन्हाळगड, संगमेश्वर येथे मुक्कामाला जातात. औरंगजेबाने मुर्करबखानाला या प्रदेशात वेढा सख्त करण्याचा आदेश दिला.

अखेरचा संघर्ष

शिवनेरी, चाकण, अहमदनगर, तुळापूर, बहादूरगड, शिरवळ, वाई, राजगड, कऱ्हाड, इस्लामपूर, कोल्हापूर, मिरज, बेळगाव येथे मुघलांचा प्रत्यक्ष अंमल सुरू झाला. औरंगजेबाने मुकर्रबखानाला छत्रपतींना संगमेश्वर मुक्कामी पकडण्याचा आदेश दिला. कार्यक्षम हेरखाते, फितूरांची मदत आणि लष्कराच्या बळावर छत्रपतींना पकडायचे ठरले. याच वेळेला छत्रपती, सरनौबत म्हालोजी घोरपडे, संताजी घोरपडे, खंडोबल्लाळ व ४००-५००स्वार संगमेश्वरी मुक्कामाला आल्याचे मुकर्रबखानला समजले.

हा परिसर (हल्लीच्या रत्नागिरी जिल्ह्यातील संगमेश्वर हे ठिकाण रत्नागिरी पासून ३५ कि.मी. अंतरावर आहे.) छत्रपतींच्या राहण्याला गैर होता. या डोंगरदऱ्यांनी व निबिड अरण्यात वसलेल्या ठिकाणी मजबूत लष्करी ठाणे वा किल्ला नव्हता. गावास तटबंदी नव्हती. मुकर्रबखानाने दोन हजार घोडेस्वार आणि एक हजार पायदळ बरोबर घेतले. तो संगमेश्वरी निघाला. अत्यंत अवघड वाटा, डोंगर दऱ्या पार करून मुकर्रबखान संगमेश्वरास पोहोचला. गावाला पूर्ण वेढा दिला. कवी कलश आणि छत्रपती ज्या हवेलीत होते तिकडे घनघोर युद्ध सुरू झाले. कवी कलशास बाण लागला. सेनापती म्हालोजी घोरपडे यांना वीरमरण आले. कलश आणि छत्रपतींना पकडण्यात आले. संताजी घोरपडे व खंडोबल्लाळ शत्रूच्या हाती लागले नाहीत. बादशहाला निरोप पाठविण्यात आला. १५ फेब्रुवारी १६८९ रोजी बादशहाच्या समोर अहमदनगर जिल्ह्यातील श्रीगोंदा तालुक्यातील पांडे-पेडगाव येथे असणाऱ्या स्थलदुर्गापाशी ही भेट झाली. मुगल छावणीत कित्येक वर्षांत प्रथमच आनंदाचे वातावरण निर्माण झाले. अत्यंत अपमानास्पद रीतीने छत्रपतींना वागवण्यात आले. मुघलांना आनंद झाला कारण त्यांना वाटले आता मोहीम संपली आपण उत्तर भारतात परत जायचे.

औरंगजेबाला वाटले आपण आता खऱ्या अर्थाने 'आलमगीर' (जगज्जेते) झालो. छत्रपती व यांस साखळदंडाने बांधण्यात आले होते. छत्रपतींनी बादशहासमोर वाकण्यास नकार दिला. औरंगजेबाने दोघांचेही डोळे काढण्याची व जीभ कापण्याची आज्ञा दिली. ३ मार्च १६८९ या दिवशी बादशहाने छत्रपतींना ठार मारण्याची आज्ञा दिली. ११ मार्च १६८९ रोजी या दोघांनीही स्वराज्यासाठी प्राणार्पण केले.

महाराणी येसूबाईंनी व्यक्तिगत दुःख बाजूला ठेवून राजाराममहाराजांचे मंचकारोहण रायगडावर केले आणि मराठ्यांचा स्वातंत्र्यसंग्राम चालूच राहिला. रायगडाला जो वेढा दिला होता त्यातून येसूबाई आणि पुत्र शिवाजी (नंतरचे ख्यातकीर्त छत्रपती शाहूमहाराज) यांनाही कैद करण्यात आले. १७०७ मध्ये मुघली कैदेतून शाहू महाराजांची सुटका झाली. पुढे बाळाजी विश्वनाथ भट या मुत्सद्द्याने येसूबाईंची सुटका मुघल कैदेतून केली. १७३०च्या दरम्यान त्यांनी इहलोकीचा निरोप घेतला. येथून पुढील भागात छत्रपती संभाजीमहाराज व पोर्तुगीज, सिद्दी, फ्रेंच, इंग्रज, यांच्याशी असणाऱ्या संबंधांचा आढावा घेतला आहे. औरंगजेबपुत्र शहजादा अकबराचाही स्वतंत्र आढावा घेतला आहे.

मराठे × पोर्तुगीज

छत्रपती शिवाजीमहाराजांनंतर छत्रपती संभाजीमहाराजांकडे स्वराज्याची सूत्रे आल्यावर मराठे व पोर्तुगीज संबंधांच्या परिस्थितीत फारसा फरक पडला नाही. गोव्याचा तत्कालीन व्हॉइसरॉय (विजरई) 'अंतोनिया पाइस द सांदे' आणि छत्रपती एकमेकांचा अंदाज घेत होते. पुढे सप्टेंबर १६८१ मध्ये 'दो फ्रान्सीस्कु द लाव्हर कोंदि द ताल्व्होर' हा व्हॉइसरॉय झाला आणि परिस्थितीत बदल घडून आला. जंजिऱ्याच्या सिद्दीने चौल बंदरात (पोर्तुगिजांची मालकी असलेला भाग) येऊन मुक्काम करून मराठ्यांच्या प्रदेशात घुसून जाळपोळ केली. छत्रपतींनी पोर्तुगिजांना सिद्दीविरुद्ध कारवाई करण्याचा आग्रह धरला मात्र परिस्थिती 'जैसे थे' राहिली.

१६८३ च्या सुरुवातीला पोर्तुगिजांनी आपल्या मुलखातून मुघलांना ये-जा करण्यास परवानगी दिल्यामुळे छत्रपतींनी पोर्तुगिजांविरुद्ध हालचाली सुरू केल्या. दोघेही एकमेकांचे नुकसान करीत होते. या वेळेला पोर्तुगिजांच्या वसाहतीचा विस्तार पुढीलप्रमाणे होता. राजधानी गोवा येथे होती. दीव, दमण, पार नदीपासून कारंजापर्यंतची किनारपट्टी, चौल, बारदेश, साष्टी प्रदेश, तर होनावर गंगोळी, बसरूर, मंगलोर, कण्णूर, कोंडुगल्लुर, कोच्चीन, कोल्लम हे किल्ले असा एकूण प्रदेश होता.

छत्रपती आणि पोर्तुगीज यांच्यात वितुष्ट येण्याची कारणे म्हणजे रामनगरचे राज्य, चौल येथील मराठ्यांच्या बांधकामाला पोर्तुगिजांचा विरोध, गोव्यातील जबरदस्तीची धर्मांतरे, समुद्री व्यापारातील लुटालूट ही होत.

पोर्तुगिजांना धडा शिकवण्यासाठी १६८३ मध्ये मराठ्यांनी सध्याच्या ठाणे जिल्ह्यातील डहाणू, वसई व तारापूर वर हल्ला केला. चौलला वेढा देऊन अमझोर, तळोजे, कोळव, माहीम, दंतोरा, सारगांव, सुपारा ही ठाणी मराठ्यांनी घेतली.

फोंडा संग्राम

मराठ्यांच्या पोर्तुगीज प्रदेशातील विजयमाला खंडित करण्यासाठी पोर्तुगीजांनी फोंड्यावर आक्रमण केले. पोर्तुगिजांकडे २७०० सैन्य होते. फोंडा किल्ला मजबूत, सभोवताली खंदक असणारा होता. फोंडा किल्ल्यात येसाजी व कृष्णाजी कंक होते. किल्ल्याला पोर्तुगिजांनी वेढा दिला. सततच्या तोफांच्या माऱ्याने बुरुजाला भगदाड पडले. किल्ल्याच्या आतील मराठ्यांनी पराक्रमाची शर्थ करून शत्रूला आत येऊ दिले नाही. उलट, पोर्तुगिजांवर जोरदार हल्ला करून तीनशे पोती तांदूळ, दोनशे बैल व चीजवस्तू पळविल्या. पोर्तुगिजांनी तात्पुरती माघार घेतली व ते दुर्भट या ठिकाणी आले असता मराठ्यांनी पायदळाच्या तुकडीतील सर्व पोर्तुगीज सैन्य ठार मारले. या फोंडासंग्रामात कंक पितापुत्रांनी विलक्षण पराक्रम गाजविला.

पुढे जुवे बेटावरील सांत इस्तेव्हाव किल्ला येथे मराठ्यांनी अकस्मात हल्ला केला. किल्लेदाराला ठार मारले. विजरई कोंद दी आल्व्हर आणि कॅप्टन दोम द रोड्रीगो कास्ता जीव वाचवून पळाले. संपूर्ण गोव्यातून पोर्तुगिजांचे निर्दालन करण्याची वेळ समीप आली असतानाच शहाआलम मोठे सैन्य घेऊन पोर्तुगिजांच्या मदतीस येत असल्याची बातमी समजताच छ. संभाजी राजे मागे फिरले. मराठ्यांना घाबरून पोर्तुगीज मार्मागोवा भागात आश्रयाला गेले. मराठे परतीच्या प्रवासात असताना त्यांनी साष्टी व बारदेशवर हल्ला केला. पोर्तुगीज आणि मराठे यांच्यात तह होण्याच्या शक्यता निर्माण झाल्या होत्या, परंतु त्याही निष्फळ ठरल्या. कोणालाच हा संघर्ष फायद्यात पडला नाही.

मराठे × सिद्दी

छत्रपती शिवाजी महाराजांच्या नंतर स्वराज्याच्या सीमांना जंजिरेकर सिद्दी त्रास देऊ लागला. लुटालूट, जाळपोळ, जुलूम, जबरदस्ती हे प्रकार त्याने मुंबई बेट आणि उंदेरी येथून करायला सुरुवात केली. उंदेरीचा भाग जिंकल्यास सिद्दीला जेरीस आणता येईल या विचाराने छत्रपती संभाजीमहाराजांनी नाविक सामर्थ्य सुसज्ज करण्यास सुरुवात केली. २२ गलबते आणि तीन हजार नाविकांनिशी मराठ्यांनी उंदेरी बेटांवर स्वारी केली (ऑगस्ट १६८०) परंतु यश मिळाले नाही. सिद्दी आणि इंग्रज यांचा शत्रू एकच असल्यामुळे दोघेही स्वार्थासाठी एकत्र आले होते. आपटे आणि नागोठणे ही मराठ्यांची गावे सिद्दीने लुटली. सिद्दीला कायमचा धडा शिकवण्यासाठी छत्रपतींनी जंजिऱ्याची मोहीम हाती घेतली. ५ हजार

खलाशी, १५० गलबते यातून मारा चालू होता. १५ दिवस तोफांचा भडिमार चालू होता. यश मिळविण्यासाठी जंजिऱ्याची खाडी बुजवून टाकून तीवरून रस्ता करण्याचे ठरले. भराव टाकण्याचे प्रयत्न सुरू असताना समुद्राला भरती आली आणि मराठ्यांचे प्रयत्न अयशस्वी ठरले. याच वेळी औरंगजेबाचा सरदार हसन अलीखान कल्याण-भिवंडीत उतरला. त्याचा समाचार घेण्यास छत्रपती गेले. सिद्दीविरोधात दादाजी रघुनाथ लढत राहिले परंतु यश आले नाही.

सुवर्णदुर्ग हल्ला

१६८७ मध्ये औरंगजेबाने महाराष्ट्रात मराठ्यांविरुद्ध मोहीम तीव्र केली होती. बदलत्या वातावरणाचा फायदा घेऊन सिद्दीने अचानक मराठ्यांच्या ताब्यातील सुवर्णदुर्गवर हल्ला चढविला. मराठ्यांची रसद रोखली. किल्लेदाराला प्रलोभने दाखवण्यात आली. किल्लेदार किल्ला सिद्दीला देणार एवढ्यात स्वराज्यनिष्ठ कान्होजी आंग्रे याने किल्लेदाराला बाजूला सारून सूत्रे स्वतःच्या हाती घेतली. याचे विशेष कौतुक छत्रपतींनी केले. सुवर्णदुर्ग राखला गेला.

मराठे × फ्रेंच

मुघल-मराठे संघर्षात फ्रेंचांनी सुरुवातीला तटस्थतेचे धोरण स्वीकारले होते. मुघलांची सरशी होते आहे हे पाहून फ्रेंचांनी मुघलांचा अनुनय करण्याचे धोरण स्वीकारले.

मुघल सरदार मोहम्मद सादिक ६००० स्वार घेऊन कर्नाटकात आला असता पाँडेचरीचा गव्हर्नर फ्रान्सिस मार्ता याने सादिकची भेट घेतली. भेट घेतल्याचा परिणाम म्हणून पाँडेचरीच्या फ्रेंचांनी स्वतःच्या वखारीला तटबंदी घालण्याचे काम सुरू केले. कर्नाटकातील स्वराज्याचे कारभारी व छत्रपतींचे विश्वासू हरजीराजे महाडिक यांनी या बांधकामास हरकत घेतली.

१६८८ मध्ये चाललेल्या या हालचालींचे दूरगामी परिणाम लक्षात घेता मराठ्यांनी हे काम बंद करण्याचा हुकूम फ्रेंच गव्हर्नरला दिला. फ्रेंच वकिलाने हरजीराजे यांची जिंजी येथे भेट घेतली. बोलणी समाधनकारक न झाल्यामुळे मराठे-फ्रेंच संबंधात कटुता आली.

समाधानकारक तोडगा काढण्यासाठी फ्रेंचांनी एम. झेरमन हा वकील मराठ्यांकडे पाठवला. मराठ्यांच्या वतीने निमाजी केशव चर्चा करीत राहिले. फ्रेंचांनी तंजावरच्या वखारीत राहण्यास जाण्याचे कबूल करून, पाँडेचरीच्या तटबंदीचे बांधकामातील चार बुरुजांची उंची ठरविणे मराठ्यांच्या मर्जीनुसार करता येईल असे कबूल केले. यासाठी मराठ्यांना विशिष्ट रक्कम देण्याचे मान्य केले. रकमेतील काही भाग मिळताच मराठ्यांनी बांधकामाची परवानगी दिली. पाँडेचरीतील फ्रेंचांचे वर्चस्व वाढण्याच्या भितीने डच नाराज झाले. त्यांनी फ्रेंचांवर आक्रमण केले. फ्रेंच मराठ्यांकडे मदतीसाठी धावले. खुद्द छत्रपतीच

अटकेत सापडल्याने मराठ्यांना फ्रेंचांना मदत करणे अवघड झाले. मराठ्यांची मदत मिळत नाही हे पाहताच फ्रेंचांनी दमबाजीचे धोरण स्वीकारले. परंतु, हरजीराजे महाडिक यांचेच यावेळी निधन झाले आणि प्रश्न सुटला नाही.

मराठे × इंग्रज

छत्रपती शिवाजी महाराजांच्या मृत्यूनंतर छत्रपती संभाजी महाराजांचा अंदाज इंग्रज घेत होते. मुघल सैन्य औरंगजेबानिशी महाराष्ट्रात उतरल्यावर मराठ्यांवरील दडपण वाढले. एकाच वेळी अनेक शत्रूंशी लढणे विनाशाला निमंत्रण ठरेल म्हणून छत्रपतींनी आपले वकील प्रल्हाद निराजी यांना इंग्रजांकडे पाठवले. सिद्दीची लूटमार थांबवा, आमच्याशी (इंग्रजांशी) मैत्री संबंध वाढवा प्रसंगी तुम्हाला पैसे / सोने मदत करू असा निरोप इंग्रजांनी दिला. परंतु, परिस्थितीत काहीच फरक पडला नाही.

मुघल, पोर्तुगीज, सिद्दी यांच्याशी छत्रपती संभाजी महाराजांचा अविरत संघर्ष चालूच होता. या संघर्षासाठी शस्त्रसज्जतेची गरज होती. १६८४ च्या सुमारास महाराजांनी इंग्रजांकडे दारूगोळा, तोफा, कथिल, जाड कापड, लहान-मोठी जहाजे यांची मागणी केली. परंतु, इंग्रजांनी नेहमीप्रमाणे पुरवठा करण्यासंबंधी टाळाटाळ करण्यास सुरुवात केली. यातूनच पुढे चर्चेच्या फेऱ्या झाल्या. दोन्हीकडचे दूत एकमेकांना भेटले. इंग्रज व मराठे यांच्यात तह घडून आला. तहातील प्रमुख गोष्टी पुढीलप्रमाणे :

एकमेकांनी भूतकाळ विसरून सहकार्य करणे, इंग्रज व मराठी व्यापाऱ्यांना एकमेकांच्या प्रदेशात ये-जा करण्यास स्वातंत्र्य राहील, न्यायदानप्रक्रिया उभयपक्षांना बंधनकारक असेल, आयात मालावर कर आकारावा, इंग्रज वखारीचे चुकून नुकसान झाल्यास मराठे भरपाई देणार, दोघांनी समुद्री व्यापारात एकमेकांना मदत करणे, निर्यात जकातमुक्त, अंतर्गत प्रश्नात हस्तक्षेप नको, गुन्हेगारांना आश्रय न देणे, मराठ्यांच्या प्रदेशातून कोणाही व्यक्तीला इंग्रज गुलाम म्हणून खरेदी करू शकणार नाहीत, त्यांचे धर्मांतर न करणे आणि कर्नाटक संदर्भात ११ कलमे करारात घालण्यात आली.

या कराराने जुनी भांडणे संपली; इंग्रजांना नुकसानभरपाई मिळण्याचा मार्ग मोकळा झाला. सिद्दीचा बंदोबस्त झाला. त्याला स्वत:चे आरमार मुंबईजवळून हलवावे लागले. अर्थात असे असले तरी उभयतांच्या मनात एक नक्की होते की वेळ येताच तह मोडला जाणार होता.

धरणगाव वखार :

तहाची शाई वाळण्याला एक वर्ष पूर्ण व्हायच्या आतच फेब्रुवारी १६८५ मध्ये मराठ्यांचे सरदार भिमाजी मोरे, निळो मोरेश्वर व रंगराव यांनी धरणगाववर हल्ला केला. इंग्रजांनी वखार जाळली. ३-४ हजार रुपये लूट मिळविली.

अकबर प्रकरण

शहजादा अकबर : औरंगजेबाची पत्नी दिलरसबानू उर्फ रबिया उद् दुराणी हिचे पाचवे अपत्य म्हणजे मोहंमद अकबर; याच्या जन्मानंतर आई एक महिन्याने वारली. म्हणून औरंगजेबाने या मुलाकडे विशेष लक्ष देऊन त्याला वाढविले. दहा वर्षे पूर्ण होण्याच्या आतच त्याला आठहजारी मनसबदारी देण्यात आली. माळवा सरसुभेदार, लाहोरचा सुभेदार इत्यादी पदे त्याने भूषविली. १६८० मध्ये त्याला ४० हजार मनसब देऊन चितोडवर हल्ला करण्यास पाठवले. हा राजस्थानमध्ये पोहोचल्यावर राजपुतांनी त्याला दिल्लीचा बादशहा करण्याचे आश्वासन दिले. उदयपूरची सेना आणि वीर दुर्गादास राठोड यांच्यामुळे अकबराची सुप्त इच्छा जागी झाली. अकबराने स्वतःची नाणी पाडली. औरंगजेबाचा मुक्काम उदयपूरच्या अनासागर भागात होता. अकबर औरंगजेबाविरुद्ध चालून गेला. औरंगजेबाने यावेळी कपटाचा आश्रय घेतला. एक खोटे पत्र तयार केले. ते पत्र राजपुतांच्या हातात पडेल अशी व्यवस्था केली. या पत्रातील मजकुरानुसार अकबर व औरंगजेबाची सेना ऐन युद्धात राजपुतांची कत्तल करणार होते. पत्र वाचताच राजपूत अकबराला सोडून गेले. औरंगजेबाचा न लढताच विजय झाला. अकबर पळाला आणि महाराष्ट्रात छत्रपतींच्या आश्रयाला आला. कोकणातील पालीजवळ धोडसे गावात अकबराची व्यवस्था करण्यात आली. याच कामात स्वराज्यातील काही मानकऱ्यांनी अकबराबरोबर संधान बांधून छत्रपतींविरोधात कट केला होता. त्याचा बंदोबस्त राजांनी केला.

औरंगजेबाचे महाराष्ट्रावर आक्रमण : मराठ्यांच्या वाढत्या वर्चस्वाला आळा घालणे, अकबराला शासन करणे, जिहाद आणि पुण्यसंपादन या चार प्रमुख कारणांसाठी औरंगजेब ८ सप्टेंबर १६८१ रोजी दक्षिणेकडे निघाला. डॉ. जॉन करेरी या युरोपीय प्रवाशाने औरंगजेबाच्या छावणीस भेट घेऊन तिचे वर्णन केले आहे.

'बादशाही फौज ३ लाख स्वार व ४ लाख पायदळ, तिचा विस्तार सुमारे ५० किलोमीटर (तीस मैल), युरोपीय गोलंदाज असणारा तोफखाना, छावणीचे नुसते सामान वाहण्यास १२५ हत्ती' यावरून आपणास भव्यतेचा अंदाज येईल. एवढी भव्य सेना महाराष्ट्रात प्रवेश करीत होती. तेव्हा मराठ्यांनी तिचे स्वागत औरंगाबाद, सोलापूर, पेडगाव येथे मुघल प्रदेशावर स्वारी करून केले.

अकबराला हाताशी धरून मुघलांविरुद्ध लढा देण्याचे धोरण संभाजीराजांनी आखले. अकबराला स्वराज्य, स्वराज्यामागील प्रेरणा समजणे अवघड होते. महाराष्ट्रात आश्रित म्हणून आल्यावरसुद्धा त्याच्या वागणुकीत फारसा फरक पडला नव्हता. अकबराचे छंदी-फंदी वागणे सुधारले नव्हते. तो स्वतःला सम्राट समजू लागला. कवी कलशबरोबर त्याची मैत्री वाढली. युद्धाचा त्याला मनस्वी कंटाळा असल्याने आपणास सम्राटपदी नेमण्याचे कार्य

मराठ्यांनी स्वत:चे रक्त सांडवून करावे असे त्याला वाटले. मराठ्यांच्या मदतीने स्वप्नपूर्ती होत नाही हे पाहून जीव वाचविण्यासाठी अकबराने १६८४ सुमारास औरंगजेबाशी तह करण्याचा अयशस्वी प्रयत्न केला.

अकबराचे पलायन

औरंगजेब भागानगरमध्ये कुतुबशहाशी लढण्यात गुंतला असताना अकबराने काही सैन्य घेऊन महाराष्ट्रातून उत्तरेत जाण्याचा प्रयत्न केला. औरंगजेबाने दूरदृष्टीने नगर जवळ ठेवलेल्या सैन्याने अकबराची वाट रोखून धरली आणि अकबराचा पराभव केला. औरंगजेबाने शहाजादा आज्जम यास अकबराचा पाठलाग करण्याची आज्ञा केली. आपल्या जीवाची खात्री पटेनाशी झाल्यामुळे अकबराने इराणच्या शहा अब्बासशी संधान साधले आणि १६८७ मध्ये तो पळून गेला. छत्रपतींच्या गळ्यातील एक लोढणे दूर झाले. या सगळ्या प्रकरणात छत्रपतींचा वेळ, प्रतिष्ठा, संपत्ती खर्च झाली. फायदा काहीच झाला नाही.

कारकिर्दीचे मूल्यमापन

कोणत्याही राजाच्या कारकीर्दीचे मूल्यमापन तत्कालीन परिस्थिती विचारात घेऊन करावे लागते. एका राजाची तुलना दुसऱ्या राजाशी करताना काही मर्यादांची जाणीव ठेवावी लागते. समकालीन परिस्थिती, समकालीन आव्हाने, समकालीन अनुकूलता-प्रतिकूलता, व्यक्तीचे गुणावगुण, दूरदृष्टी, सहकारी, पैशांची (खजिन्याची उपलब्धता) सोय, किंचित जुळून येणारे योगायोग या सगळ्याचा विचार आपणास एखाद्याच्या कारकीर्दीचे मूल्यमापन करताना करावा लागतो. छत्रपती संभाजी महाराजांच्या वादळी, अल्पायुषी, स्वाभिमानी, पराक्रमी कारकीर्दीचे मूल्यमापन या पार्श्वभूमीवर करणे अधिकच आव्हानात्मक आहे.

छत्रपती शिवाजी महाराज हे स्वराज्य-संस्थापक होते. स्वराज्य स्थापन करताना येणाऱ्या अडचणी वेगळ्या आणि स्वराज्याचे युवराज वा दुसरे छत्रपती म्हणून गादीवर बसताना येणाऱ्या अडचणी वेगळ्या. त्याची तुलना होऊ शकत नाही.

छत्रपती शिवाजी महाराजांच्या कारकीर्दीत औरंजगजेब महाराष्ट्रात उतरला नाही. आपल्या सरदारांचे झालेले हाल आणि त्यांची अप्रतिष्ठा बघता औरंगजेब स्वत: धोका पत्करायला तयार नव्हता. छत्रपती शिवाजी महाराजांच्या नंतर आदिलशाही आणि कुतुबशाही संपविल्यानंतर संपूर्ण भारतात मराठ्यांची एकमेव सत्ता संपविणे हेच ध्येय औरंगजेबासमोर होते. छत्रपती संभाजी महाराजांनी औरंगजेबाचे स्वप्न पूर्ण होऊ दिले नाही यातच त्यांचे मोठेपण आहे.

छत्रपती संभाजी महाराज मुघल, सिद्दी, पोर्तुगीज, इंग्रज आदिलशाही या सगळ्यांशीच एकाच वेळी संघर्ष करीत होते. या प्रत्येक सत्तेला स्वराज्याचा नाश करण्यात रस होता. छत्रपती शिवाजी महाराजांच्या मृत्यूनंतर स्वराज्याचा घास गिळायला हे शत्रू टपून बसले होते. मराठ्यांनी त्यांच्या विरुद्ध संघर्ष सुरू केला नसता तरी हे शत्रू तयारच होते. त्यामुळे छत्रपती संभाजी महाराजांची इच्छा असो की नसो त्यांना विरोधाला तोंड द्यावे लागत होते. आत्यांतिक विरोधाला तोंड देऊन छत्रपतींनी या संघर्षात स्वतःच्या प्राणांचीही आहुती दिली.

छत्रपती संभाजी महाराजांचे कार्य त्यांच्या बलिदानाने कळसास पोहोचले. ते जनतेच्या स्वातंत्र्याच्या आकांक्षांचे प्रतिनिधी झाले. त्यामुळे औरंगजेबाला दक्षिणेत स्वतःच्या डोळ्यासमोरच साम्राज्य विलयाला जाताना पहावे लागले.

प्रकरण ७

मराठ्यांचे स्वातंत्र्ययुद्ध

(१६८९-१७०७)

Maratha War of Independence

या पाठात आपणांस छत्रपती राजाराम महाराजांची कामगिरी, महाराणी ताराबाईंची कामगिरी, संताजी घोरपडे आणि धनाजी जाधव, रामचंद्रपंत अमात्य यांचे कर्तृत्व अभ्यासायचे आहे.

छत्रपती संभाजी महाराजांनी स्वराज्यासाठी जे हौतात्म्य पत्करले त्याचा परिणाम संपूर्ण महाराष्ट्रावर घडून आला. औरंगजेबाला शरण न जाता आपणच हा लढा तीव्र करायचा असा निश्चय छत्रपती राजाराम महाराज आणि त्यांच्या सहकाऱ्यांनी केला. तो भाग आपण अभ्यासणार आहोत.

छत्रपती राजाराम महाराज (१६७०-१७००)

अवघ्या ३० वर्षांच्या आयुष्यात आणि त्यातही फक्त ११ वर्षे (१६८९-१७००) छत्रपती पदाची कारकीर्द असूनही मराठ्यांच्या स्वातंत्र्ययुद्धावर छत्रपती राजाराम महाराजांनी स्वतःचा ठसा उमटविला. २४ फेब्रुवारी १६७० रोजी राजारामांचा जन्म झाला. अत्यंत कर्तृत्ववान वडील, पराक्रमी थोरला भाऊ, स्वराज्यनिष्ठ कारभारी यांच्या सहवासात राजारामांचे बालपण व्यतीत झाले. हंबीरराव मोहिते यांच्या कुशल मार्गदर्शनाखाली राजारामांनी लष्करी शिक्षणाचा श्रीगणेशा केला.

स्वराज्य - छत्रपती शिवाजीमहाराजांच्या आकस्मिक निधनामुळे रायगडावरील कारभाऱ्यांनी थोरले युवराज संभाजीराजे यांचा छत्रपतीपदावरील न्याय्य हक्क डावलून राजाराममहाराजांचा मंचकारोहण विधी उरकून घेतला. समकालीन परंपरा आणि संभाजीराजांचे कर्तृत्व लक्षात घेऊन सरसेनापती हंबीरराव मोहिते यांनी संभाजीराजांचा पक्ष घेतला. युवराज संभाजीराजे रायगड मुक्कामी आले आणि छत्रपती झाले. छत्रपती संभाजीमहाराजांनी भूतकाळ विसरून सर्वांना माफ केले आणि स्वराज्याच्या कार्याला जोडले. औरंगजेबाविरुद्धच्या संघर्षात

राजाराममहाराजांवर स्वराज्यातील किल्ल्यांवर देखरेख ठेवण्याची कामगिरी सोपवली. १६८३-८४च्या दरम्यान छत्रपतींनी राजारामांचे लग्न सरसेनापती हंबीरराव मोहिते यांच्या कन्या ताराबाई यांच्याशी लावून दिले. राजारामांच्या आयुष्याची मार्गक्रमणा चालू असतानाच स्वराज्याला जबरदस्त तडाखा बसला. छत्रपती संभाजीमहाराज कैद झाले.

परिस्थितीचे आव्हान - छत्रपती संभाजीमहाराजांना औरंगजेबाने हाल-हाल करून ठार मारले. स्वराज्यासमोरची आव्हाने स्पष्ट करताना पं. शं. जोशी (मराठ्यांचा इतिहास खंड १, पृ.४११) लिहितात-... 'स्वराज्याचा गाडा कोणी हाकायचा, असा मोठा प्रश्न राणी येसूबाई व मराठी मुत्सद्द्यांपुढे उभा राहिला. छ. संभाजी यांचा पुत्र, शिवाजी (नंतर शाहू) हा त्यावेळी सात वर्षे वय पूर्ण झालेला नव्हता, त्यामुळे त्याची मुंज करून क्षत्रिय रिवाजाप्रमाणे त्याचे मंचकारोहण करून त्याला छत्रपतीपद देता येत नव्हते. अशा परिस्थितीमुळे राणी येसूबाई व मराठी मुत्सद्दी यांनी राजकुमार राजारामांना रायगड येथील अदबखान्यातून बंधमुक्त केले व त्यांचा मंचकारोहणविधी करून त्यांना त्या संकटकाळी मराठी राज्याचे नेतृत्व करण्यासाठी दि. १२ फेब्रुवारी १६८९ रोजी 'छत्रपतिपद' दिले. आपल्या अंतकाळापर्यंत त्यांनी त्या पदाची धुरा वाहिली असल्यामुळे त्यांना मराठ्यांच्या इतिहासामध्ये 'छत्रपती' असे म्हटले जाते.

अशा अत्यंत संकटकालीन परिस्थितीत राजाराम छत्रपती झाले. राजा गेलेला, राज्य संकटात, खजिना रिकामा होण्याची वेळ आलेली, फितुरांची बजबजपुरी माजलेली, आशिया खंडातला बलाढ्य सम्राट औरंगजेब समोर शत्रू म्हणून उभा ठाकलेला. अशा विपरीत अवस्थेत वयाच्या केवळ १९व्या वर्षी छत्रपती म्हणून स्वराज्याचा कारभार बघणे किती अवघड असेल याची कल्पनाच केलेली बरी. कोणत्याही क्षणी स्वराज्यातील कोणत्याही किल्ल्याला वेढा पडण्याची शक्यता होती. 'छत्रपती' आणि 'स्वराज्य' दोघांचेही भवितव्य धोक्यात आलेले होते. मुघलांच्या एकचालकानुवर्ती यंत्रणेला तोंड देण्यासाठी मराठ्यांनी बहुकेंद्रीय व्यवस्था निर्माण करण्याचा निर्णय घेतला.

सत्ताविभागणी - महाराष्ट्रातील या परिस्थितीच्या पार्श्वभूमीवर महाराणी येसूबाई आणि छत्रपती राजाराम यांनी निर्णय घेतला की, प्रल्हाद निराजी यांना 'प्रतिनिधी' हे पद देण्यात यावे. हे पद अगोदरच्या दोन्ही छत्रपतींच्या काळात नव्हते. सर्वसाधारणपणे असे म्हणता येईल की, अष्टप्रधान मंडळाच्या वरती या पदाची नेमणूक करण्यात आली. 'प्रतिनिधी' या नावातूनच पदाचा दर्जा समजतो. छत्रपती राजाराम यांच्या अनुपस्थितीत स्वराज्याचा गाडा पुढे नेण्याचे काम 'प्रतिनिधी' यांचे. यामुळेच प्रतिनिधी म्हणजे छत्रपतींची प्रतिमा. जुनीच कारभारी मंडळी ठेवून छत्रपती राजाराममहाराजांनी औरंगजेबाविरोधात युद्ध चालू ठेवण्याचा निर्णय घेतला. 'शत्रूचा शत्रू तो आपला मित्र' या नात्याने नवे मित्र शोधणे आणि औरंगजेबाच्या विरोधकांना मदत करण्याचे धोरण मराठ्यांनी स्वीकारले.

अनुकूल संधी– औरंगजेबाचे मक्केला जाणारे एक यात्रेकरूंचे जहाज इंग्रजांनी सुरत बंदराच्या परिसरात १६८९ मध्ये लुटले. तत्कालीन परिस्थितीचा विचार करता हे त्यांचे धाडसच होते. औरंगजेब महाराष्ट्रात गुंतलेला असल्यामुळे आपल्याला काही होणार नाही अशा भ्रमात इंग्रज होते. एक जहाज लुटल्यामुळे औरंगजेबाने आपला सेनापती सिद्दी याकूतखान याला इंग्रजांचे पारिपत्य करण्यास सांगितले. त्याने तत्काळ मुंबई बेटावर हल्ला केला. याच क्षणी छत्रपती राजाराम महाराजांनी आपल्या कारकिर्दीची चुणूक दाखवली आणि मराठ्यांची १५ गलबते व सैन्य इंग्रजांच्या मदतीला पाठविले. इंग्रजांना स्वराज्याच्या प्रदेशातून सैन्यभरतीची परवानगी देणे, इंग्रज नोकर सुखरूप मुंबईला पाठविणे या गोष्टी केल्या. औरंगजेबाच्या सामर्थ्यासमोर या गोष्टी फारशा सामर्थ्यवान नसल्या तरी आपण संकटात असतानासुद्धा इंग्रजांना मदत करू शकतो हा संदेश राजाराम महाराजांनी औरंगजेबाला दिला. कोणीही अडचणीत येऊ शकतो तेव्हा त्याला जुने वैर विसरून मदत करणे गरजेचे आहे हा संदेश मराठ्यांनी इंग्रजांना दिला. यामुळे मराठे-इंग्रज यांच्यात तात्पुरते मैत्री संबंध निर्माण होण्यास मदत झाली. याच पद्धतीने छत्रपतींनी पोर्तुगिजांशी संबंध सुरळीत केले. औरंगजेबाने जुनीच चाल खेळून छत्रपती राजाराम महाराजांना पकडण्यासाठी झुल्फिकार खानाला रायगडला वेढा देण्यास सांगितले.

राजधानीस वेढा - छत्रपती संभाजीमहाराजांस ज्या पद्धतीने पकडले त्याचप्रमाणे छत्रपती राजाराम महाराजांना पकडून ठार मारावे असा विचार औरंगजेबाच्या मनात होता. याच वेळी काही स्वराज्यद्रोहींनी झुल्फिकारखानला रायगडावर मारा करण्याच्या जागा दाखविल्या. फितुरांमुळे स्वराज्य पुन्हा एकदा संकटात आले. किल्ल्यावर राणी येसूबाईसाहेब, छत्रपती संभाजीपुत्र राजकुमार शिवाजी (नंतरचे शाहू), छत्रपती राजाराम यांचा मुक्काम होता. सर्वांनी मिळून असा निर्णय घेतला– छत्रपती राजारामांनी किल्ल्यावरून निघून जायचे आणि दुसरी आघाडी झुंजवत ठेवायची. छत्रपती शिवाजीमहाराजांनी पूर्वीच दूरदृष्टीने ताब्यात ठेवलेल्या जिंजीच्या सुरक्षित प्रदेशात जायचे आणि औरंगजेबाला एकाचवेळी दोन आघाड्यांवर युद्धास प्रवृत्त करायचे. १६८९ मध्ये रायगडाचा वेढा मुघलांनी अधिकच मजबूत करण्याचा प्रयत्न केला असता छत्रपती राजाराममहाराज, रामचंद्रपंत अमात्य बावडेकर, प्रल्हाद निराजी प्रतिनिधी, शंकराजी नारायण रायगडावरून बाहेर पडले.

वतन धोरण - खजिना दिवसेंदिवस रिता होत होता, सैन्य पोटावर चालते या नियमाप्रमाणे काम करणाऱ्यांना, लढणाऱ्यांना पगार देणे आवश्यक होते. आता काय करायचे असा प्रश्न निर्माण झाल्यावर वतने देण्याचा निर्णय घेण्यात आला.

छत्रपती शिवाजीमहाराजांनी जाणीवपूर्वक वतने देण्याचे धोरण रद्द केले होते. औरंगजेबाने मराठ्यांच्यात फूट पडून आपणास मराठे सरदार येऊन मिळावेत म्हणून वतने देण्याचे धोरण

सुरू केले. फितूर, असंतुष्ट, मोठ्या मनसबदारीची इच्छा असणारे वतनदार औरंगजेबाला जाऊन मिळू लागले. यातच महाराष्ट्रात मुघलांनी उच्छाद मांडला होता. शेती, बागा, गावे, किल्ल्यांभोवतीचा परिसर यांची जाळपोळ नित्याची बाब झाली होती. स्वराज्याच्या आर्थिक उत्पन्नावर परिणाम झाला होता. घेतलेले कर्जही फेडणे अशक्य व्हावे अशी परिस्थिती निर्माण झाली. वतने देण्यामागील ही पार्श्वभूमी लक्षात घेता छत्रपती राजाराममहाराजांना दुसरा पर्यायच नव्हता असे लक्षात येते.

वतने देण्याचा आणखी एक उद्देश म्हणजे एकनिष्ठ लोकांना प्रोत्साहन, मुघलांच्या गोटात जाण्यास स्वकीयांना प्रतिबंध करणे, उत्तम कामगिरी करणाऱ्यांना बक्षिसे, सगळ्यात महत्त्वाचे म्हणजे जो प्रदेश त्यांच्या स्वत:च्याच ताब्यात नव्हता तो प्रदेश त्यांनी पादाक्रांत करण्यास आणि तेथील चौथाई – सरदेशमुखी वसूल करण्यास मराठा सरदारांना प्रोत्साहन दिले. औरंगजेबाला धडा शिकवायचा असेल तर औरंगजेब देत असलेल्या प्रदेशापेक्षा मोठा प्रदेश वतन म्हणून देणे भाग होते. या वेळेपर्यंत मुघलांनी रत्नागिरीचा थोडा प्रदेश, सातारा, परळी, विशाळगड, राजमाची, कुलाबा किल्ल्याचा परिसर, जिंजी यांचा अपवाद वगळता सर्वत्र प्रभुत्व निर्माण केले होते. मोठ्या किल्ल्यांस मुघल वेढा घालून बसलेले होते. किल्ला किती काळ लढणार एवढाच प्रश्न होता. अशा अभूतपूर्व परिस्थितीत छत्रपती राजारामांना दुसरा पर्याय नव्हता. या पद्धतीचा कळस मराठा मंडळाच्या निर्मितीत १६९९ मध्ये गाठला गेला.

मराठा मंडळ - आपल्या प्रमुख सरदारांना महाराजांनी मुघल प्रांतातून चौथाई व सरदेशमुखी वसूल करण्याच्या सनदा देण्याचे ठरविले. प्रकरण दोनमध्ये आपण चौथाई आणि सरदेशमुखी यांचा अभ्यास केला आहे. गोंडवन आणि वऱ्हाड भाग परसोजी भोसले, गंगथडी निंबाळकरास, गुजरात व खानदेश दाभाडेंकडे सोपविण्यात आला. खानदेश शिंदे यांच्याकडे दिला. याचाच अर्थ असा की, आतापर्यंत ज्या सरदारांना पराक्रम गाजविण्यासाठी फक्त महाराष्ट्राचे अंगण खुले होते त्यांच्यासाठी आता महाराष्ट्राबाहेरचा आणि मुघल प्रभुत्वाचा प्रदेश खुला झाला.

स्वराज्य-भ्रमण - रायगड किल्ला सोडल्यावर छत्रपती व मंत्रिमंडळ एके ठिकाणी न राहता सर्वत्र फिरून सैन्य उभारणीच्या कामाला लागले. किल्ल्यांना भेटी देऊ लागले. महसूल, न्याय प्रकरणे निकाली काढू लागले. प्रतापगड, वासोटा, सातारा, पन्हाळा असा मुघलांना पाठीवर घेऊन त्यांचा प्रवास सुरू झाला. याच काळात औरंगजेबाचे मनोधैर्य खचविणारी आणि मराठ्यांचे मनोधैर्य वाढविणारी घटना घडली. ती म्हणजे सेनापती संताजी घोरपडे यांनी मुघल बादशहा औरंगजेबाच्या छावणीवर हल्ला केला व तंबूवरील कळस कापले. महाराजांनी घोरपडे यांस 'ममलकत-मदार' (देशाचा आधार) किताब देऊन

त्यास स्वराज्याचे सरसेनापतिपद देऊन गौरव केला. रामचंद्रपंत अमात्य बावडेकर यांस 'हुकूमत पन्हा' (राज्याचा आधार) किताब देऊन त्यांना स्वराज्याचा कारभार पाहण्यास सांगितले.

जिंजी - महाराष्ट्रातील परिस्थितीत बदल घडवून आणण्यासाठी छत्रपती, प्रतिनिधी, बहिर्जी घोरपडे, मानसिंग मोरे, दानाध्यक्ष केशव पंडित जिंजीकडे निघाले. अर्थात, जिंजीचा प्रवास एवढा सोपा नव्हता. औरंगजेबाचे सरदार पाठलागावर असताना बेदनूरची राणी चन्नमा हिने मुघलांच्या राग-लोभाची पर्वा न करता छत्रपतींना स्वत:च्या राज्यात आश्रय दिला. तेथून पुढे ते १६८९च्या समाप्तीच्या वेळी जिंजीस पोहोचले. जिंजी येथील स्वराज्याचे प्रतिनिधी हरजीराजे महाडिक यांच्या मृत्यूनंतर तेथील परिस्थिती अस्थिर झाली होती ती छत्रपतींनी स्थिर केली व कारभार स्वत:कडे घेतला. छत्रपती जिंजीत पोहोचताच मुघलांनी रायगड ताब्यात घेतला. राणी येसूबाईसाहेब आणि राजकुमार शिवाजी (पुढे शाहू) यांची रवानगी औरंगजेबाकडे झाली. एक विचित्र योगायोग असा की मुघल सम्राट आणि स्वराज्याचे धनी दोघेही आपली मूळ राजधानी सोडून एकमेकांच्या विरोधात लढत होते. स्वराज्याला या धक्क्यातून सावरण्यासाठी छत्रपतींनी तातडीने कार्य सुरू केले. जिंजीवरून महाराष्ट्रात आज्ञापत्रे, विनंतिपत्रे, समजपत्रे येऊ लागली. जिंजीतून कारभार सुरू झाला तरी खजिना रिकामा होताच. यावर मात करण्यासाठी छत्रपतींनी फ्रेंचांशी संधान साधले. कर्नाटकातील सोंधे नरेशाकडून कर्ज घेतले. सरदारांना नवी-जुनी वतने देताना त्यांनी त्यावर सेरणी (सरकारच्या खजिन्यात भरावयाची रक्कम) आकारण्यास सुरुवात केली. अमात्यांनीही महाराष्ट्रातून रकमा पाठविण्यास सुरुवात केली.

कर्नाटकातील औरंगजेबविरोधकांनी छत्रपतींना मदत करण्यास सुरुवात केली. व्यंकोजीपुत्र शहाजीराजे यांनी त्यांस मदत केली. तंजावरच्या राज्याची मदत झाली. छत्रपतींनी आपले आसन स्थिर होताच औरंगजेबाच्या पक्षात सामील झालेल्या हिंदू सरदारांना भावनिक आवाहन केले. त्याचा परिणाम होऊन काही मराठे सरदार स्वराज्यकार्यात पुन्हा सहभागी झाले. औरंगजेबाने या प्रश्नाची तड लावण्यासाठी आपला विश्वासू सरदार झुल्फिकारखान याला जिंजीला वेढा घालण्यास पाठविले. १६९० च्या ऑगस्ट मध्ये खानाने किल्ल्याला वेढा घातला. लवकरात लवकर मराठ्यांचा पाडाव करण्यासाठी वजीर असदखान आणि शहजादा कामबक्ष जिंजीला पोहोचले. या वेळेला नागोजी माने, धनाजी जाधव, संताजी घोरपडे यांनी पराक्रमाची शर्थ केली. घोरपडे यांनी मुघल सरदार अलीमर्दान खान याचा पराभव करून पंधराशे घोडे व सहा हत्ती पकडून आणले. कैदेतून सुटका होण्यासाठी खानाने मराठ्यांना मोठी रक्कम दिली.

छत्रपतींचा पाठिंबा संपुष्टात आणण्यासाठी झुल्फिकारखानने त्रिचनापल्लीचा राजा आणि तंजावरचे शहाजी राजे यांचा पराभव केला. संताजी घोरपडे, येसाजी मल्हार, हणमंतराव

निंबाळकर हे महाराष्ट्रातून कर्नाटकात आले. ते मुघलांना 'त्राहि भगवान' करू लागले. या कामात संताजी घोरपडे यांनी पराक्रमाने आपले नाव मराठ्यांच्या इतिहासात अजरामर केले.

संताजींचा पराक्रम - संताजी घोरपडे छत्रपती शिवाजी महाराजांबरोबर कर्नाटक स्वारीत गेले होते. महाराजांच्या तालमीत ते तयार झाले होते. १६९१ ते १६९६ या काळात मराठ्यांचे सरसेनापतिपद त्यांनी भूषविले. औरंगजेबाचे सरदार बेदरबख्त, लुत्फुल्लाखान, हमीदुद्दीखान, कासिमखान या सरदारांस संताजींनी मराठ्यांच्या तलवारीचे पाणी दाखवून दिले होते. दोड्डेरी गावी कासिमखानला संताजींनी गाठले. खानाचे सैन्य तलावाच्या काठाला आश्रयाला गेले. मराठ्यांनी प्रचंड पराक्रम करून मुघलांचा पराभव केला. सैन्यप्रमुख कासिमखान स्वत:चा जीव वाचविण्यासाठी गढीत पळाला. मराठ्यांनी गढीला वेढा घालून रसद बंद केली. गढीच्या आत कासिमखान उपासमारीने मृत्यू पावला. त्यांचा आणखी एक सरदार खानहजादाखान याने मराठ्यांस वीस लाख रुपये दंड, मौल्यवान साहित्य दिले व स्वत:ची सुटका करवून घेतली.

कासिमखानाच्या हालअपेष्टांची माहिती कळताच त्याच्या मदतीसाठी हिंमतखान बहादूर हा सरदार धावून आला. संताजींनी त्यास बसवापट्टण येथे गाठला. प्रत्यक्ष युद्धात खान व त्याचा मुलगा ठार झाले. याच दरम्यान धनाजी जाधव महाराष्ट्रातून आले व त्यांनी मुघलांना वेलोरचा वेढा उठविण्यास भाग पाडले. ही बातमी झुल्फिकारखानाला कळताच तो वेलोरला आला व त्याने मराठ्यांचा पराभव केला.

तीन प्रमुख सरदारांचा पराभव करून संताजी छत्रपतींच्या भेटीसाठी जिंजीला गेले. छत्रपतींनी फितुरांना ज्या सन्मामाने वागविले त्यावरून या दोघांत खटके उडाले. शाब्दिक वाद वाढला. नागोजी माने आणि त्यांचा वारस यांच्याशीसुद्धा घोरपडे यांचे वाद झाले होते. फितुरांना मोठी वतने आणि घोरपडे यांना मिरजेची देशमुखी व धनाजी जाधव यांना दोन खेडी असा अन्याय छत्रपतींकडून झाला होता. संताजी-धनाजी यांस वतनाची गोडी नव्हती तर आपल्यापेक्षा अत्यंत दुय्यम लोकांना मिळणारा मानमरातब, त्यांच्या लायकीपेक्षा त्यांना मिळणारा सन्मान यांमुळे स्वाभिमानी घोरपडे नाराज होते यांमुळे स्वराज्यात पुन्हा एकदा बेदिलीचे वातावरण निर्माण झाले. शाब्दिक वादविवाद घोरपडेंचे सेनापतिपद काढून घेण्यापर्यंत पोहोचला. छत्रपतींनी घोरपडेंची फौज धनाजींनी ताब्यात घ्यावी असा आदेश दिला. यातूनच आयेवारकुटी येथे जाधव × घोरपडे लढाई झाली. जाधवांचा पराभव झाला. या लढाईत नागोजी माने यांचे नातेवाईक अमृतराव निंबाळकर मारले गेले. धनाजी जाधव या पराभवामुळे विचलित झाले नाहीत. त्यांनी घोरपडे यांचे साहाय्यक स्वत:कडे वळवून घेतले. कर्नाटकात मुघलांविरुद्ध घोरपडे एकाकी लढतच होते. परंतु, 'ना छत्रपतींचा विश्वास ना सहकाऱ्यांचा' असे ते एकटे पडले. १६९६च्या ऑक्टोबर महिन्यात धनाजी जाधवांनी घोरपडेंचा पराभव केला. हा अजिंक्य योद्धा आपल्याच माणसांकडून घेरला गेला. निराश

अवस्थेत महाराष्ट्रात परतले असता सरलष्कर हणमंतराव निंबाळकर यांनी त्यांचा पराभव केला. आता मात्र घोरपडेंचा संयम आणि आत्मविश्वास कमी झाला. मोजक्या लोकांनिशी फिरत असताना नागोजी माने यांनी त्यांना बेसावध अवस्थेत गाठले आणि ठार मारले. महाराष्ट्राच्या इतिहासातील एक तेजस्वी अध्याय संपला. विवेक आणि तारतम्याच्या अभावाचा फटका स्वराज्याला बसला. एकेकाळचा देशाचा आधार (ममलकत मदार) निराधार अवस्थेत मारला गेला. या वर्षाचा शेवट एकाच चांगल्या गोष्टीने झाला तो म्हणजे नोव्हेंबर १६९७ मध्ये छत्रपती स्वत:ची सुटका जिंजीच्या किल्ल्यातून करून घेण्यात यशस्वी झाले. १६९८च्या फेब्रुवारीत खानाने किल्ला जिंकला परंतु सारे प्रयत्न निष्फळ ठरले.

स्वगृही - धनाजी जाधव आणि स्वामीनिष्ठ खंडोबल्लाळ यांच्या सोबत छत्रपती महाराष्ट्रात परतले. ८-९ वर्षांच्या प्रदीर्घ खंडानंतर छत्रपती परत आले तोवर राज्याची व्यवस्था रामचंद्रपंत अमात्यांनी चांगली सांभाळली होती. राज्ययंत्रणा आणि लष्करी मोहिमा चालवणे यांत त्यांचे विशेष कौशल्य दिसून आले होते. घोरपडे आणि जाधव यांच्यात एकोपा करणे, सुरुवातीला त्यांना राज्यकार्यात लावणे, महिमतगड, सुंदरगड, संगमेश्वर, शृंगारपूर, खारेपाटण येथील मोहिमा मराठ्यांनी यशस्वी केल्या. मुघलांच्या महाराष्ट्रातील आक्रमणांना पायबंद घातला. बंडखोर सरदारांचे पारिपत्य केले. वाट चुकलेल्या मराठा सरदारांना स्वराज्यकार्यात जोडून घेतले. घोरपडे, जाधव, शंकराजी नारायण सचिव, परशुराम त्र्यंबक, अमात्य ही नावे रोज घेतल्याशिवाय मुघलांचा दिवस जात नसे, एवढे कर्तृत्व अमात्यांनी आपल्या सहकाऱ्यांच्या मदतीने गाजविले. १६९० मध्ये याच सगळ्यांनी एकत्र येऊन सर्जाखानाचा साताऱ्यात जबरदस्त पराभव केला. या विजयामुळे बळ वाढलेल्या अमात्यांनी प्रतापगड, रोहिडा, राजगड, तोरणा, पन्हाळा परत जिंकून घेतले. मराठ्यांचा दरारा पुन्हा प्रस्थापित केला.

प्रशासन - अमात्यांनी छत्रपतींच्या अनुपस्थितीत जनतेच्या हिताकडे दुर्लक्ष केले नाही. युद्धाच्या धामधुमीत शेतकरीहिताची धोरणे आखणे, पडिक जमिनी लागवडीखाली आणणे, ओसाड, युद्धात निर्मनुष्य झालेली गावे पुन्हा वसविणे, व्यापारवृद्धीसाठी बाजारपेठा नव्याने वसविणे आणि त्यांस संरक्षण व सवलती देणे, स्वराज्यनिष्ठांस प्रगतीच्या अधिकाधिक संधी उपलब्ध करून देणे या गोष्टी अमात्यांनी केल्या.

पुनरागमनानंतरच्या हालचाली - छत्रपती महाराष्ट्रात आल्यावर त्यांनी दरबार भरविला. कारभाऱ्यांचे कौतुक करून त्यांना योग्य ती बक्षिसे दिली. महाराष्ट्रातील बदलत चाललेली परिस्थिती पाहून त्यांनी मुघलांविरुद्ध बचावाचे- धोरण सोडून आक्रमक धोरण स्वीकारले. औरंगजेबाला धडा शिकविण्यासाठी खानदेश, वऱ्हाडकडील मोहिमा छत्रपतींनी

हाती घेतल्या. या मोहिमेत सरसेनापती धनाजी जाधव, दाभाडे, राणोजी घोरपडे, शिंदे, परसोजी भोसले, आटोळे, समशेरबहादूर, हैबतराव निंबाळकर इ. सरदार छत्रपतींबरोबर निघाले. औरंगजेबाने त्यांना रोखण्यासाठी आपले चिनकिलीजखान व झुल्फिकारखान हे महत्त्वाचे सरदार पाठवले. या दोघांनी प्रचंड पराक्रम गाजवून मराठ्यांना नगरपर्यंत माघार घ्यायला लावली. झुल्फिकारखानापुढे कोणाचे चालेना. काही तुकड्या मात्र नेमाजी शिंदे यांच्या नेतृत्वाखाली नर्मदा नदी ओलांडून आताच्या मध्यप्रदेशात घुसल्या. औरंगजेबाच्या हयातीत हे प्रथमच घडत होते. याच काळात छत्रपती सिंहगडावर आले असता तापाच्या निमित्ताने त्यांचा ३ मार्च १७०० रोजी अंत झाला. मराठ्यांच्या इतिहासातील एक पर्व संपले. औरंगजेबाला त्याच्या हयातीत धडा शिकविण्याऱ्या दुर्मीळ नेतृत्वांपैकी छत्रपती राजाराम एक होत. त्यांचा दिल्ली जिंकण्याचा विचार होता त्याची पायाभरणी मराठ्यांनी मध्यप्रदेशपर्यंत धडक मारून केली. स्वराज्याचे खरे मालक छत्रपती संभाजीराजे यांचे पुत्र राजपुत्र शिवाजी (नंतर छत्रपती शाहू) आहेत. आपण विश्वस्त आहोत अशीच त्यांची भूमिका कायम होती.

अत्यंत प्रतिकूल परिस्थितीत राज्याची सूत्रे ऐन विशीत ताब्यात घेणे आणि तिशीच्या आत राज्याला स्थैर्य प्राप्त करून देणे ही सोपी गोष्ट नव्हती. छत्रपती राजाराममहाराजांनी ते करून दाखविले. त्यांची कामगिरी अजोड आणि अतुलनीय आहे. 'प्रतिकूल परिस्थितीत यशस्वी होतात तेच खरे नेते' असतात हे छत्रपती राजाराममहाराजांनी सिद्ध केले. या त्यांच्या गुणांमुळेच रियासतकार सरदेसाई यांनी त्यांना 'स्थिरबुद्धी राजाराम' म्हटले आहे.

महाराणी ताराबाई यांचा कालखंड - आपल्या हयातीत औरंगजेबाने तीन छत्रपतींचे मृत्यू पाहिले. भविष्यातले चौथे छत्रपती शाहू महाराज औरंगजेबाच्या कैदेत होते. औरंगजेबाला वाटले की आपण संघर्ष जिंकला. परिस्थिती मात्र उलट होती. औरंगजेब लढायांमागून लढाया जिंकत होता. पण युद्ध मात्र त्याला जिंकता येत नव्हते. औरंगजेबाने कधीही कल्पना केली नसेल अशी एक व्यक्ती अत्यंत विपरीत परिस्थितीत स्वराज्याचे नेतृत्व करण्यास पुढे आली ती म्हणजे महाराणी ताराबाई.

मुघल इतिहासकार खाफीखान याने महाराणी ताराबाई यांचे वर्णन पुढील शब्दात केले आहे– 'ताराबाई ही राजारामाची थोरली बायको होय. ती बुद्धिमान आणि शहाणी होती. सैन्याची व्यवस्था आणि राज्यकारभार या बाबतीत नवऱ्याच्या हयातीतच तिचा मोठा लौकिक झाला होता.' (मराठ्यांचा इतिहास - खंड १, पृ. ४४२)

छत्रपतींच्या आकस्मिक मृत्यूनंतर महाराणी ताराबाईंनी आपला पुत्र शिवाजी (दुसरा) याला गादीवर बसविले आणि राज्यशकट चालविण्याची जबाबदारी स्वत:वर घेतली.

गेली १८ वर्षे औरंगजेब महाराष्ट्रात लढत होता. त्याच्या दृष्टीने आता युद्धाचा शेवट जवळ आला होता. औरंगजेब आणि मराठे (१७०० ते १७०७) असा महानाट्याचा तिसरा अंक सुरू झाला.

सातारा - छत्रपतींनी सातारा येथून राज्यकारभार बघण्यास सुरुवात केली होती. मराठ्यांच्या या मर्मस्थळावर हल्ला करण्यासाठी औरंगजेबाने कंबर कसली. औरंगजेब, राजपुत्र मुअज्जम, तबियत खान, रुहल्लाह खान अशी मंडळी वेढ्यात दस्तुरखुद्द हजर झाली. तोफांचे दमदमे उभारण्यात आले. समोरासमोर लढून किल्ला घेणे अवघड झाल्याने औरंगजेबाने अजिंक्यतारा किल्ल्याच्या तटाखाली सुरुंगाचा स्फोट घडवून आणला. एका स्फोटाने मराठ्यांचे प्रचंड नुकसान झाले. दुसऱ्या स्फोटाने मुघलांचे शेकडो सैनिक मरण पावले; पण किल्ल्यात जायची मुघलांची तयारी नव्हती. वाटाघाटीत शेवटी किल्ला देऊन टाकण्यात आला. पुढे परळीचा किल्ला लाच देऊन घेण्यात आला. अशातच पावसाळा आला. रोगराई, प्रतिकूल परिस्थिती यामुळे मुघलांचे नुकसान झाले. माण नदीला आलेल्या पुरामुळे खवासपूरजवळ असणारी मुघल छावणी पूरग्रस्त झाली.

पन्हाळा - पन्हाळा किल्ला छत्रपती शिवाजीमहाराजांपासून ख्यातकीर्त झाला होता. तीनही छत्रपतींचा मुक्काम या किल्ल्यावर होता. औरंगजेबाने स्वत:चा नातू बेदारबख्त व झुल्फिकारखान यांना किल्ल्यास वेढा देण्यास सांगितले. सेनापती धनाजी जाधव पाठीवर असल्यामुळे मुघलांना या वेढ्यात लक्ष एकाग्र करणे अवघड झाले होते. प्रचंड मोठी लाच देऊन पन्हाळा किल्ला मुघलांनी ताब्यात घेतला. पुढे चंदन-वंदन, वर्धनगड, नांदगिरी औरंगजेबाने जिंकले. फतहुल्लाखानने विशाळगडास वेढा दिला. पावसाळ्याचे हाल पाहिलेले असल्याने दोन लाख रुपये द्यायला मुघल तयार झाले आणि किल्ला मुघलांच्या ताब्यात आला. परंतु, हाल व्हायचे ते झालेच. मुघल छावणी बहादुरगडावर पोहोचली. औरंगजेब महाराष्ट्रात खोलवर घुसत होता आणि मराठे मध्यप्रदेश, गुजरातमध्ये पोहोचले. दोघेही एकमेकांच्या राज्यात शिरले. हजारो मैल लांबीचे रणक्षेत्र तयार झाले. औरंगजेब एका ठिकाणी स्तब्ध बसणे अवघड होते. पावसाळा संपताच तो सिंहगडावर चालून आला. मराठ्यांनी किल्ला ५०,०००/- रुपयात तरबियतखानाला देऊन टाकला. औरंगजेबाने किल्ल्याचे नाव बक्षिंदाबक्ष (ईश्वराची देणगी) ठेवले. १७०३च्या सुमारास महाराष्ट्रात भयंकर दुष्काळ पडला. हजारो सैनिक अन्न न मिळाल्यामुळे मरण पावले. अशाही परिस्थितीत औरंगजेबाने राजगडाला दोन महिने वेढा देऊन बालेकिल्ला वगळता अन्य भाग जिंकला. बालेकिल्ला मात्र पैसे देऊन जिंकण्याचा देखावा करण्यात आला. तोरणा जिंकून औरंगजेब राजमाची, लोहगड या वाटेने कृष्णा-भीमा खोऱ्याकडे निघाला. १७०५ मध्ये औरंगजेबाने वागिनगेरे जिंकले. याच मुक्कामात औरंगजेबाला मराठ्यांनी लोहगड, सिंहगड, राजमाची

जिंकून घेतल्याच्या बातम्या मिळाल्या. १७०६ मध्ये तो अहमदनगरला आला. अहमदनगर येथील बादशाही छावणीवर मराठ्यांनी धनाजी जाधव आणि नेमाजी शिंदे यांच्या नेतृत्वाखाली हल्ला चढविला. हमीदुद्दीन बहादूर आणि मतलबखान हे मुघलांचे सरदार छावणीचे रक्षण करण्यास असमर्थ ठरले.

औरंगजेब आता पराभवाच्या बातम्या ऐकण्यास सरावला होता. धनाजी जाधव १५ हजारांचे लष्कर घेऊन गुजरातेत घुसले आणि त्यांनी सुभेदार अब्दुल हमीद, सफदरअलीखान, नजरअलीखान यांचा पराभव केला. प्रचंड लूट स्वराज्यात आणली. खानदेश, वऱ्हाड, उत्तर कर्नाटक हा प्रदेश मराठ्यांचे जणू अंगण झाला होता. मराठ्यांना अडविण्याचे सामर्थ्य आता मुघलांमध्ये राहिले नव्हते. वसंतगड, राजगड मराठ्यांनी जिंकून घेतल्याच्या बातम्या औरंगजेबास कळल्या. अत्यंत निराश अवस्थेत २० फेब्रुवारी १७०७ रोजी औरंगजेबाने नगर मुक्कामी शेवटचा श्वास घेतला. आशिया खंडातल्या एका सामर्थ्यवान सत्तेचा सम्राट अस्ताला गेला.

स्वातंत्र्ययुद्ध - मराठ्यांच्या इतिहासात १६८१ ते १७०७ हा कालखंड स्वातंत्र्ययुद्धाचा कालखंड म्हणून ओळखला जातो. या युद्धात मराठ्यांनी दोन छत्रपती, कित्येक मोठे सरदार गमावले; पण स्वराज्य राखले आणि वर्धिष्णू केले. मुघलांनी एक सम्राट, कित्येक सरदार, अगणित सैन्य, लक्षावधींचा खजिना गमावला आणि साम्राज्याच्या शवपेटीवर शेवटचे खिळे ठोकून घेतले. दोन्ही सत्तांची जिद्द विलक्षण होती. एक राज्य गरीब तर दुसरे कुबेराला हेवा वाटावा एवढी श्रीमंती. एकीकडे एकहाती सत्ता तर दुसरीकडे 'जो तो आपापल्या भागात नेता' अशी परिस्थिती होती; पण राज्य वाचले ते थोरल्या छत्रपतींच्या प्रेरणेने.

ताराबाईंचे कर्तृत्व - इतिहासकार डॉ. जयसिंगराव पवार 'महाराणी ताराबाई' या लेखात (मराठ्यांचा इतिहास, खंड १, पृ. ४४९) लिहितात :- 'पंचवीस वर्षांची एक तरुण विधवा राणी औरंगजेबाच्या मुरब्बी सम्राटाशी लष्करी संघर्ष करावयास उभी राहते आणि सतत सात वर्षे संघर्ष करून पराजित होत नाही. ही घटनाच तिच्या कर्तृत्वाविषयी बोलते.'

खाफीखान लिहितो - ''राजारामाची बायको ताराबाई हिने विलक्षण धामधूम उडविली. तीत तिच्या सैन्याच्या नेतृत्वाचे आणि मोहिमांच्या व्यवस्थेचे गुण प्रकर्षाने प्रकट झाले. त्यामुळे मराठ्यांचे आक्रमण आणि त्यांची धामधूम दिवसेंदिवस वाढतच गेली.''

'ताराबाईंनी सगळा कारभार आपल्या हातात घेतला. सरदारांच्या नेमणुका, त्यांच्या बदल्या, राज्याचा कारभार, बादशाही मुलखावरील हल्ले या सर्व गोष्टी ताराबाईंच्या तंत्राने चालू लागल्या. त्यांनी आपल्या सरदारांची मने आपल्याकडे ओढून घेतली. त्यांनी आपल्या

सैन्याची योजना अशी केली की, दक्षिणचे सहा सुभे, सिरोंज, मंदसोर आणि माळवा या प्रांतांच्या सरहद्दींपर्यंत मराठ्यांनी धामधूम उठविली. बादशहाने आपली अर्धी हयात मोहिमा करणे आणि किल्ले घेणे यांत घालविली. ताराबाईंविरुद्ध तो शेवटपर्यंत लढत राहिला; पण मराठ्यांचे बळ आणि बंड ही दिवसेंदिवस वाढत गेले.

पवार यांनी तत्कालीन कवी गोविंद यांच्या काव्याचा संदर्भ दिला आहे. (पृ.४५०) तो महत्त्वाचा आहे. या काव्यात ताराबाईंच्या कर्तृत्वाचे वर्णन आले आहे.

“दिल्ली झाली दीनवाणी । दिल्लीशाचे गेले पाणी ।
ताराबाई रामराणी । भद्रकाली कोपली ।
रामराणी भद्रकाली । रणरंगी क्रुद्ध झाली ।
प्रलयाची वेळ आली । मुगल हो सांभाळा ।।

या काव्यपंक्ती ताराबाईंच्या कर्तृत्वाच्या निदर्शक आहेत. त्यांनी महाराष्ट्रातील अठरापगड जातींच्या लोकांना बरोबर घेतले आणि लढा यशस्वी केला.

प्रकरण ८

शिवकालीन समाजजीवन

Social Life

या प्रकरणात आपणास शिवकालीन समाजरचना, स्त्रीजीवन, धार्मिक जीवन यांचा अभ्यास करावयाचा आहे. आतापर्यंतच्या प्रकरणांत आपण राजकारणाचा अभ्यास केला. राजकीय हालचाली पाहिल्या. या भागात आपणास शिवकालीन समाजव्यवस्थेचा वेध घ्यायचा आहे. आतापर्यंत संघर्षाचा अभ्यास केला आता आपणास समाजातील परस्परसंबंध, जाती, वर्ग, कुटुंबसंस्था यांचा अभ्यास करायचा आहे. मध्ययुगात व्यक्ती या एककापेक्षा कुटुंब हा घटक महत्त्वाचा तर कुटुंबापेक्षा जात महत्त्वाची अशी ढोबळ रचना आढळते. समाजाची संस्कृती, समाजाचा उत्कर्ष वा अपकर्ष नेहमीच समाजांतर्गत गोष्टींच्या आंतरसंबंधांवर अवलंबून असतात. १७ व्या शतकातील शिवकालीन समाजाचा अभ्यास करताना या गोष्टी वेगळ्याच संदर्भात लक्षात घ्याव्या लागतात. शिवकाल आणि आजचा महाराष्ट्र लक्षात घेतला, तर आपल्या असे लक्षात येईल की, येथील समाजजीवनाचे नियंत्रण करणाऱ्या सगळ्यात मोठ्या सत्ता म्हणजे मुघल, आदिलशाही, पोर्तुगीज या होत. त्यांचे हस्तक म्हणून स्थानिक वतनदार असत. केंद्रसत्तेशी सामान्य माणसाचा क्वचितच संबंध येई. कर भरला की, त्याची सरकारी अधिकाऱ्यांपासून सुटका होई. या काळात केंद्र, प्रांत आणि शेवटचा भाग म्हणजे गाव अशी रचना. सारे जीवन आणि समाज गावात केंद्रीभूत. त्यामुळे महाराष्ट्रातील गावगाड्याची रचना समजून घेणे महत्त्वाचे आहे. आजही आपल्या देशातील लोकसंख्येचा खूप मोठा भाग खेड्यांमध्येच राहात आहे. त्यामुळे १७ व्या शतकातील परिस्थिती कशी असू शकेल याची कल्पना आपण करू शकतो. मध्ययुगीन समाजरचनेचा खेडे हाच केंद्रबिंदू असल्याने त्याची रचना समजून घेणे महत्त्वाचे.

गावगाडा

मध्ययुगात खेडेगाव हे ग्राम, देहे, मौजा अशा नावांनी ओळखले जायचे. खेड्याच्या उपविभागास मजरा, वाडी, पाडी, खारी असे म्हणत. यातला एखादा विभाग विस्तारत

जाऊन मोठा झाला, खेडे झाला तर त्याचे मूळ नाव कायम राही. मूळ गाव 'बुद्रूक' तर नवे गाव 'खुर्द' या नावाने ओळखले जायचे. (आज २१ व्या शतकात पुण्यात अजूनही हिंगणे खुर्द व वडगाव बुद्रूक अशी गावे आहेत). काहीवेळा शेती आणि घर यांतील अंतर फार असेल तर लोक स्वत:च्या शेतातच जाऊन राहात असत. हळूहळू या निमित्ताने वस्ती तयार व्हायची त्याला मजरा किंवा पाडी म्हणत. कसबा म्हणजे हरहुन्नरी लोकांचे गाव. आठवडे बाजाराचे ठिकाण असल्याने लोक तेथे खरेदीला यायचे. कसब्याच्या पेठेत हे व्यवहार चालायचे. यातून तत्कालीन कागदपत्रांत आपणास काळी आणि पांढरी अशा दोन संज्ञा जमिनीसंदर्भात वापरलेल्या दिसतात. काळी आई म्हणजे शेतजमीन पांढरी आई म्हणजे राहण्याची जागा.

शासकीय चौकट

राजाला सगळाच प्रदेश स्वत:च्या वर्चस्वाखाली ठेवायचा असल्यामुळे तो गावात हवालदार, कारकून इत्यादींच्या माध्यमातून अंकुश ठेवीत असे. त्याला दिवाणसत्ता म्हणत असत. गावातली देशसत्ता म्हणजे गोत किंवा ग्राम अधिकाऱ्यांची सत्ता. यात गावातील वतनदार, अधिकारी, रयत, बलुतेदार असत. तिसरी सत्ता धर्मसत्ता असे. तिला ज्ञातिसत्ता म्हणत असत. चौथी सत्ता म्हणजे व्यापारीसत्ता असे. चारही सत्ता आपल्या परीने श्रेष्ठ व कार्यक्षम होत्या.

देशक : गावातील कायमचे रहिवासी असत त्यांना देशक म्हणत असत. त्यांना काही हक्क, गावात मानाचे स्थान, गावकीचे वंशपरंपरागत अधिकार, सरकारातून जमीन, याच्या मोबदल्यात गावाची कामे करणे असे ठरलेले होते. देशकांमध्ये देशमुख किंवा देसाई, देशपांडे किंवा देशकुलकर्णी, पाटील, कुलकर्णी, चौगुला, शेटे, महाजन, महार यांचा उल्लेख असल्याचे डॉ. कुलकर्णी यांनी शिवकालीन महाराष्ट्र (पृ. ४) मध्ये नमूद केलेले आहे. ज्या देशकांकडे गावाची सनदी अथवा इतर कामे असत आणि त्या मोबदल्यात शेतसारा माफ केलेला असे त्यांना 'वतनदार' म्हणत. याला 'चाकरी वतन' असेही म्हणत. त्याने गावात किंवा गावाबाहेर आज्ञेप्रमाणे काम करणे अपेक्षित असे. (प्रकरण २ मध्ये आपण याची पुरेशी माहिती घेतली आहे.)

पाटील : सामान्य रयत आणि सावकार यांच्यामधील दुवा म्हणजे पाटील. तो गावचा परंपरागत अधिकारी असे. गावाचा सारा वसूल करण्याची व कचेरीत भरण्याची प्रमुख जबाबदारी त्याच्यावर असे. लावणी, संचणी, उगवणी त्याची प्रमुख कामे. एका अर्थाने तो गावाचा राजा असे. त्याची निशाणी नांगर असे. हवालदार, कमाविसदार, कारकून, यांना पाटलाच्या अंकित राहावे लागे. सारा कमी भरल्यास तो प्रसंगी स्वत: भरणा करी. गावात शांतता, सुरक्षितता,

न्यायनिवाडा तो करी. पाटीलकी विकत घेता येत असे. त्याला मानपान, रोख हिस्सा, बलुतेदारांकडून वाटा, वेठबिगार ठेवणे, करात सूट इ. अधिकार असत.

कुलकर्णी : हा गावचा परंपरागत अधिकारी असून वसूल केलेल्या साऱ्याचा हिशेब ठेवण्याचे प्रमुख काम करत असे.

मिरासदार : या अरबी शब्दाचा शब्दश: अर्थ जमिनीची मालकी उपभोगणारे जमीनदार. यांना जमिनीवर आकारण्यात येणारा सारा नियमितपणे भरावा लागे.

उपरी : गावात ज्या लोकांना सामाजिक किंवा नागरिकत्वाचे हक्क नसत, गावात मोलमजुरी करणे, ठराविक मुदतीचे शेती करण्याचे करार करून राहात अशा लोकांना उपरी म्हणत.

बलुतेदार : गावाची विविध प्रकारे सेवा करणाऱ्या आणि त्या मोबदल्यात धान्य घेणाऱ्या ग्रामसेवकांना बलुतेदार म्हणत. यांना प्रतिष्ठा, ग्रामकारभारात सहभाग, गोतसत्तेच्या निवाडापत्रात व्यावसायिक चिन्ह नोंदणी करण्याचा अधिकार त्यांना असे. त्यांचे श्रममूल्य परंपरेने ठरविले जायचे.

अशा रीतीने गावाची ढोबळ चौकट वरील लोकांच्या एकत्रीकरणातून पूर्ण होई. याशिवाय काही अधिकाऱ्यांची थोडक्यात माहिती घेऊ.

चौगुला : या वतनदाराला 'ग्रामणी' असे म्हणत. पाटलाला मदत करणे हे त्याचे काम. गाव सोडून गेलेल्यांना 'परत' आणून वसविणे हे त्याचे काम. नांगर हीच त्याची निशाणी. मुख्य कचेरीत वसूल भरणे, खासगी गोदाम, धान्याचे पेव यांची व्यवस्था तो पाही.

शेटे-महाजन : गावात पेठ वसविण्याचे काम हे वंशपरंपरागत अधिकारी करीत असत. तराजू ही त्यांची निशाणी. पेठेचा हिशेब ठेवणे हे त्यांचे काम. श्रममूल्य म्हणून त्यांना सरकारातून जमीन व गावाकडून काही हक्क मिळत.

देशमुख आणि देशपांडे : अनेक खेडी मिळून परगणा तयार होत असे. परगण्यातील सर्व पाटलांचा प्रमुख म्हणजे देशमुख आणि सर्व कुलकर्ण्यांचा प्रमुख म्हणजे देशपांडे. गावातील पडीक जमीन गरजूंना लागवडीसाठी देण्याचे काम देशमुख करीत असत. वर्षभरात परगणा फिरून बघणे, नव्या जमिनींचा सारा निश्चित करणे, मालकीत बदल झाल्यास नोंद तपासणे, कुलकर्ण्यांचे दफ्तर तपासणे ही कामे देशमुखांची असत. रयत संकटात असताना सारा माफ किंवा साऱ्यात सूट देण्याची, परचक्र आले असता रयतेच्या संरक्षणाची, अन्य सरकारी अधिकाऱ्यांच्या मदतीने गावाचा विकास करण्याची (शेती उत्पन्न

वाढविणे) प्रसंगी लष्करी सेवा बजावणे ही कामे त्याला करावी लागत. देशमुखाच्या शिक्क्यात त्याचे नाव, परगण्याचे नाव व नांगराचे चित्र असे. श्रममूल्य म्हणून त्याला मोफत वस्तू पुरवठा, बलुतेदारांकडून श्रमपुरवठा, सरकारी जकातीच्या २ टक्के उत्पन्न, खरेदी-विक्री व्यवहारात त्याला फायदा मिळे.

देशपांडे : परगण्याच्या कामात देशमुखास मदत व जबाबदार अधिकारी. श्रममूल्य म्हणून सारामुक्त व वंशपरंपरागत जमीन त्याला मिळे. परगण्याचे हिशेब ठेवणे व तपासणे ही महत्त्वाची कामे. देशमुखाच्या एकूण उत्पन्नाच्या निम्मे उत्पन्न त्याला मिळे. वादी-प्रतिवादींकडून फी, लग्नघरातून शेला-पागोटे त्यांना मिळे. गावांवरच त्यांचा निर्वाह अवलंबून असल्याने ते गावाची काळजी घेत.

बलुतेदार : गावगाडा चालविण्याची सगळ्यात मोठी जबाबदारी यांच्यावर असे. वर्षभर गावातील लोकांची सेवा केल्यावर त्याचे श्रममूल्य म्हणून गावकऱ्यांकडून प्रतिवर्षी सुगीच्या हंगामात त्यांना धान्य मिळे. त्याला 'बलुता' म्हणत. गावातील ग्रामसेवकांच्या उदरनिर्वाहासाठी दिलेला मोबदला म्हणजे बलुता. ग्रँट डफने बलुतेदारांची पुढीलप्रमाणे नावे दिलेली आहेत. सुतार, लोहार, चांभार, महार, मांग, कुंभार, नाभिक, धोबी, गुरव, जोशी, मुलाणा काही अभ्यासकांनी या यादीत सोनार, तराळ, रामोशी, तेली, तांबोळी, कोष्टी, शिंपी, धनगर यांचाही समावेश यात केला आहे. याशिवाय बारा बलुतेदारही गावासाठी सेवा बजावीत असत. सोनार, शिंपी, जंगम, कोळी, तराळ, माळी, डवरी, गोसावी, घडसी, रामोशी, तेली, तांबोळी, गोंधळी. हे सगळे बलुतेदार. बलुतेदारांना परंपरेने ठरवून दिलेला वाटा मिळत असे. बलुतेदार गोतसभेच्या सभांना हजर राहात. त्यांच्या स्वतंत्र निशाण्या करीत.

समाजातील काही विशेष गोष्टी

'शिवकालीन महाराष्ट्र' या ग्रंथात (पृ. ३१) वा. कृ. भावे यांनी तत्कालीन समाजाचे जे चित्र रेखाटले आहे ते सारांशस्वरूपात पुढीलप्रमाणे आहे. परमानंदांनी पालवण या दळवींच्या राजधानीच्या शहराचे 'पल्लीवन' नावाखाली वर्णन केले आहे. "...राजवाड्यात प्रसंगोपात्त गायन, वादन, नर्तन व्हायचे त्यासाठी मृदंग्ये, वीणेकरी, टाळकरी, पावेकरी, बजवय्ये कायमची वस्ती करून राहात असत. राजाची स्तुती करणारे भाट. त्याजपुढे गाणारे गवई व नाचणाऱ्या नायकिणी असावयाच्याच. त्या काळी आयती रंगीत वस्त्रे विकत मिळत नसल्यामुळे लोकांची पागोटी, पटके रंगविणारे रंगारी होते. शस्त्रास्त्रव्यवसाय हा तेव्हाचा मुख्य व्यवसाय. तरवारी, जंबिये, पट्टे, बर्च्या, भाले, बाण बनविण्याकरता वा दुरुस्त करण्याकरिता शिकलगार होते. द्रव्याचा पुरवठा करणारे सावकार होते. जनतेच्या करमणुकीची साधने म्हणजे कथा, पुराण, नाच, रंग हीच होत. नाना प्रकारचे नजरबंदीचे खेळ करून

दाखविणारे जादूगार होते व ढोलग्याच्या तालावर दोरीवर चालणारे आणि पुंगी वाजवून नागास डोलावयास लावणारे गारोडीही होते.''

पाटील : गावचा पाटील हा गावाच्या केंद्रस्थानी असायचा. पाटलाला भेटायला रोज जे गावकरी (सरकारी कामानिमित्त) यायचे त्यांना पान-सुपारीसाठी गावातील तांबोळी पाटलांस रोज १०० विड्याची पाने द्यायचा. पाटलाच्या घरी असणाऱ्या समया व ठाणवया (मोठ्या दगडी समया) याकरिता लागणारे तेल तेली आणून देत असे. प्रतिवर्ष चामड्याचा एक जोड मोफत पाटलास मिळे. लोकरीचा घोंगडीवजा तुकडा, पांघरण्याची पासोडी, पाटलीणबाईंना पाच चोळखण पुरवणे ही कामे ते ते कारागीर करीत असत. बाजारातल्या दुकानातून प्रत्येकी एक सुपारी, गहू, जोंधळा, कडधान्ये, डाळी, भाजी, रोजचे सरपण, घरी लागणारे पाणी भरण्यास एक जण, सामिष आहार लागल्यास पुरविणे इत्यादी गोष्टी पाटलाला मिळत.

मान-मरातब : गावात पहिली गुढी पाटलाच्या घरी. लग्नात पहिला टिळा व पानसुपारी त्याला. शमीपूजन सर्वप्रथम पाटलाच्या हस्ते, बैलपोळ्याला पाटलाचे बैल अग्रभागी, गौरी-गणपती सर्वप्रथम पाटलाच्या घरी, होळीला पहिला नैवेद्य पाटलाचा असे. गावातल्या प्रत्येक लग्नात खोबऱ्याची एक वाटी व शेला पाटलाचा, शिराळशेट मिरवणुकीत पाटलाचा शिराळशेट सर्वांत पुढे, महजरावर निशाणी नांगर, राहत्या घराला कर माफ, हुरडा खाण्याच्या कार्यक्रमात पहिला हुरडा पाटलास मिळत असे. त्यामुळे मध्ययुगीन महाराष्ट्रात 'पाटील' या वतनाबद्दल लोकांत पराकोटीचे आकर्षण असे. प्रसंगी त्याबद्दल वादविवाद, भांडणे लागत असत. शिवकालात खेड्यात पंचांग वाचण्याचे काम ग्रामजोशी करीत असे. व्रतवैकल्यांची माहिती सांगणे हे त्यांचे काम असे. पंचांगवाचन सर्वप्रथम कोणाकडे करायचे याचेही नियम ठरलेले असत. तेव्हा ग्रामण्याची (जातिबहिष्कृततेची) प्रकरणे चालत.

दुष्काळ : तत्कालीन समाजाला परचक्र आणि दुष्काळ यांपासून प्रचंड भीती असायची. दुष्काळाला नैसर्गिक आपत्ती अथवा दैवी प्रकोप म्हणत. दुष्काळ पडल्यावर उपासमारी, मुलूख सोडून परक्या ठिकाणी जाणे, घरातील दुर्बलांचा मृत्यू असे नुकसान सहन करावे लागे. अ. रा. कुलकर्णी यांनी १६३० मध्ये महाराष्ट्रात पडलेल्या दुष्काळाचे वर्णन 'थोरला दुष्काळ' असे केले आहे. त्यांच्या शिवकालीन महाराष्ट्र ग्रंथात (पृ. ५२-५३) दुष्काळाचे वर्णन आले आहे. डच कंपनीतील एक ज्येष्ठ व्यापारी व्हॅन ट्विस्ट लिहितो–

''पाऊस इतका अल्प पडला की पेरणी केलेले बी तर वाया गेलेच पण साधे गवतसुद्धा उगवले नाही. गुरेढोरे मेली. शहरांतून आणि खेड्यांतून शेतात आणि रस्त्यांवर प्रेतांच्या राशी पडल्यामुळे इतकी दुर्गंधी सुटली होती की रस्त्यावरून जाणे भयावह होते. गवत

नसल्यामुळे गुरेढोरे प्रेतेच खाऊ लागली. लोक प्राण्यांची प्रेते खाण्यासाठी घेऊ लागले. दुष्काळाची तीव्रता वाढू लागली तशी माणसे शहर आणि खेडे सोडून निराशेने दाहीदिशा भटकू लागली. दुष्काळपीडितांना ओळखणे सोपे होते. डोळे खोलवर खोबणीत रुतलेले, ओठ सुकलेले व लाजेने बरबटलेले, कातडी टणक बनलेली असे त्यांचे दर्शन होते आणि जेथे जावे तेथे प्रेतांशिवाय आम्हांस काहीच दिसत नव्हते.''

''पुरुष बायका-मुलांना टाकून जात होते, स्त्रिया स्वत:ला गुलाम म्हणून विकून घेत, आया बालकांची विक्री करीत. काही कुटुंबांनी विषप्राशन करून एकत्रितपणे मृत्यूला कवटाळले, काहींनी नद्यांमध्ये उड्या घेतल्या, काही शिळे मांस खात होते. प्रतिदिनी भयानक शोकांतिका दिसत होत्या. भुकेमुळे हजारोंनी माणसे मृत्युमुखी पडत होती. सारा देश प्रेतांनी व्यापलेला होता. त्यांचे दफन करणे अशक्य होते. माणसांचे मांस उघडपणे बाजारात विकले जात होते. ह्या भयंकर दैवी प्रकोपाची झळ प्रामुख्याने गरिबांना सोसावी लागली; कारण त्यांच्याकडे कसलाही संग्रह नव्हता.''

हे वर्णन उत्तर हिंदुस्थानचे असले तरी यावरून दुष्काळाची कल्पना येते.

परचक्र : दुष्काळासारखीच परचक्राची भीती प्रजेला असे. शत्रू मुलूख जाळणे, लुटणे, बायका-पोरांस पळवून नेणे अशा गोष्टी करीत असल्याने परचक्र आल्यास आख्खा गाव दुसरीकडे आश्रयाला जात असे. उदा. शायिस्तेखान, मिर्झा राजे जयसिंग यांची स्वारी. अशा वेळी तक्रार करायलाही जागा नसायची.

समाजांतर्गत अर्थव्यवहार

समाजात वस्तुविनिमय आणि चलनविनिमय अशा दोन्ही प्रकारच्या पद्धती अस्तित्वात होत्या. वार्षिक सारा धान्यस्वरूपात भरण्याची सोय असल्याने रोख रक्कम फार कमी प्रमाणात सामान्य जनतेकडे असे. व्यापारी, अधिकारी, सैन्य यांच्याकडे रोख रक्कम असे. जेव्हा सामान्य माणसाला रोख रकमेची गरज लागे तेव्हा तो गावातील सावकाराकडे जाई. महाराष्ट्रात शेटे, महाजन, देशपांडे व काही धनिक ब्राह्मण हा व्यवसाय करीत असत. कर्ज घेणारा व देणारा यांच्यात परस्परांना मान्य होईल अशी बोलणी झाल्यावर, अटी ठरल्यावर जो कर्जासंबंधी कागद तयार होई त्याला कर्जपत्र (कर्जकतबा, कर्जरोखा) म्हणत. यात कर्ज देणारा, घेणारा, मुद्दल, व्याजदर, मुदत, मुदतीत कर्जफेड न केल्यास द्यायचा दंड, जामीनदार, साक्षीदार, कदाचित कर्ज घेण्याचे कारण, मध्यस्थ स्वाक्षरी या सगळ्याचा अंतर्भाव त्यात असे.

दुष्काळ, वैयक्तिक संकट अशा वेळीही लोक कर्ज घेत. गावातील सावकाराकडून धान्यस्वरूपात सुद्धा कर्ज घेतले जाई व ते सुगीच्या हंगामात परत करत. एखाद्याला शत्रूने पळवून नेले वा ओलीस ठेवले तर त्याच्या सुटकेसाठी कर्ज काढावे लागे. कर्ज १५

दिवसांपासून ते ६ महिन्यांसाठी क्वचित ५ वर्षांसाठी काढता येई. व्याजदारासंदर्भात मनमानी किंवा दोघांचीही सोय आणि धान्य स्वरूपात परत करणार असल्यास दाम दुप्पट असे.

स्त्री-जीवन

मध्ययुगीन भारतात स्त्रियांचे जीवन अत्यंत कष्टमय होते. महाराष्ट्र त्याला अपवाद नव्हता. पुरुषांपेक्षा स्त्रियांवर तुलनेने बंधने अधिक होती. जन्मापासून ते मृत्यूपर्यंत स्त्रियांना अनेक संकटांना तोंड द्यावे लागे. बालविवाहपद्धती शिवकालातही रूढ होतीच. राजघराण्यापासून ते सामान्य घरांपर्यंत ही पद्धती रूढ होती. एकपत्नीत्वाला सार्वत्रिक मान्यता असली तरी बहुपत्नीत्वाच्या प्रथा बड्या लोकांमध्ये आढळून येतात. राजाच्या प्रथम पत्नीला पट्टराणीचा बहुमान असे, अन्य राण्यांना दुय्यमत्व स्वीकारावे लागे. वंशवृद्धी, सत्तेचे हस्तांतरण, संपत्तीचे हस्तांतरण यासाठी अनेक घराण्यांशी तालेवार मंडळी संबंध जोडत असत.

अपवादात्मक स्त्रिया सोडल्या तर स्त्रियांसाठी शिक्षणाची व्यवस्था दिसत नाही. मातोश्री जिजाऊसाहेब व राजघराण्यातील स्त्रिया वगळता शिक्षणाची स्वतंत्र सोय केल्याची उदाहरणे नाहीतच. मातोश्री जिजाऊसाहेब, सोयराबाई राणी साहेब, येसूबाई राणी साहेब, महाराणी ताराराणी, महाराणी चन्नम्मा यांचे अपवाद वगळता स्त्रियांचा राजकारणातील सहभाग मर्यादित आहे. रणांगण आणि राजकीय सल्लामसलत यांतही कमी सहभाग दिसतो.

बालपणी मुलीला वडिलांच्या आज्ञेत, तरुणपणी नवऱ्याच्या आज्ञेत, म्हातारपणी मुलांच्या बरोबर जीवन कंठावे लागे. मध्ययुगीन महाराष्ट्रात एकत्र कुटुंबपद्धती असल्याने स्त्रियांच्या विकासाच्या संधी वाढण्याऐवजी त्या अधिक मर्यादित झाल्याचे आपणास दिसते. लढाया, युद्ध, परचक्र या प्रसंगी स्त्रियांना पळवून नेणे सर्रास चाले. स्वराज्यात छत्रपतींनी या गोष्टी कडकपणे बंद केल्या. विधवा स्त्रीचे जीवन अधिकच दु:खमय असे. वैधव्य त्या स्त्रीचे सुख, सन्मान, आशा, आकांक्षा, शोषून घेई. अर्धमृत, कंटाळवाणे, असाहाय्य, अपमानित जीवन तिला जगावे लागे. दिवंगत पतीच्या मालमत्तेत तिला वाटा नसे. वैधव्य तिचे सामाजिक जीवन संपुष्टात आणत असे. विधवा स्त्रीचे दर्शनही अशुभ मानले गेले. बालविधवांचे जीवन घराच्या सेवेत निघून जाई. छत्रपतींनी युद्धात कामी आलेल्या सैनिकांच्या पत्नीची निर्वाहाची सोय केली हा मध्ययुगातील अपवादात्मक चमत्कार होय.

धार्मिक जीवन

येथील धार्मिक जीवन व्रत-वैकल्ये, सण-उत्सव, यात्रा, देवस्थाने यांच्याभोवती बंदिस्त झाले होते. धर्माचा अर्थ लावणारी यंत्रणा कोणालाही हस्तक्षेप करू देत नव्हती. सर्वसामान्य लोक शिक्षणापासून दूर होते. परमेश्वर आणि माणूस यांच्यात मध्यस्थ होते. मध्यस्थाशिवाय

परमेश्वरापर्यंत पोहोचणे अवघड झाले होते. दैनंदिन जीवनात धर्म असे. घरातील देवघर, रोजचे कपाळावरील गंध, व्रत-वैकल्ये, देवस्थानांच्या यात्रा यांमधून धर्म दिसे. मध्ययुगीन महाराष्ट्रात हिंदू धर्म, मुस्लिम धर्म येथे प्रमुख होते. सिद्दी, पोर्तुगीज, इंग्रज, डच, फ्रेंच आपापला धर्म घेऊन महाराष्ट्रात आले. त्यांची प्रार्थनास्थळे येथे उभी राहिली. पाप-पुण्याच्या संकल्पना मठ, मंदिर, धर्मस्थळे, आदी गोष्टी दैनंदिन कृत्यांशी जोडल्या गेल्या. हिंदू धर्म विविध जाती, उपजातींमध्ये विभागलेला होता. स्पृश्यास्पृश्यतेच्या कल्पना येथे होत्याच. देव-देवता काही वेळा जातींनुसारही विभागलेल्या. ईश्वरवादी, निरिश्वरवादी, महानुभाव पंथ, नाथपंथ, वारकरी, धारकरी, समर्थ पंथ, अशा विविध पंथांचे अनुयायी येथे गुण्यागोविंदाने राहात होते. गणपती, विठ्ठल, श्रीकृष्ण, हनुमान, श्रीराम, महालक्ष्मी, भवानीमाता, बहिरोबा, ग्रामदैवते (जानाई, जाखाई, मरीआई वगैरे) महादेव, खंडोबा, कालभैरव इत्यादी देव देवतांची मंदिरे होती. वार्षिक यात्रांच्या माध्यमातून लोक तेथे भेटत असत.

मुस्लिमांमध्ये कुराण आणि मशीद या गोष्टी धार्मिक जीवनात महत्त्वाच्या. सामूहिक कृती आणि सामूहिक प्रार्थनेला महत्त्व होते. नमाज दिवसातून पाच वेळा पढणे आणि दर शुक्रवारी एकत्रित प्रार्थना करणे या गोष्टी महत्त्वाच्या होत्या. सत्ताधारी वर्ग असल्याचे फायदे या समाजाला मिळाले.

छत्रपतींनी आपल्या सैन्यात दोन्ही धर्मांच्या लोकांना स्थान दिले होते. कोणत्याही धर्माचा अनादर त्यांनी केला नाही. सामान्य रयतेवर अन्याय करणाऱ्या राज्यकर्त्यांचा अधर्म मोडून काढण्यासाठी मात्र त्यांनी आपली तलवार चालविली. या प्रकरणाचा सारांश कृ. ना. चिटणीस यांच्या शब्दांत पुढीलप्रमाणे सांगता येईल. मूळ ठिकाण, उच्च वंश किंवा कुल, पंथ, व्यवसाय अशा अनेक प्रकारच्या कारणांवरून जाती आणि उपजाती अस्तित्वात आल्या. जाती-जातींमधील सामाजिक संबंध आंतरजातीय विवाह व जेवण यांवर कडक निर्बंध लादण्यात आले होते. यामुळे प्रत्येक जात आणि उपजात हा एक अतिमर्यादित घटक झालेला होता आणि सबंध समाजाचे अशा मर्यादित घटकांमधील विभागणी आणि उपविभागणीमुळे तुकडे-तुकडे झाले होते. प्रत्येक जमातीत तिचीच एक जातिसभा किंवा गोतसभा म्हणून जातीय संघटना असे. अशा प्रकारच्या परस्परविरोधी समाजघटकांना एका समान आणि उदात्त ध्येयासाठी एकत्र आणणे शिवाजी महाराजांच्या अलौकिक कर्तृत्वामुळेच जमले असे मानणे भाग पडते. किल्ल्यातील कारभारात मराठा, ब्राह्मण आणि कायस्थ प्रभू अशा तीन विविध जातींच्या अधिकाऱ्यांची शिवाजी महाराजांनी केलेली नेमणूक, सर जदुनाथ सरकार म्हणतात तसे, एकमेकांवर नियंत्रण ठेवण्यासाठी नसून, एकमेकांमधील जातीय भेदभाव सोडण्यास संधी देऊन एका राष्ट्रीय ध्येयासाठी त्यांना एकत्रित आणण्याकरिता योजलेला एक कुशल व चतुर उपाय होता.

(मध्ययुगीन भारतीय संकल्पना व संस्था, भाग २ पृ. १०२-३)

प्रकरण ९

शिवकालीन आर्थिक जीवन

Economic Life

या पाठात आपण शेती व जमीनमहसूल पद्धती, उत्पादनाची साधने, व्यापार, चलनपद्धती यांचा अभ्यास करणार आहोत.

शेती व जमीन महसूल पद्धती

मध्ययुगात शेती आणि व्यापार हा जगण्याचा आधार होता. मध्ययुगातील गावगाड्याचे जीवन शेतीभोवती केंद्रित झाले होते. शेती आणि व्यापार या बाबी उत्पन्न निर्माण करणाऱ्या आहेत. त्यामुळे स्थिर पायावर ज्याला राजसत्ता उभारायची आहे त्याला शेतीकडे दुर्लक्ष करून चालत नाही. मध्ययुगात जमीनमहसूल पद्धती ही राज्याची कायम स्वरूपाची उत्पन्नाची बाब होती. मध्ययुगात छत्रपती शिवाजी- महाराजांपूर्वी शेरशहा सूर, राजा तोडरमल, मलिक अंबर यांनी महसूल पद्धतीवर ठसा उमटविला होता. स्वराज्याच्या कालखंडात शिवाजी महाराज महसूल पद्धतीवर स्वत:च्या सहकाऱ्यांच्या मदतीने ठसा उमटविण्यात यशस्वी झाले. शेतकऱ्यांचे आणि कुळांचे आर्थिक शोषण होऊ न देण्याचे त्यांचे धोरण होते.

जमीन – महाराष्ट्रात जमिनीला 'काळी आई' म्हणतात महाराष्ट्रातील जमीन डोंगराळ, गवताळ आणि काळ्या मातीची सपाट जमीन. यातच 'नापीक' जमिनीचे प्रमाणही खूप. सह्याद्रीच्या डोंगररांगांमध्ये खडकाळ आणि जंगलांनी व्यापलेली जमीन भरपूर आहे. यामुळेच शेतजमीन ज्याच्या ताब्यात असे त्याला मान असे. त्या व्यक्तीला सामाजिक प्रतिष्ठा मिळे. शिवकालाच्या पूर्वी थोड्याफार फरकाने वतनदार व बलुतेदार जमिनीचे मालक असत. पडीक जमीन वापरात आणण्यासाठी दिली जाई. ही जमीन मुदतपद्धतीने उपरी लोकांना देत असत. पुढे सरकारात योग्य ती रक्कम (नजराणा) भरून उपरी लोक जमिनीचे वंशपरंपरागत मालक (मिरासदार) होत.

जमिनीचे प्रकार – डॉ. के. एन. चिटणीस यांनी जमिनींचे विभाजन उत्तम, मध्यम, कनिष्ठ अशा प्रकारांत केले आहे. जिरायती जमिनी (कोरड्या जमिनी), बागायती जमिनी (ओल्या जमिनी), पाणीपुरवठ्याची सोय असणाऱ्या जमिनी (पाटस्थळ : पाटाचे पाणी मिळणाऱ्या) विहिरीचे पाणी मिळणाऱ्या (मोटस्थळ) असेही जमिनींचे उपप्रकार होते. प्रा. डॉ. अ. रा. कुलकर्णी यांनी शिवकाळात जिरायती जमिनीचे अव्वल (उत्कृष्ट), दूम (मध्यम), सीम (कनिष्ठ) असे प्रकार सांगितले आहेत. कोकणातील जमिनींचे पेरणू, मुरमाड, धुळपट, दरवट हे प्रकार होते. अशा प्रकारचे वर्गीकरण झालेल्या जमिनीतून शेतकरी भाजीपाला, फळे, कोकणात नारळ-सुपारी, कल्याण, भिवंडीला टिंबर जातीचे लाकूड (या लाकडास इंग्रज लोक भारताचा ओकवृक्ष म्हणत – मराठ्यांचा इतिहास, खंड १ कुलकर्णी, – खरे – पृ. ३५१), गहू, तांदूळ, बाजरी, डाळी, ज्वारी, संगमेश्वरला विड्याची पाने, मिरे, आंबे, सुंठ, हळद, ऊस, काही मसाल्याचे पदार्थ अशा स्वरूपाची पिके होत होती.

धोरण – छत्रपतींचे धोरण शेतीस प्रोत्साहन देण्याचे होते. शेतकऱ्याच्याच हितामध्ये राजाचे आणि राज्याचे हित दडले आहे याची त्यांना पूर्ण जाणीव होती. शेतकऱ्याला दारिद्र्याचा सामना करावा लागू नये अशी महाराजांची इच्छा होती. शेतकऱ्यांना सुविधा देण्यावर त्यांचा भर होता.

सामान्य शेतकऱ्यांस बी-बियाणे देणे, बैल पुरविणे आणि वर्षाचे धान्य देण्याची योजना करणे या गोष्टी महाराजांच्या दूरदृष्टीच्या द्योतक होत्या. दुष्काळाच्या काळात त्यांनी शेतकऱ्यांना सारा माफ केला. अवर्षण, ओला दुष्काळ, साथीचे रोग, परचक्र अशा संकटांच्या वेळी महाराज शेतकऱ्यांच्या पाठीशी उभे राहिले. 'शेतकऱ्यास सर्व दृष्ट्या समर्थ करण्यासाठी जरी लाख दोन लाख लारी (चांदीचे नाणे एक लारी = अडीच रुपये) पावेतो खर्च केला आणि प्रत्येक कुणब्याची खबर घेऊन त्याला समर्थ केले. पडजमीन लागवडीखाली आणली, तर सरकार तुझ्यावर खूष होईल असे प्रभानवल्लीच्या सुभेदाराला त्यांनी लिहिले होते.

लष्करास आज्ञा – चिपळूणजवळ दलवटणे गावी सैन्याची छावणी पडली असता लष्कराने रयतेशी कसे वागावे या संबंधीच्या पत्रात महाराज लिहितात – "ऐशात, लोक (सैनिक) जातील, कोणी कुणब्याचे येथील दाणे आणील, कोणी भाकर, कोणी गवत, कोणी फाटे (लाकूड), कोणी भाजी, कोणी पाले. ऐसे करू लागलेत म्हणजे जी कुणबी घर धरून जीव मात्र घेऊन राहिले आहेत तेही जाऊ लागतील, कित्येक उपाशी मराया लागतील. म्हणजे त्यास ऐसे होईल की मोगल मुलकांत आले त्याहूनही अधिक तुम्ही ऐसा तळतळाट होईल. ...मराठियाची तो इज्जत वाचणार नाही. मग रोजगार कैसा."

हीच भूमिका त्यांनी १६७६ मध्ये कोकणातील प्रभानवल्ली मामल्याच्या सुभेदाराला

उद्देशून लिहिलेल्या पत्रात अधिक विस्ताराते मांडली आहे. शेतकऱ्यांच्या कल्याणाची भूमिका येथे ते अगदी स्पष्टपणे मांडतात. राजे लिहितात "... चोरी न करावी, इमाने इतबारे साहेबकाम करावे येसी क्रियाच (शपथ) केली आहेत. तेणेप्रमाणे येक भाजीच्या देठांस ते ही मन न दाखविता रास व दुरूस (दुरुस्त) वर्तणे. या उपरि कमाविस कारभारास लावणी, संचणी उगवणी (लागवड, सारा- आकारणी, वसुली) जेसी जेसी जे जे वेलेस जे जे करू नये ते ते करीत जाणे. हर भातेने (तऱ्हेने) साहेबाचा वतु (सरकारी वसूल) (अधिक) होये ते करीत जाणे मुलकांत बटाईचा तह चालत आहे (अर्धेलीचा करार. म्हणजे, शेती उत्पन्नाचा निम्मा भाग सरकारात द्यावयाचा आणि नंतर कसलाही कर द्यावयाचा नाही असा करार) परंतु रयेतीवर जाल न पडता (जुलूम न करता) रयेतीचा वाटा रयेतीस पावे आणि राजभाग आपणास येई ते करणे. रयतेवरी काडीचे जाल व गैर केलिया साहेब तुजवर राजी नाहीत येसे खरे समजणे." यावर अधिक स्पष्टीकरण देण्याची गरज नाही.

सारा आकारणी – महाराष्ट्र समाज आणि संस्कृती या (पृ. ४५) पुस्तकात डॉ. अ. रा. कुलकर्णी यांनी महाराजांच्या सारा आकारणी धोरणावर प्रकाश टाकला आहे. ते लिहितात, 'शिवकाळात रयतेकडून सारा धान्यरूपाने आणि पैशाच्या रूपाने वसूल केला जात असे. पण काही वेळा धान्य गोळा करण्याचा आपला त्रास चुकविण्यासाठी त्या धान्याची किंमत बाजारभावाने ठरवून रयतेकडून रोकड सारा रूपाने घेत. परंतु मध्ययुगात पैशाची चणचण असल्याने पैशाच्या रूपात सारा भरणे शेतकऱ्यांना जिकिरीचे होत असे. दुसरे म्हणजे समजा कोकणचा वसूल नारळ आणि सुपारीच्या रूपाने करावा, असे ठरले असेल, पण तसा तो न करता अधिकाऱ्याने पैशाच्या रूपाने तो वसूल घेतला तर 'पिकते तेथे विकत नाही' या न्यायाने नारळ-सुपारीचा दर कोकणात कमीच असणार; पण वस्तुरूपाने माल वसूल केल्यास आणि तो साठा देशावर नेऊन विकला, तर त्या मालाला अधिक दर येईल आणि साहेबाचा फायदा होईल. अर्थशास्त्रातील 'मागणी आणि पुरवठा' या सिद्धान्ताचा येथे महाराजांनी अवलंब केल्याचे आपणास दिसून येते.

शेतकरी हित धोरण – शेतकऱ्यांस व्यवसायासाठी जे काही कर्ज दिले त्याची वसुली दामदुपटीने, घाईगर्दीने करू नये. शेतीची अवजारे जप्त करू नयेत. कर्जवसुली त्याच्या कुवतीप्रमाणे करावी. शेतकऱ्याला कर्ज देण्यासाठी सरकारी खजिन्याचा वापर केला जाईल, असेही महाराजांनी अधिकाऱ्यांस सांगितले होते.

महसूल धोरण – छत्रपती शिवाजी महाराज स्मृतिग्रंथ (१९७६) या ग्रंथात डॉ. गो. त्र्यं कुलकर्णी यांनी 'छत्रपती शिवाजी महाराजांचे शेती आणि जमीन- महसूल याविषयींचे धोरण' या लेखात शेती आणि महसुलाचा आढावा घेतला आहे. त्यांच्या मते स्वराज्याच्या अगदी सुरुवातीच्या काळात दादोजी कोंडदेव यांनी पुणे प्रदेशात सुरुवातीच्या जमीनसुधारणा

घडवून आणल्या. शेतजमीन गज किंवा काठीने मोजण्याची पद्धत त्यांनीही चालू ठेवली. ही पद्धत निजामशाहीचा आधारस्तंभ मलिकअंबर याने सुरू केली होती. आदिलशाही मुलुखात असणारी नजरपाहणी पद्धत बंद करून जमीन 'बिघे' या परिमाणात मोजण्यास सुरुवात स्वराज्यात झाली. यातून जमिनीची अधिकाधिक अचूक मोजणी करण्यास सुरुवात झाली.

अण्णाजी दत्तो यांचे योगदान – अष्टप्रधान मंडळातील एक प्रधान एवढीच ओळख अण्णाजी दत्तो यांची नाही. ते सरकारी दफ्तरदार म्हणजेच सुरनीस होते. सुरुवातीला ते संगमेश्वर भागाचे वंशपरंपरागत देशकुलकर्णी असल्याने त्यांना कोकणातील मामले प्रभावळी येथील उत्पन्नाचे सर्वसाधारण हिशेब ठेवण्याच्या कामाचा चांगलाच अनुभव होता. त्यांनी जमीनमोजणीच्या काही पद्धती अमलात आणल्या. त्यांच्या योजनेचे चावराणा, बिघावणी, चकबंदी असे ३ प्रकार होते. पिकाऊ जमिनींची सीमानिश्चिती, अशा जमिनींचा नकाशा तयार करणे, जमिनीचा कस अजमावणे यास प्राधान्य देण्यात आले. पिकाऊ जमिनींची वर्गवारी करून त्याचे मूल्यमापन करणे याला लावणी म्हणत. यासाठी वर्षातील दोन पिकांचा अंदाज घेतला जाई. या जमिनीच्या सीमा खुणांनी निश्चित करण्याच्या प्रकाराला चकबंदी म्हणत. ही पिकाऊ जमीन ज्यांच्या ताब्यात असे त्यांची यादी तयार केली जाई. या यादीस कुळझाडा म्हणत असत. सदर जमिनीशी संबंधित दुसरी यादी तयार होई तिला 'जमीनझाडा' यादी म्हणत. याशिवाय 'सनदवार' यादी असे. या यादीत ज्यांना जमिनीच्या सनदा दिलेल्या असत त्यांची व जमीन कसणारांची (प्रज) नावे असत. या सगळ्याच्या शेवटी सरकारात सारा भरण्याला सर्व गावकरी सामूहिकरित्या जबाबदार असत आणि जमिनीच्या एकूण उत्पन्नाच्या २/५ भाग सरकारला व ३/५ भाग रयतेकडे अशी पद्धती सुरू झाली. या पद्धतीस मान्यता देऊन महाराजांनी शेतकऱ्यांवरील ऋण माफ करून टाकले. २/५ सारा ही पद्धती सर्वोत्तम प्रतीच्या जमिनीवर असे तर साधारण जमिनीवर ३३ टक्के सारा असे.

या पद्धतीला जनमताचा पाठिंबा न मिळाल्यास योजना अयशस्वी होण्याची भीती होती म्हणून महाराजांनी पाटील, खोत, कुलकर्णी यांना एकमेकांच्या कामात हस्तक्षेप करण्यास बंदी घातली. 'रयतेचा दिलासा करून जमिनीस धारा दिल्यास आम्ही लावणीस उमेद धरून सुखाने कीर्दी करून राहू' अशी विनंती अण्णाजी दत्तो यांसी रोहिडखोऱ्याच्या लोकांनी केली असता त्यांनी जनतेला तात्काळ आश्वस्त केले. सर्व जमिनीच्या शेतकी उत्पन्नाची वार्षिक आकडेवारी गोळा करून त्यांची तुलनात्मक पाहणी करण्याची आज्ञा अण्णाजींनी दिली होती.

कार्यक्षेत्रावरील अडचणी – इतके सारे केल्यावरसुद्धा प्रत्यक्षात काही अडचणी येत असतच. अधिकारी एका जागी बसता कामा नये. त्याने रयतेत फिरले पाहिजे, रयतेचा

कानोसा घ्यायला हवा यावर महाराजांचा कटाक्ष होता. अण्णाजी दत्तो तरी त्याला कसे अपवाद असणार? ते प्रदेशात फिरत असताना त्यांना काही ठिकाणी जमीन सुपीक परंतु मानवी कष्ट अपुरे त्यामुळे उत्पन्न कमी अशी परिस्थिती आढळली. त्यामुळे पुढे अण्णाजींनी जमिनींची फेरपाहणी करून साराआकारणी प्रत्यक्ष उत्पन्नावर लागू करण्याचा हुकूम दिला. गावातील देशमुख, देशकुलकर्णी व चार प्रतिष्ठित नागरिक यांनी एकत्र येऊन गावातील जमीन पाहणी-मोजणी करून अपेक्षित सारा निश्चित करावा असेही अण्णाजींनी सांगितले. यामुळे जनतेचा सरकारी कामातील सहभाग वाढला.

पडीक जमीन – मध्ययुगात लोकहिताची धोरणे आखणाऱ्या राज्यकर्त्यांना पडीक जमिनींचे प्रश्न विचारात घेणे आवश्यक होते. अशा पडीक जमिनी लागवडीखाली आणण्यासाठी सारावसुलीत लवचिकता आणण्यात आली. पडीक जमीन वापरात आणणाऱ्या शेतकऱ्यांस चार ते बारा वर्षापर्यंत अंशत: कर, पहिली चार वर्षे कर माफ तर बाराव्या वर्षी पूर्णपणे करवसुली करण्याचे धोरण ठेवण्यात आले. या पद्धतीस 'इस्तावा' म्हणत. यामुळे सरकारी उत्पन्नात भर पडण्यापेक्षा महाराजांनी पडीक जमीन लागवडीखाली आणण्यास प्राधान्य दिले. महाराजांनी इनाम जमिनी पडीक राहू दिल्या नाहीत.

करमाफी – महाराज एवढ्याच सवलती देऊन थांबले नाहीत तर ओसाड गावात एखादा शेतकरी परत वस्ती करण्यास आला तर त्याला करात सूट असे. पूर, अवर्षण, परचक्र या संकटांच्या वेळी करात सूट देण्यात येई. शेतकऱ्यांसाठी उत्तम बी-बियाणांची खास पैदास करून त्यासाठी सरकारी जमीन वापरून 'बीजहुर्डा' या नावाने त्याचा गावकऱ्यांना पुरवठा केला जाई. आपल्या योजना यशस्वी होत आहेत हे पाहून महाराजांनी शेतकऱ्यांवर असणारे पूर्वीच्या ५० पट्ट्या व बहुतेक कर माफ केले. या सुधारणांमुळे जनतेला सार्वत्रिक विश्वास मिळाला आणि खजिन्यात भर पडली.

सरकारी यंत्रणा – जमिनीचा सारा निश्चित करण्यासाठी 'शिवशाही काठी' हे माप असे. साधारण पाच हात व पाच मुठी लांब अशी ही काठी असे. मापनपद्धतीत तसू, हात, काठी, बिघा, चावर अशी पाच चढती परिमाणे होती. १६३६ मध्ये दादोजी कोंडदेव यांनी पुणे-मुठे, मावळ परगण्यात, १६४८-४९ मध्ये मोरोपंत पिंगळे यांनी शिरवळ परगण्यात तर १६७८ मध्ये रोहिडखोऱ्यात सारा निश्चितीचे प्रयत्न केले. त्याची माहिती आपण सुरुवातीला घेतली.

उत्पादनाची व उत्पन्नाची साधने

शिवकालीन उत्पन्नाच्या साधनात राज्याला प्रामुख्याने जमीन महसूलातून मोठा वाटा मिळत असे. पिकनिहाय सारा (ऊस, कांदे, वांगी, रताळे, भात) वसूल केला जाई.

जमिनीच्या प्रतीनुसार सारा आकारणी होत असे. काळी जमीन, शेरी जमीन, बाजर जमीन (पडिक जमीन), थिकनती जमीन यावरही सारा असे. चौथाई व सरदेशमुखी उत्पन्नाच्या बाबी आपण दुसऱ्या प्रकरणात अभासल्या आहेत. याशिवाय प्रत्यक्ष, अप्रत्यक्ष व संकीर्ण करांच्या माध्यमातून राज्याला उत्पन्न मिळत असे. प्रत्यक्ष करांमध्ये वैयक्तिक उत्पन्न, विविध व्यवसाय, मालमत्ता यावर कर आधारित असे. इनामपट्टी, मिरालपट्टी, देशमुखी पट्टी, सरदेशमुखीपट्टी या शीर्षकांतर्गत कर वसूल करीत असत.

खेडेगावातील इनामदारांना सारामुक्त जमीन दिलेली असे त्यावर हा कर आकारित असत. गोसावी, मठाधिपती यांच्या जमिनी यातून वगळलेल्या असत. गावातील जमिनीचे मालक असणाऱ्या मिरासदारांकडून त्यांच्या कायद्यापैकी काही भाग वसूल करीत असत. दागिने घडविणे आणि विकल्यावर सराफपट्टी कर, मेंढपाळांवर धनगर पट्टी कर (पासोड्या, घोंगड्या तयार करण्यावर, लोकर विकल्यावर कर), विणकरांवर माग टका कर (रोख किंवा साडी, फेटा, धोतर, वस्त्र), चर्मकारांवर पाचपोती तत्त्वावर तेलपट्टी (दरवर्षी प्रत्येक घाण्यामागे १॥ शेरतेल), गावकारागीरांवरील कर, मोहतरफा (विक्री व्यवसाय करणारे उदा. आठवडा बाजारातील विक्रते), हेजितपट्टी (गावाचा प्रतिनिधी सरकार दरबारी पाठविणे खर्च) यांचा समावेश होता.

व्यापाऱ्यांना जकात द्यावी लागे. काही वेळा नियमित करापेक्षा जास्ती कर वस्तू किंवा धान्य स्वरूपात द्यावा लागे. त्याला वानगी म्हणत. उदा. एक हजार उसातील १० उस वानगी दाखल घेत असत. बंदरात उभे केलेल्या जहाजातील मालाचे वजन केल्यावर त्यावर कर आकारीत.

राजमार्गावरून होणाऱ्या वाहतूक मालावर एकाच ठिकाणी जकात घेत असत. गहू, तूरडाळ, मूग, वाटाणा, तांदूळ, उडीद, मसूर, मसाल्याचे पदार्थ, केशर, गूळ, साखर, लसूण, कांदे, हळद, चिंच, सुपारी, खजूर, मध, शेंगदाणा तेल यावर देशी-परदेशी व्यापाऱ्यांकडून वेगळी जकात आकारत.

कापडामध्ये पांढरे कापड, रंगीत कापड, रेशमी कापड व अन्य कापड प्रकार यावरही कर आकारित असत. व्यापारी आणि शेतकरी यांच्या उपयोगी साधनांवर म्हणजे बैल, घोडा, उंट, रेडे, गाय याच्या खरेदी-विक्रीवर शिंगोटी कर असे. आकस्मिक होणाऱ्या खर्चाच्या तरतुदीसाठी कर असे. लग्नाची वरात, लग्न, नदीतील प्रवासी वाहतूक, न्यायालयीन शुल्क, तुटपट्टी (तूप, तेल, धान्य सरकारात भरणा करण्यासाठी नेण्यात येईपर्यंतची घट भरून काढणारा कर), जंगल वापरण्याचे कर, गुरांना चरण्यासाठी गवत उपलब्ध करून देण्यावर वनचराई, टांकसाळ पाडण्याचा परवाना दिल्यास कर, मासेमारी व खनिज संपत्तीवर कर, वतनजप्ती वाचविणारा हारकी कर, जहाज फुटल्यास ते किनाऱ्याला आणावे लागे त्यावर कर आकारला जाई. सरकारी अधिकाऱ्यांच्या दौऱ्याचा खर्च, वारसविषयक कर, जंगमपट्टी,

सण साजरा करण्यासाठीचा दसरापट्टी कर, राजा किंवा मोठा पाहुणा गावाला भेट द्यायला येई तेव्हा तोरण उभारण्याचा खर्च येई तो तोरणभेटी कर, लष्करी छावणी संदर्भातील ठाणेपट्टी कर, लष्करी मोहिमा कर, युद्धातील तूट व शत्रू प्रदेशातील लूट करून उत्पन्न गोळा केले जाई.

कवींद्र परमानंद यांच्या 'शिवभारतात' जे ग्रामीण व्यवसायांचे उल्लेख आलेले आहेत त्यावरून उत्पादन साधनांविषयी तर्क करता येतो. शेती हा प्रमुख व्यवसाय आणि त्याला जोडून किंवा त्यावर आधारित उपव्यवसाय होते. गावे मीठ आणि तेल यांसाठी परावलंबी असत पण अन्य गोष्टींमध्ये शक्यतो स्वयंपूर्ण असत. गावातील स्थानिक कारागीर लोकांच्या गरजा पुरविण्यास सक्षम असत. कारागीर गावातच कायम वस्तीला रहावेत म्हणून गावकरी त्यांना जमीन इनाम देत, तर दैनंदिन योगक्षेमासाठी बलुत्याच्या रूपाने धान्य दिले जाई.

परमानंद यांनी ज्या ग्रामीण व्यवसायांचे उल्लेख केले आहेत. त्यांत सोनार, लोहार, तांबट, सुतार, चांभार, कोष्टी, तेली, मांग, धनगर, कोमटी, शिंपी, नाभिक, परीट, गवंडी, माळी, कासार, गांधी, तांबोळी, कोळी, रंगारी यांचा समावेश आहे.

साधने – शेतकरी शेतीला लागणाऱ्या नांगर आणि अन्य उत्पादक साधनांसाठी प्रामुख्याने लोहार आणि सुतार यांच्यावर अवलंबून असे. शेतीसाठी गुरेढोरे, उत्तम बैल यांची आवश्यकता असे. विहीर खणणे, पाटाचे पाणी वळवणे यासाठी लोखंडाची साधने आवश्यक असत. सोनार व्यवसायासाठी लोहारावर अवलंबून असे. सोनाराची हत्यारे, भट्टी यासाठी लोहाराला पर्याय नव्हता. लोहाराला कच्चे लोखंड, लाकूड यांची गरज असे. तांबटांची हत्यारे लोहार करीत असत. घण, हातोडी, कात्री ही त्यांची प्रमुख साधने होती. सुताराला लाकडासाठी शेतकऱ्यांवर आणि हत्यारांसाठी लोहारावर अवलंबून रहावे लागे. करवत, पटाशी, हातोडी, रंधा ही साधने त्याच्यासाठी महत्त्वाची असत. चांभाराचे काम कातड्यावर अवलंबून असे. रापी, हातोडी व अन्य साधने त्याला पादत्राणे तयार करण्यासाठी लागत. कोष्टी विणमागासाठी सुतारावर अवलंबून असे. धनगरांकडून लोकर घेऊन त्यावर प्रक्रिया करण्याची साधने महत्त्वाची होती. शिंपीकाम करणारांस सुई-दोरा महत्त्वाच्या तर नाभिकांसाठी वस्तरा, कात्री, आरसा, धार लावण्याचा दगड ही महत्त्वाची साधने होती. याप्रमाणे व्यावसायिक लोक स्वतःची उत्पादनाची साधने घेऊन जगत होते.

व्यापार

शिवकालीन व्यापाराचा आढावा घेण्यापूर्वी त्याची पार्श्वभूमी समजून घेणे आवश्यक आहे. मध्ययुगीन महाराष्ट्रात आयात-निर्यात व्यापारातील वस्तू पाहिल्या तर कापड, मसाले, उत्तम दर्जाचे घोडे, विलायती औषधे, धातूंमध्ये तांबे, पारा, मलमल आणि रेशीम कापड, अमूल्य रत्ने, मोती, युद्धोपयोगी हत्ती यांची आयात करीत असत. निर्यात वस्तूंमध्ये गहू, बाजरी, कापड, मलमल, डाळी यांचा समावेश होता.

वरील वस्तूंचा व्यापार प्रामुख्याने कोकणातून चाले. सागरी व्यापारासाठी कोकणाला पर्याय नव्हता. चौल, दंडा राजपुरी, दाभोळ, संगमेश्वर, विजयदुर्ग, वसई, ठाणे येथून सागरी व्यापार चाले. कोकणचे हे आर्थिक महत्त्व लक्षात घेतले की मराठे, आदिलशहा, मुघल, पोर्तुगीज, इंग्रज, डच, सिद्दी यांना हा भाग वर्चस्वाखाली का ठेवायचा होता हे समजते.

नाणी पाडणे आणि भात उकडण्यासाठी तपेली तयार करणे यांसाठी तांबे-धातू गरजेचा होता. पोर्तुगीज लोक मक्केहून तांबे घेऊन येत. कापड, गहू, धान्य, तांदूळ, बाजरी, तलम मलमल व सुती कापड विजापूरमधून निर्यात केले जाई. विणलेले कापड व मलमल चौल आणि दाभोळ येथून दीवला जाई. दीव नंतर ती अरबस्थानात नेली जाई.

दाभोळ बंदराला मध्ययुगात आंतरराष्ट्रीय प्रसिद्धी होती. पूर्व आफ्रिका, अरबस्तान, इराण येथील व्यापार दाभोळमधून चाले. तांबे आणि पारा येथे येई. येथील जकातकर हे राजसत्तेचे उत्पन्नाचे महत्त्वाचे साधन होते.

संगमेश्वर येथे असणारा जहाजबांधणीचा कारखाना महत्त्वाचा होता. तेथे तयार होणारी जहाजे याच संगमेश्वरी वा संगमिरी नावाने ओळखली जायची. येथील विड्याची पाने प्रसिद्ध होती.

शिवकाल – शिवकालातही या व्यापारात फारसा फरक पडला नाही. चौल, दंडा – राजपुरी, दाभोळ, रत्नागिरी, विजयदुर्ग, सिंधूदुर्ग, वेंगुर्ले ही शिवकालीन सागरी व्यापाराची महत्त्वाची केंद्रे होती. यांतील विजयदुर्ग, सिंधुदुर्ग हा भाग महाराजांनीच भरभराटीस आणला. राज्याभिषेकापूर्वी त्यांनी चौल ताब्यात घेतले. चौल ताब्यात येताच सागरी व्यापारक्षेत्रातील स्वराज्याचे मोल वाढले. चौल ताब्यात येण्यापूर्वी दाभोळ मराठ्यांनी ताब्यात घेतले होतेच. दोन्ही प्रमुख बंदरे ताब्यात आल्याने या भागातील आर्थिक आणि राजकीय नियंत्रण मराठ्यांकडे आले. रेशमी कापड, अफू, नीळ, मिरे, लाख या वस्तूंच्या व्यापारावर मराठ्यांचे नियंत्रण आले.

राजापूर बंदरातून मिरे, वेलदोडे, सुती कापड, सुती धागे यांचा व्यापार चालत असे. ईस्ट इंडिया कंपनी, फ्रेंच ईस्ट इंडिया कंपनी, मराठे, पोर्तुगीज, सिद्दी, मुघल यांना येथील व्यापारात जास्त रस होता कारण येथून लोखंड आणि शिसे यांचा व्यापार चाले.

वेंगुर्ले – येथे डचांची वखार होती. येथे जपान, सिलोन, इराण, अरबस्तान येथून येणारी जहाजे भेट देत असत. रत्नागिरीतील सागरी बंदरातून सुती कापड, रेशमी कापड, धान्य, लाख, मिरे यांची निर्यात चाले.

वाहतूक – बंदरांमधून माल सुरक्षित पोहचविण्यासाठी बैलांचा वापर केला जाई. लमाणी तांडे हा माल वाहून नेत असत. त्यांच्यासाठी स्वतंत्र संरक्षणाची व्यवस्था केली जाई. युद्धाच्या धामधुमीत मात्र व्यापारी हालचाली धोकादायक असत. राज्य आर्थिक दृष्ट्या

स्थिर करायचे असेल तर शेती आणि व्यापार याला पर्याय नाही, म्हणून मराठ्यांनी समुद्री व्यापाराचा प्रदेश ताब्यात आल्यावर शक्यतो तो प्रदेश न सोडण्याचेच धोरण राबविले.

अंतर्गत व्यापार – या व्यापारात घाट महत्त्वाचे असत. घाटांवर देखरेख करण्यासाठी घाटपांडे अधिकारी असत. घाटपांडे पदावर काम करणाऱ्या व्यक्तीचे काम वाहतुकीचे नियंत्रण करण्यासाठी प्रवाशांच्या जथ्याला संरक्षण देणे, प्रवाशांकडून वाहतूककराची वसुली करणे यासाठी घाटातील रस्त्यांवर जी जकातनाकी असायची त्यावर घाटपांडे हे अधिकारी नेमलेले असत.

सुरक्षिततेसाठी व्यापारी एकत्र येऊनच प्रवास करीत असत. प्रसंगी त्यांच्याबरोबर सशस्त्र संरक्षक असत. शक्यतो रात्रीचा प्रवास टाळून ते मार्गक्रमण करीत असत. वंजारी, लमाणी, बनिया आणि चारण या व्यापारी जमाती अक्षरश: तत्कालीन भारतभर प्रवास करीत असत. हे मार्ग किती अवघड असत तर सह्याद्री, विंध्याचल, सातपुडा ह्या त्या काळातील ओलांडण्यास कठीण अशा पर्वतरांगा तर अंबाघाट, रडतोंडीचा घाट (नावावरूनच कल्पना येईल), आंबोली, उंबर्डे, कुंभार्ली, कामठा, भीमाशंकर, सालपा हे घाटमार्ग अवघड होते.

किंमती – या व्यापार संदर्भातील वस्तू आणि किंमतींचा अंदाज यावा म्हणून (चिटणीस भाग ३, पृ १२०) १७२० मधील काही किंमती देत आहे त्यावरून आपणास कल्पना येईल. एक रुपयाला १८|| शेर तांदूळ, गूळ एक शेर २ आणे, एक रुपयाला १६ शेर गहू, मीठ एक शेर १ आणा, एक रुपयाला २२ ते ४० शेर बाजरी. याचा अर्थ प्रत्यक्ष शिवकाळात किंमती त्यापेक्षा कमी असणार.

जकातकर – मध्ययुगात आणि विशेषत: महाराजांच्या काळात वस्तूंवर आकारल्या जाणाऱ्या जकातीचा दर ओझे वाहणारा प्राणी आणि मालाचे व्यापारी यांच्यावर अवलंबून असे. डॉ. कृ. ना. चिटणीस त्यासंदर्भात लिहितात (पृ. १२४) बैलावर लादून आणलेल्या वस्तूंवर अर्धा जकातकर, गाढवांवर लादून आणलेल्या वस्तूंवर एकतृतीयांश कर, माणसांनी वाहून आणलेल्या मालावर एकचतुर्थांश कर घेतला जात असे. परदेशी व्यापाऱ्यांना देशी व्यापाऱ्यांपेक्षा जास्त कर द्यावा लागे. उदा. :- तांदुळाच्या आयात व निर्यात होणाऱ्या प्रत्येक पोत्यावर १२ रुका घेतल्या जात असत. गुळाच्या आयात केल्या जाणाऱ्या प्रत्येक ढेपेवर २० रुका आणि निर्यात केल्या जाणाऱ्या प्रत्येक ढेपेवर ३१ रुका घेतल्या जात असत.

संरक्षक जकात – परदेशी व्यापार आणि व्यापारी यांच्या संदर्भातील एक उदाहरण महाराजांच्या दूरदृष्टीचे निदर्शक आणि सत्ताधाऱ्यांच्या डोळ्यात अंजन घालणारे आहे. स्वराज्यात एखादी वस्तू व्यापाराच्या निमित्ताने आली आणि ती जर स्थानिक व्यापाऱ्यांपेक्षा स्वस्त असेल तर तिच्या विक्रीतून परक्यांचा फायदा होणार. यासाठी महाराजांनी संरक्षक जकातीचे धोरण राबविले. गोव्याकडील व्यापारी बारदेशातील मीठ स्वस्त भावात कोकणातील

संगमेश्वरला विकू लागले. स्वराज्यातील व्यापाऱ्यांच्या तक्रारी येताच महाराजांनी कुडाळच्या सुभेदाराला बारदेशच्या मिठावर जकातकर बसविण्यास कर्माविले. 'बारदेशीचे मीठ महागच पडे ऐसा जकातीचा तह घेणे' असे ठरले. महाराज पत्रात लिहितात, ''मिठाचा मामला... लाख रुपये यावयाचा मामला आहे, तरी लिहिल्याप्रमाणे अंमल करणे.''

स्थानिक व्यापाऱ्यांच्या फायद्याचा निर्णय महाराजांनी घेतला तरी स्थानिक वा परदेशी व्यापाऱ्यांचा व्यापार चोख व सचोटीचा करण्यासाठी महाराजांनी कडक नियम केले होते. प्रभावळीच्या सुभेदाराने नारळ-सुपारीच्या व्यापारात गडबड केल्यावर महाराजांनी कडक समज दिली.

सावकार – मध्ययुगात अर्थव्यवस्थेत 'सावकार' हे बडे प्रस्थ होते. आज्ञापत्रात सावकारांचे महत्त्व सांगताना रामचंद्रपंत अमात्य लिहितात –

'साहुकार म्हणजे राज्याची व राजश्रीची शोभा. साहुकाराच्या योगाने राज्य आबादान होते. न मिळे त्या वस्तुजात राज्यांत येतात ते राज्य श्रीमंत होते. पडले संकटप्रसंगी पाहिजे ते कर्जवाम मिळते. तेणेंकरून आले संकट परिहारिजेतें. साहुकाराचें संरक्षणामध्ये बहुत फायदा आहे. याकरितां साहुकाराचा बहुमान चालवावा. कोणेंविषयी त्याजवर जलाल अथवा त्याचा अपमान होऊं न द्यावा. पेठापेठांत दुकाने, वखारी घालवून हत्ती, घोडे, जरमिना, जरबाब पशमी आदि करून वस्त्रजात : रत्ने शस्त्रे आदिकरून अशेष वस्तुजात यांचा उदीम चालवावा. हुजुरबाजारामध्येंही थोरथोर साहुकार आणून ठेवावे. वर्षसंबंधे तसेच लग्नादी महोत्सावीं त्यांचे त्यांचे योग्यतेनुरूप प्रतिष्ठेने बोलावून आणून वस्त्रपात्र देऊन समाधान करीत जावे. परमुलूखी जे जे साहुकार असतील त्यांची समाधाने करून आणावे. त्यांत अनुकूल न पडेच तर असतील तेथेंच त्यांचे समाधान रक्षून आपली माया (त्यास) लावून त्यांचे मुतालिक आणून त्यांत अनुकूल जागा, दुकाने देऊन ठेवावे. तसेच दर्यावर्दी साहुकार यांसही बंदरोबंदरी कौल पाठवून अमद-रफती (दळणवळण) करावी' (जोशी पृ. ३२)

वरील उताऱ्यावरून शिवकालातील व्यापाराचे धोरण समजते.

परकीय व्यापारी – परकीय व्यापाऱ्यांशी कसे वागायचे याचे स्वराज्यातील धोरण ठरलेले होते. इंग्लंडमध्ये स्थापन झालेल्या आणि भारतभर पाय पसरू इच्छिणाऱ्या ईस्ट इंडिया कंपनीने महाराजांना एक विनंती केली. त्या विनंतीनुसार इंग्रजांच्या चलनाला स्वराज्यात मुक्तपणे वापर करू देण्याची सवलत द्यावी. हा सगळा व्यवहार त्यांना एकतर्फी अपेक्षित होता. महाराजांनी कायद्यासमोर सगळे समान असे धोरण स्वीकारून सर्व चलने समान वागणुकीस पात्र असतील. कोणतीही खास सवलत मिळणार नाही असे सांगितले.

परकीय व्यापाऱ्यांच्या संदर्भात आज्ञापत्रात पुढील नीती दिली आहे. ...त्यात ही (इंग्रज)

हट्टी जात, हातास आले मेल्यानेही स्थळ सोडावयाचे नव्हेत. याच अदम-रफती (दळणवळण) आले गेले इतकीच असो द्यावी.

शिवकालीन चलन पद्धती

शिवकालीन चलनपद्धतीचा अभ्यास करण्यासाठी अस्सल पुराव्याची साधने म्हणून खूप कमी होन आणि शिवराई उपलब्ध आहेत. लिखित पुरावे आहेत. सोन्याचे होन मात्र दुर्मिळ आहेत.

अडचणी – स्वत:ची नाणी पाडण्यासाठी राज्यात स्वतंत्र टांकसाळी आणि कारागीर यांची उपलब्धता लागते. मध्ययुगात व्यापार करण्यासाठी आणि महसूल भरण्यासाठी चलनाची गरज असे. त्यातही कर रोख न भरता धान्यस्वरूपात भरता येईल. व्यापारासाठी वस्तुविनिमयपद्धती वापरल्यास चलनाची गरज तुलनेने कमी असे. स्वराज्याला चारही बाजूंनी धोका असल्यामुळे शिवराय कायम युद्धसज्ज असत. संरक्षण आणि आक्रमण या गोष्टी महत्त्वाच्या असल्याने टांकसाळीकडे लक्ष द्यायला महाराजांना फारसा वेळ होणे अवघड होते. राज्याभिषेकानंतर मात्र महाराजांनी 'होन', आणि 'शिवराई' नाणी पाडली. विजयनगरच्या राज्यातील 'होन' या चलनाचा स्वीकार करून त्यांनी आपल्या शत्रूंना वैभवशाली विजयनगरच्या राजवटीची आठवणच करून दिली. परंपरेचे पुनरुज्जीवन करण्याचाही विचार त्यामागे होताच.

नाणे – छत्रपती शिवाजीमहाराजांचा सोन्याचा होन ४२.१२ ग्रेन वजनाचा होता. त्या नाण्याच्या मुख्य बाजूला 'श्री राजा शिव' असे शब्द छापलेले असत, व मागील बाजूस 'छत्रपती' असे लिहिलेले असे.

उल्लेख – शिवकालीन चलनाची माहिती आपणास 'सभासद बखर' व 'चित्रगुप्ताची बखर' यांतून मिळते. मध्ययुगीन भारतीय इतिहासाचे अभ्यासक आणि पुणे विद्यापीठ, इतिहास-विभागाचे माजी प्रमुख डॉ. के. एन. चिटणीस वरील दोन बखरींच्या आधारे शिवाजी महाराजांच्या खजिन्यात २१ प्रकारची 'होन' नाणी होती असे म्हणतात. यांत शिवराई होन, देवराई होन, अच्युतराई होन, रामचंद्रराई होन, कावेरीपाक होन, गुत्ती होन, सतलामी होन, धारवाडी होन, आदवानी होन, ताडपत्री होन, निशाणी होन, सणगरी होन, गडमल होन, एलोरी होन, शैलागुटी होन, पादशाही होन, इब्राहिमी होन, पुतळी होन, गंबर आणि मुहर. यांपैकी शिवराई होन वगळता बाकी सर्व प्रकारचे होन नाणी महाराष्ट्राबाहेरून आलेली होती.

वरील होनांपैकी देवराई, अच्युतराई, रामचंद्रराई हे होन विजयनगरचे राजे क्रमाने देवराय, अच्युतराय, रामदेवराय यांनी प्रचारात आणले होते. ज्या गावातील वा भागातील

टांकसाळीत नाणी पाडलेली असतील त्या भागावरून पडलेल्या नाण्यांमध्ये कावेरीपाक, गुत्ती, धारवाडी, आदवानी, गडमल, हुक्केरी, शैलगुटी, ऐलोरी होन यांचा समावेश होतो. त्यांच्या नावावरून आपणास स्थलबोध होतो. बेल्लोरी होन आदिलशहाचा तर गुत्ती व शैलगुटी होन कुतुबशहाचा होता. मुंबईत 'गंबर' होन मोठ्या प्रमाणात चाले त्याला गब्बर म्हणत असत.

या काळात परकीय व्यापारी स्थानिक राज्यकर्त्यांच्या परवानगीने वापरात असणारे चलन आपापल्या वखारीत वा टांकसाळीत तयार करीत असत. ही नाणी वापरातील नाण्यांशी पूर्णपणे जुळणारी असत. अर्थात परकीयांच्या काही खुणा त्यावर असतच. सफाईदारपणा, सुबकता यांत हे लोक पुढे होते. वेंगुर्ला होन किंवा वेंगुर्ला पॅगोडा हे नाणे डचांच्या वेंगुर्ल्याच्या वखारीतील टांकसाळीत बनवत असत.

शिवरायांनी चांदीची नाणी पाडलेलीच नसावीत. काही वेळा जुनीच पद्धत पुढे चालू राही. उदा. :- विजापूरचा आदिलशहा लारी हे नाणे दाभोळ गावच्या टंकसाळीत पाडून घेत असे. पुढे दाभोळ, चौल, भिवंडी हा भाग स्वराज्यात सामील झाल्यावर ही पद्धती पुढे चालूच राहिली असावी.

'होन' या नाण्याच्या इतर लहान भागांच्या नाण्यांसाठी महाराजांनी उपयोगात आणलेली पद्धती स्वत:ची होती. प्रताप, दरण, चवल आणि दुवल असे होनाचे लहान भाग होते. मध्ययुगीन भारतीय संकल्पना व संस्था (भाग ४) या ग्रंथात डॉ. के. एन. चिटणीस यांनी हा हिशेब पुढीलप्रमाणे दिला आहे.

१ होन = २ प्रताप

१ प्रताप = २ धरण (दरण)

१ धरण = २ चवल

१ चवल = २ दुवल

१ दुवल = २ पल अथवा पण अथवा 'बेने' किंवा 'ब्याल'

१ बेने = २ वीत

याचा अर्थ १ होन = ४ धरण असाही होतो.

महाराजांची तांब्याची नाणी भरपूर आढळतात. तांब्याचे प्रमाणभूत नाणे 'टक्का' होते. त्याच्या लहान किमतीच्या म्हणजे १/८ भागास शिवराई. १/१६ भागास त्रिरूका आणि १/४८ भागास रुका नावे होती. मराठी दफ्तरात 'हण' नाण्याची हनमंतराई, रामराई, व्यंकटराई, देवनहळ्ळी अशीही नावे आढळतात.

प्रकरण १०

शिवकालीन कला व स्थापत्य

Arts and Architecture

कला आणि स्थापत्याअभावी इतिहास अपुरा आहे. संगीत, नृत्य, नाट्य, चित्र आणि शिल्प या पाच प्रमुख कला आहेत. या कला मानवी जीवनाशी आदी ते अंतापर्यंत निगडित असतात. या कलांमध्ये नवनिर्मिती असते. आत्माविष्कार असतो. या पाठात आपणास शिवकालीन कला व स्थापत्याचा विचार करायचा आहे.

शिवकालाचा विचार करताना छत्रपती शिवाजी महाराज, छत्रपती संभाजीराजे, छत्रपती राजाराम, महाराणी ताराबाई यांचा कालखंड नजरेसमोर असतो. स्वराज्याचा उदय आणि रक्षण यांतच वरील चौघांची कारकीर्द पणाला लागली. या काळात थोडाफार राज्याचा विस्तार होतच होता परंतु बलाढ्य शत्रू समोर होता. मुघलांचे आक्रमण झाल्यावर संरक्षण हाच बचाव सुरुवातीला तर उत्तरार्धात आक्रमण हाच बचाव अशी परिस्थिती निर्माण झाली. त्यामुळे शिवकाळात संगीत, नृत्य, नाट्य, चित्र, शिल्प या कलांचा विकास होणे अवघड होते. या चौघांच्याही काळात एकच कला दिसून आली ती युद्धकला. युद्धकेलेचे बचावात्मक स्थायी रूप म्हणजे गडकोट, किल्ले. शिवप्रभूंच्या उत्तुंग बुद्धिमत्तेचे दर्शन आपणास जलदुर्गउभारणी व आरमारउभारणीत दिसते. या प्रकरणात स्थापत्याच्या अंतर्गत गिरिदुर्ग, जलदुर्ग, मंदिर, वास्तू, धरण असा विचार केलेला आहे.

शिवकालीन दुर्गस्थापत्य

"...संपूर्ण राज्याचे सार ते दुर्ग... ज्यास राज्य पाहिजे त्यांनी गडकोट हेच राज्य, गडकोट म्हणजे राज्याचे मूळ, गडकोट म्हणजे खजिना, गडकोट म्हणजे सैन्याचे बल, गडकोट म्हणजे राज्यलक्ष्मी, गडकोट म्हणजे आपली वसतिस्थळे, गडकोट म्हणजे सुखनिद्रागार किंबहुना गडकोट म्हणजे आपले प्राणसंरक्षण असे पूर्ण चित्तात आणून कोणाचे भरवंशावर न राहता आहे त्याचे संरक्षण करणे व नूतन बांधण्याचा हव्यास स्वत:च करावा, कोणाचा विश्वास मानू नये..."

वरील उताऱ्याच्या पहिल्याच वाक्यातून आपणास दुर्गांचे महत्त्व लक्षात येऊ शकते. रामचंद्रपंत अमात्य यांचे 'आज्ञापत्रातील' वरील उद्‌गार किल्ल्यांचे महत्त्व लक्षात आणून देण्यास समर्थ आहेत. स्वराज्यातील गडांचे महत्त्व सांगताना अमात्य लिहितात, 'हे राज्य तर तीर्थरूप थोरले कैलासवासी स्वामींनी गडावरूनच निर्माण केले.'

राज्य गडांवरून निर्माण केले आणि त्यांच्याच साहाय्याने रक्षिले, झुंजवले आणि वर्धिष्णूसुद्धा केले. स्वराज्यात अत्यंत महत्त्वाची भूमिका बजावणाऱ्या या किल्ल्यांचे स्थापत्य आपण समजावून घेऊयात.

शिवकालीन दुर्गस्थापत्य

महाराष्ट्रातील दुर्गबांधणीला शेकडो वर्षांचा इतिहास आहे. महाराष्ट्रातील किल्ल्यांचा इतिहास सातवाहनकाळापर्यंत मागे नेता येतो. सुरुवातीच्या काळात व्यापारी मार्गांची सुरक्षितता याही हेतूने किल्ले बांधले गेले. पुढच्या काळात किल्ले उभारणे ही राजसत्तांची स्थानिक आणि लष्करी गरज बनली. यातूनच किल्ल्यांचे गिरिदुर्ग, वनदुर्ग, जलदुर्ग हे प्रकार अस्तित्वात आले. देवगिरीच्या यादव राजवटीतील एक विद्वान लाला लक्ष्मीधर यांनी 'देवज्ञविलास' ग्रंथात डोंगरी वनदुर्ग, गुहादुर्ग, जलदुर्ग, कर्दमदुर्ग, मिश्रदुर्ग, संपूर्ण गावास तटबंदी, लाकडापासून बनवलेला कोष्ठदुर्ग किंवा मेढेकोटचे उत्तम उदाहरण म्हणजे जंजिरा किल्ला. १५११ मध्ये स्थानिक लोकांकडून सिद्दीने त्याचा ताबा घेतला आणि दगडी किल्ला उभारला. इत्यादी प्रकार सांगितले आहेत.

शिवकालीन स्थापत्याचा विचार करताना किल्ल्यांची रचना अभ्यासणे अपरिहार्य आहे. किल्ल्यांचे स्थापत्य, किल्ले निर्माण करण्यामागील विचार, किल्ले बांधणीतील वैशिष्ट्ये यांचा समावेश स्थापत्यात केलेला आहे. दुर्ग किंवा किल्ला याचा विचार करताना त्यावरील विविध वास्तू व बांधकामे, पाणीपुरवठा व त्याच्या सोयी, स्वच्छतागृह (उदा. रायगड), दुर्गद्वार, माची (उदा. राजगडवरील सुवेळा आणि संजीवनी), बुरुजांचे बांधकाम (उदा. रायगड) यांचा विचार करणे अपरिहार्य आहे.

कोणत्याही गडाचे बांधकाम करताना तेथे पाण्याची उपलब्धता असणे हा महत्त्वाचा मुद्दा असायचा. गडाला पुरेल एवढा पाणीसाठा आवश्यक असे. गडावरील झाडे नीट राखण्याच्या सक्त सूचना महाराजांनी दिलेल्या आहेत. गिरिदुर्गांची ३ वैशिष्ट्ये याही काळात असल्याचे दिसते. गडाच्या येण्या-जाण्याच्या मार्गावर पहारा करण्याचे ठिकाण म्हणजे मेट होय. त्यासाठी शक्यतो सपाट जागा निवडत. गडाच्या चढणीवर मध्येच एखादे विस्तृत लांबी-रुंदी असलेले मैदान 'माची' म्हणून ओळखले जाते. त्याभोवती तट बांधून तो भाग सुरक्षित करीत. या माचीच्या परिसरात महत्त्वाच्या इमारती असत. राजगडवरील सुवेळा, संजीवनी, पद्‌मावती या माची तर तोरणावरील झुंजार आणि बुधला माची आजही प्रसिद्ध

आहेत. बालेकिल्ला हा किल्ल्याच्या आतील सर्वात उंच भागावर बांधत. राजगडचा बालेकिल्ला आजही दुर्गम आहे. येथे राजाचा निवास, राणीवसा, राजपुत्र निवास इत्यादी इमारती असत.

निवासी इमारतींच्या जोडीनेच महाराजांच्या प्रत्येक किल्ल्याचे काहीतरी वेगळेपण आहेच. ते आपणास महाराजांनी बांधलेल्या प्रत्येक किल्ल्यात दिसते.

रायगडचा महादरवाजा

छत्रपती शिवाजी महाराजांच्या प्रभुत्वाखाली असणाऱ्या किल्ल्यांपैकी महाराजांनी स्वत: बांधून घेतलेल्यांपैकी राजगड, रायगड, प्रतापगड हे गिरिदुर्ग तर कुलाबा, खांदेरी, पद्मदुर्ग, सिंधुदुर्ग, विजयदुर्ग हे समुद्री किल्ले महत्त्वाचे आहेत. यांतील रायगडचा दरवाजा वैशिष्ट्यपूर्ण आहे. तोफखान्याचा वापर सुरू झाल्यावर किल्ल्यासमोरील मैदानातून किंवा टेकडीवरून किल्ल्याचा दरवाजा दिसू नये ही गरज निर्माण झाली. त्यातून थ या आकाराची दरवाजांची रचना आली. अत्यंत भरभक्कम, दगडात बांधलेला हा दरवाजा आजही अजोड आहे. त्यामुळेच महाराजांच्या नंतर शत्रूला हा किल्ला लढून नव्हे तर फितुरीने ताब्यात घ्यावा लागला. यातच रायगडाचे सार दडले आहे.

महाराजांनी प्रथम गिरिदुर्ग बांधले आणि मग जलदुर्ग बांधले. या गिरिदुर्ग- मालिकेतील पहिला अजोड गड म्हणजे स्वराज्याची पहिली राजधानी राजगड. आताच्या पुणे जिल्ह्यातील आणि भोर-वेल्हा भागातील हा किल्ला. किल्ला आणि बालेकिल्ला युक्त असणारा हा किल्ला सर्वोत्कृष्ट किल्ल्यांपैकी एक आहे.

राजगड

तोरणा काबीज केल्यावर समोर असणाऱ्या मुरुंबदेवाच्या डोंगराला तटबंदीचे शेलापागोटे महाराजांनी चढविले आणि राजगड आकाराला आला.

शिवाजीमहाराज १६४७ ते १६७२ अशी २५ वर्षे राजगडावर राहायला होते. या गडावर राजांचे सगळे दुर्गबांधणीचे कौशल्य दिसून येते. दुहेरी वक्ररेषांकित-युक्त तटबंदी आणि तीन किलोमीटर (अंदाजे लांबी) यातून ही अद्‌भुत माची आकाराला आली आहे. तिच्या बांधणीत १२ चिलखती बुरूज (नेहमीच्या बुरुजाला बाहेरील बाजूने आणखी एक तटबंदीचे अस्तर चढवलं की झाला चिलखती बुरुज,) भुयारी वाटा, मोठ्या कमानी, माचीच्या दोन्ही बाजूच्या तटबंदीदरम्यानच्या भागात गोड पाण्याच्या तलावांची माळ आहे.

महाराजांचा इतिहासाचा अभ्यास किती पक्का होता याची जणू साक्ष म्हणजे हा किल्ला आहे. देवगिरीच्या यादवांच्या पराभवाच्या अनेक कारणांपैकी एक कारण म्हणजे किल्ल्याला जाण्यासाठी असणारी एकच वाट. ही वाट जोवर सुरक्षित तोवर किल्ला अभेद्य. म्हणूनच

महाराजांनी किल्ल्यांना एकापेक्षा अधिक दारे आणि चोरमार्ग (आणीबाणीच्या प्रसंगी उपयोगी पडणारे मार्ग) ठेवले.

याच किल्ल्यावर छत्रपती शिवाजी महाराजांच्या पत्नी आणि संभाजी महाराजांच्या मातोश्री सकल सौभाग्यसंपन्न श्रीमंत सईबाईसाहेब यांचे निधन झाले. याच गडावर छत्रपती शिवाजी महाराजांचे धाकटे चिरंजीव छत्रपती राजाराम महाराज यांचा जन्म मातोश्री सोयराबाईसाहेबांच्या पोटी झाला.

राजगडनंतरचा किल्ला म्हणजे प्रतापगड. सध्याच्या सातारा जिल्ह्यातील महाबळेश्वर येथील जंगलातील हा किल्ला भारतातील अविस्मरणीय किल्ला आहे. छत्रपती शिवाजी महाराजांना संपूर्ण भारतात सर्वप्रथम प्रसिद्धी मिळवून देणारी घटना याच गडावर घडली. अफझलखानाचे पारिपत्य याच गडावर झाले. त्याच्या भेटीअगोदरच राजांनी हा गड मोरोपंतांकडून बांधून घेतला.

प्रतापगड

स्वराज्याची स्थापना झाल्यावर महाराजांनी जावळीच्या मोरे यांचे पारिपत्य १६५६ च्या सुमारास केले. जावळीचे खोरे ताब्यात येताच स्वराज्याची हद्द समुद्राला जाऊन भिडली. पार घाट व रणतोंडीचा घाट संरक्षित राहावा यासाठी मोरोपंत पिंगळे यांच्यावर महाराजांनी जबाबदारी सोपवून प्रतापगड किल्ला बांधून घेतला. कुलदेवतेचे दर्शन घेण्यासाठी श्री भवानी मातेचे मंदिर गडावर उभारण्यात आले.

प्रतापगडनंतरचा उल्लेखनीय आणि जगप्रसिद्ध किल्ला म्हणजे रायगड. आताच्या महाड तालुक्यात असणारा हा किल्ला म्हणजे स्वराज्याची दुसरी राजधानी.

रायगड

शिवाजी छत्रपती महाराजांनी स्वराज्याची राजधानी म्हणून या गडाची निवड केली आणि रायगडाचे भाग्य उजळले. या किल्ल्याचे मूळ नाव रायरी. तेराव्या शतकाच्या अखेरीपर्यंत हा प्रदेश देवगिरीच्या यादवांच्या ताब्यात होता. इ.स. १४३६ मध्ये बहमनी राजवटीतील दुसरा अल्लाउद्दीन याने रायरीच्या प्रमुखास आपल्या अमलाखाली आणले. १४७९ पर्यंत रायरीवर बहमनींची सत्ता होती. बहमनी राजवटीचे विघटन झाल्यावर रायरीचा ताबा निजामशाहीकडे आला. जावळी सुभ्यातील एक डोंगरी किल्ला असेच त्याचे स्वरूप होते. १६१८ मध्ये जावळी भागाच्या वर्चस्वावरून निजामशाही आणि आदिलशाही यांच्यात संघर्ष सुरू झाला. आदिलशाहीतील हैबतखान नावाच्या सरदाराने रायरीसह सगळे खोरे १६१८ मध्ये जिंकले. १६२६ मध्ये इब्राहिमखान या निजामशाहीच्या सरदाराने हा भाग जिंकून घेतला. १६३६ मध्ये दिल्लीच्या शाहजहान बादशहाने निजामशाही बुडविली

आणि विजापूरशी तह करून ऐंशी लाख रुपयांच्या बदल्यात निजामशाही, कोकण, रायरी किल्ल्यासह जावळीचा दाट जंगलांचा परिसर आदिलशहाला देऊन टाकला. आदिलशहाने हा प्रदेश प्रथम शिर्के व पुढे मोरे यांच्या ताब्यात दिला.

डिसेंबर १६५५ मध्ये चंद्रराव मोरे यांच्याकडून शिवाजी महाराजांनी जावळी जिंकून घेतली. चंद्रराव रायरीच्या किल्ल्याच्या आश्रयास धावले. १६५६ च्या सुरुवातीस महाराज रायरीच्या पायथ्याशी दाखल झाले. हैबतराव सिलिमकर यांच्या मध्यस्थीने मे १६५६ मध्ये राजांनी हा किल्ला ताब्यात घेतला.

कृष्णाजी अनंत सभासदाने बखरीत म्हटल्याप्रमाणे रायगड राजधानीचा गड निवडण्याचे कारण म्हणजे 'गड बहुत चखोट, चौतर्फा गडाचे कडे तासिल्याप्रमाणे दीडगाव उंच, पर्जन्यकाळी कडियापर गवत उगवत नाही आणि धोंडा तासीव, एकच आहे... तक्तास गड हाच करावा,' असे ठरले. राजधानी करायची ठरल्यावर काही बदलही करण्यात आले. रायगडावरील गंगासागर या तलावाच्या बांधकामासंदर्भात अभ्यासक प्र. न. देशपांडे लिहितात– ''रायगडावरील गंगासागराचा तलाव तयार करताना महाराजांनी तीन हेतू साध्य केले. एक म्हणजे तलाव खोदून पाणीपुरवठ्याची सोय केली. दुसरे म्हणजे तलाव खोदताना अनायसे इमारती बांधण्यासाठी दगड उपलब्ध झाले. बालेकिल्ल्यातील इमारती बांधताना या दगडांचा उपयोग झाला. तिसरे साध्य म्हणजे तलावाच्या खोदकामामुळे निर्माण झालेल्या खोलीमुळे बालेकिल्ल्याला खंदकाप्रमाणे संरक्षण प्राप्त झाले. रायगडावरील प्रशस्त बाजारपेठ, मंत्र्यांचे वाडे, दारूची कोठारे, पीलखाना, जगदीश्वराचे देऊळ यांवरून शिवकालीन गडावरील वास्तूंची कल्पना येते. महाराजांच्या स्वत:च्या देखरेखीखाली गड बांधून घेण्यात आला. रायगडच्या महादरवाज्याची रचना गोमुखी पद्धतीची असून महाद्वाराचे दर्शन जवळ जाईपर्यंत होत नाही. दाराच्या दोन्ही बाजूंस असणारे बुरूज उंचीला २० मीटरपेक्षा जास्त आहेत. दरवाजाच्या दोन्ही अंगांस डोंगरकड्यावर केलेली लांबच लांब तटबंदी आहे. संपूर्ण रायगडावर एवढी अखंड व लांबच लांब तटबंदी अन्यत्र कोठेही नाही. गडावर १०-१२ तलाव व अंदाजे ३० टाकी आहेत. या किल्ल्यावरून कारभार करणारे छत्रपती संभाजीमहाराज हे शेवटचे छत्रपती होत.

अशा रीतीने गिरिदुर्गांचा मागोवा घेतल्यावर आपण जलदुर्गबांधणी आणि त्यांची वैशिष्ट्ये पाहूयात.

कुलाबा

कुलाबा – या किल्ल्याची निर्मिती शिवकाळात झाली. इतिहास आणि दुर्ग- अभ्यासक प्रा. प्र. के. घाणेकर यांनी कुलाब्याची व्युत्पत्ती पुढीलप्रमाणे दिलेली आहे. 'कुल' म्हणजे सर्व आणि 'आप' म्हणजे पाणी. म्हणूनच ज्याच्या सर्व बाजूंनी पाणी आहे तो किल्ला म्हणजे 'कुलाबा!'

या किल्ल्याच्या बांधकामात लहान टेबलाएवढ्या आकारापर्यंतचे घडीव चिरे वापरून तट-बुरुज बांधले आहेत. हे करताना बांधकाम करणाऱ्यांनी दगडी चिऱ्यात चुना भरला नाही. त्याऐवजी पोकळ भाग ठेवला. त्यामुळे समुद्राच्या लाटांचा तडाखा कमी प्रमाणात बुरुजावर बसू लागला आणि त्यामुळे किल्ल्याचे आयुष्य वाढले. तटबंदीवरून बंदुकीचा मारा करण्यासाठी मोठी छिद्रे (याला जंग्या म्हणतात) ठेवली.

पद्‌मदुर्ग

पद्‌मदुर्ग – या किल्ल्यास प्रती जंजिरा, प्रदुर्ग असंही म्हणतात. रायगड जिल्ह्यातील मुरूडगावा जवळील कांसा या खडकाळ बेटावर हा किल्ला महाराजांनी बांधला. हे बांधकाम टिकाऊ व्हावे म्हणून दगडांपेक्षा भक्कम राहील असा चुना वापरण्यात आला. त्यामुळे आजही दगड झिजले तरी चुना अभेद्य आहे. या किल्ल्यासंदर्भात 'पद्मदुर्ग वसवून राजपुरीच्या उरावरी दुसरी राजपुरी केली आहे'' असे उद्‌गार महाराजांच्या १८ जानेवारी १६७५ च्या पत्रात आहेत. प्रभावळीचे सुभेदार जिवाजी विनायक यांना लिहिलेल्या पत्रातील हे विधान पद्‌मदुर्गाची उपयुक्तता सिद्ध करणारे आहे.

खांदेरी

खांदेरी – जंजिरा ते मुंबई या मार्गावर एक जलदुर्ग उभारून सिद्दी व इंग्रज यांच्यावर दबाव आणण्याच्या प्रयत्नातून या किल्ल्याची निर्मिती झाली. मायनाक भंडारी यांच्या नेतृत्वाखाली १६७६ पासून किल्लाउभारणीस सुरुवात झाली. १६६३ पासून महाराजांचा हा किल्लाउभारणीचा प्रयत्न सुरू होता. हे बांधकाम पूर्णत्वास जाऊ नये म्हणून मुंबईचा गव्हर्नर जेराल्ड अँजिअर्स, मिंचिन केंग्विन, थॉर्प यांनी अडथळे आणले होते. या अडथळ्यांवर मात करून महाराजांनी किल्ला उभारला. किल्ल्याच्या मजबुतीसाठी खांदेरी बेटाभोवतालच्या समुद्री पाण्यात दगड-धोंडे, खडक पेरून टाकण्यात आले. यामुळे लाटा तटबंदीवर प्रथम आदळण्याऐवजी या दगडांवर आपटू लागल्या. त्यामुळे तटबंदीचे आयुष्य वाढले.

सिंधुदुर्ग

मालवण गावाजवळ भर समुद्रात असणारे खडकाळ बेट (कुरटे बेट) पाहून महाराज उद्‌गारले, ''चौऱ्याऐंशी बंदरी ऐसा जागा दुसरा नाही... इये बंदरी नूतन जंजिरा वसवावा...''

सुरतेच्या स्वारीतून आणलेले एक कोटी होन किल्ल्याच्या उभारणीसाठी खर्च झाले. २५ नोव्हेंबर १६६४ या दिवशी बांधकाम सुरू झाले. २९ मार्च १६६७ रोजी बांधकाम पूर्ण झाले. किल्ल्यात बेचाळीस बुरुज, चाळीस शौचकूप, गोमुखी बांधणीचे प्रवेशद्वार उभारण्यात आले. पुढे छत्रपतींचे धाकटे पुत्र राजाराम महाराज यांनी पित्याच्या स्मृतिप्रीत्यर्थ

श्री शिवराजेश्वर मंदिर उभारले. किल्ल्याचा पाया बांधताना शिशाचा रस ओतून त्यात चिरे बसविण्यात आले. चित्रगुप्त बखरीत (पृष्ठ १३२-१३४) या किल्ल्याच्या बांधकामासंदर्भात पुढील वर्णन आले आहे.

'सिंधुदुर्ग जंजिरा, जगीं अस्मानी तारा, जैसे मंदिराचे मंडन श्रीतुलसीवृंदावन, तैसा महाराजांचे राज्याचा भूषणप्रद अलंकार, चतुर्दश महारत्नांपैकीच पंधरावे रत्न महाराजास प्राप्त झाले. राजापूर प्रांती स्वारी झाली, त्या वेळी संपूर्ण जंजिरे समुद्रातील पाहिले. तो मालवणी जागा मनास आली. कोळ्यांस पाचारून त्यांजकडून मार्गाचा ठिकाण पाहिला. मार्ग कठिण, सर्पाकार, तरांडी होडी मात्र चालते. सभोवते सारे खडक. दुसरी तरांडी तीन कोसपर्यंत यावसाय गति नाही. कोळी मजकुरावर मेहेरबान होऊन, त्यांस गांव वगैरे बक्षिस दिले आणि तांडेलकर्माची सेवा सांगितली. तद्नंतर उत्तम मुहूर्त पाहून, पाथरवट असामी पांचशे व लोहार असामी दोनशे आणून लोखंड दोनशे खंडी खरीद करून, टांक्या, हातोडे, पहारा, अडू वगैरे तयार करविले. पायाचे व इमारतीचे धोंडे काढून तयार करविले. काही आरपार छिद्रे पाडून कायम केले व पांच खडी शिसे आणून जंजिरेचा पाया शोधून घातला. श्रीगणेश व समुद्रपूजन करून तरांडियातून धोंडे व सामान नेऊन काम चालीस लाविले. शर्करा वाटल्या. ब्राह्मणभोजने घातली. समुद्रास दक्षणा १०० सुवर्ण होन अर्पिले. वाद्ये लाविली. सुवर्ण, श्रीफळ, वस्त्रे, मंदील, चादर वाहिली. तद्नंतर महाराजांनी हुन्नरवंत पाथरवट चुना मुस्तेद करावयास कोळी, कामाठी व बाजे लोक मिळून तीन हजार माणूस व वरकड जंजिऱ्याचे सामान आणवून, पाण्यांत गांव दोन गांवचे तफावतीने ठेविले. तडीस पाच हजार मावळे लोकांची चौकी नेमिली. गोवेंकर फिरंगी यास ताकीद करून तेथील फिरंगी हुन्नरवंत, काबील जंजिऱ्याचे कामकाजात म्हणोन शंभर आणविले. दिवसेंदिवस जंजिरा मुस्तेद करावयासाठी कोटी होनांचे उदक (=बजेट) महाराजांनी सोडिले. धोंड्यांत शिसेबंदी आरपार घालून पक्के काम पाण्यास भीती न खाय ऐसे बांधिले. बांधावयासी सारी युक्ति महाराजांनी सांगितली. त्या कामावर गोविंद विश्वनाथ प्रभू सुभेदार कुंभारजुवे यातील वतनदार शहाणे मनुष्य, यांस ठेवून, स्वारी रायगडास आली. तिसरे वर्षी जंजिरा पुरा झाल्यावर स्वारी पाहवयास गेली, सुमुहूर्त पाहून आंत प्रवेश केला. तोफा झाल्या. शर्करा वाटली. गोवेंकर वगैरे हुन्नरवंतांस बक्षिसे दिली. वास्तू केली. सिंधुदुर्ग नाव ठेवून बंदोबस्त केला.

विजयदुर्ग

वाघोटन खाडीच्या तोंडावर एका भूशिराच्या टोकावर असणारा धेरिया किल्ला महाराजांनी १६६४ मध्ये जिंकला आणि पाडून टाकला. त्या जागेवर एकात एक तीन तटबंद्या असणारा एक नवा बलाढ्य किल्ला उभारला तोच विजयदुर्ग. या किल्ल्यापासून अंदाजे

दोनशे मीटर अंतरावर पाऊण किलोमीटर लांब, तीन मीटर रुंद अशी भक्कम भिंत समुद्रात बांधली आहे. ओहोटीलाही ती भिंत दिसत नाही. या भिंतीवर आपटून इंग्रजांच्या ३ युद्धनौकांना जलसमाधी मिळाली. ही भिंत शिवकाळात भर समुद्रात खाली कशी बांधली याचा उलगडा आजतागायत झाला नाही. मराठ्यांच्या होड्या, गलबते, मचवे, युद्धनौका यांचे तळ सपाट असल्याने त्यांना काही झाले नाही तर इंग्रजांच्या जहाजांचे तळ खोल असल्याने ती भिंतीला धडकत असत. त्यामुळे त्यांचे नुकसान होई.

सारांश

मध्ययुगात किल्ल्यांशी इतके निगडित आयुष्य असणारा महाराजांशिवायचा राजा विरळाच! ९१ कलमी बखरीत महाराजांच्या तोंडी बखरकाराने जे उद्‌गार घातले आहेत ते महाराजांच्या स्वभावाचा एक पैलू दाखविणारे आहेत. ''जैसा कुळंबी शेतास मळा घालून शेत राखितो तसे किल्ले राज्यास रक्षण आहेत. तारवांस खिळे मारून बळकट करितात, तशी राज्यास बळकटी किल्ल्यांची आहे.''

प्र. न. जोशी यांनी (प्रा. डॉ. अ. रा. कुलकर्णी संपादित मराठ्यांचा इतिहास खंड १ मध्ये) 'मराठ्यांचे किल्ले' या प्रकरणात (पृ. ३३६) परमानंद कवींच्या शिवभारतातील ३ श्लोक दिले आहेत. त्यांचा अर्थ– ''दुर्गाला केवळ दुर्ग म्हणूनच लोक दुर्गम मानत नाहीत, तर त्याचा स्वामी दुर्गम असणे हीच त्याची दुर्गमता होय. प्रभुमुळे दुर्ग दुर्गम होतो व दुर्गामुळे प्रभू दुर्गम होतो. दोघांच्याही अभावी शत्रूच दुर्गम होतो. तुमचे जे दुर्ग आहेत ते सर्व ज्यायोगे सर्वस्वी अत्यंत दुर्गम होतील असे त्वरित करा.''

हाच दृष्टिकोन समोर ठेवून महाराजांनी स्वराज्यात किल्ल्यांच्या ज्या साखळ्या निर्माण केल्या आणि कमीत कमी २४० किल्ले (सभासद बखरीनुसार) स्वत:च्या ताब्यात ठेवले त्याला तुलना नाही. अर्थात नुसते किल्ले बांधून महाराज स्वस्थ बसले नाहीत तर त्यांची डागडुजीसुद्धा वेळेवर करीत. राज्याला आर्थिक स्थैर्य आल्यावर १६७१ च्या पुढे किल्ल्यांच्या कामांसाठी १ लक्ष ७५ हजार होन खर्च करण्यात आले. त्यात राजधानी रायगडाला ५० हजार होन, सिंहगड, सिंधुदुर्ग, विजयदुर्ग, सुवर्णदुर्ग, प्रतापगड, पुरंदर, राजगड यांच्यासाठी प्रत्येकी १० हजार होन, प्रचंडगड, प्रसिद्धगड, विशाळगड, महिपतगड, सुधागड, लोहगड, प्रबळगड, श्रीवर्धनगड व मनरंजन यासाठी प्रत्येकी ५ हजार होन, कोरीगडसाठी ३ हजार होन, सरसगड व महिधरगडसाठी प्रत्येकी २ हजार होन, मनोहरगडसाठी १ हजार होन आणि अन्य कामांसाठी ७ हजार होन अशा खर्चास महाराजांनी परवानगी दिली होती. (संदर्भ – ग. भा. मेहेंदळे – Shivaji : His life and times – पृ. ३९४)

महाराजांचा हा दृष्टिकोन फक्त महाराष्ट्रापुरता मर्यादित नव्हता तर कर्नाटकस्वारीत-सुद्धा तो दिसून आला. ख्यातनाम इतिहासकार कै. वा. सी. बेंद्रे यांनी 'शिवाजी- महाराजांचा

दक्षिणदिग्विजय आणि कुतुबशाही' या लेखात (मराठ्यांचा इतिहास खंड १, पृ. २७३) परकीयांच्या लेखनाचा संदर्भ दिला आहे. जेसुइटांच्या १६७६ व १६७७ च्या वार्षिक अहवालात जिंजी किल्ल्याबद्दल पुढील मजकूर लिहिलेला आहे... 'आपला उद्देश सिद्धीस नेण्याकरता निसर्गतःच दुर्गम असलेल्या जिंजी किल्ल्याची पुन्हा त्यांनी डागडुजी केली. पहिले तट पाडून नवे तट व बुरूज असे कौशल्याने बांधिले की, ते काम हिंदी लोकांचे नसून युरोपियनांचेच असावे असे वाटते. काही जुने निरुपयोगी किल्ले पाडून त्याने कित्येक नवे भुईकोट व डोंगरी किल्ले बांधिले. पाश्चात्त्यांच्या पद्धतीचा अवलंब करून त्याने मोठे खडक फोडले, तलाव बांधिले आणि युद्धोपयोगी इतर इमारती वगैरे रचना बनविल्या.' रायगडावर श्रीवाडेश्वर (श्री जगदीश्वर) मंदिराच्या नगारखान्याच्या इमारतीचे पायरीवर दोन ओळींचा मराठी भाषेतील देवनागरी/बाळबोध लिपीत

'सेवेचे ठाई तत्पर
हिराजी इटळकर (इंदुलकर)'

असे कोरले आहे. असा उल्लेख असणारा रायगड हा एकमेव किल्ला आहे.

यानंतर शिवकालीन स्थापत्याचा विचार करताना शिवकाळातील कसबा-गणपती मंदिर, विठ्ठलवाडी मंदिर, शिवराजेश्वर मंदिर, सेरी-पर्वती धरण यांचाही विचार करावा लागतो.'

कसबा-गणपती मंदिर आणि विठ्ठलवाडी मंदिर

मराठ्यांचे स्थापत्य या लेखात संशोधक डॉ. म. श्री. माटे (मराठ्यांचा इतिहास खंड २, पृ. ३७३) यांनी शिवकालातील या दोन मंदिरांविषयी भाष्य केले आहे. त्यांच्या मते पुण्याच्या पुनरुद्धारास सुरुवात झाली, ती कसबा गणपतीचे देवालय बांधून. विठ्ठलवाडीचे विठ्ठलमंदिरही मातोश्री जिजाऊंच्या प्रेरणेने झाले अशी आख्यायिका आहे.

माटे यांच्या मते दोन्ही मंदिरे आकाराने लहान, रंगरूपाने साधी आहेत. छोटासा चौरस गाभारा त्याच्या सभोवार अंधारा असा चौरस मंडप आणि मध्ये थोडे मोकळे अंगण सोडून भोवताली ओहोऱ्या (ओवऱ्या) असा प्रपंच आहे. सर्व बांधकाम ओबडधोबड अशा दगडांचे असून त्यात चुन्याचा वापर केलेला नाही. देवळाच्या मंडपात उभे केलेले लांब, यादवकालीन खांबांच्या घाटाचे असले तरी यादवकालीन मंदिरातील स्तंभाचे सौष्ठव, सुबक, सफाईदार घडण यांचा येथे पूर्ण अभाव आहे.

लाल महालाची जी वर्णने उपलब्ध आहेत त्यावरून हे स्पष्ट होते की, मंदिराप्रमाणेच वाड्यांच्या बाबतींतही पारंपरिक कल्पना पत्करण्यात आलेल्या होत्या. मधे मोठा चौक, त्याभोवती ओहऱ्या, त्याभोवती खोल्या, दिवाणखाने येत. असे एकाला जोडून दोन-तीन चौक असत. राहत्या घराचा हा पदविन्यास फार प्राचीन काळापासून मान्य पावलेला होता.

सजावटीसाठी लाकडी कोरीव काम आणि रंग हीच मुख्य साधने होती. अशी कितीही वर्णने मिळाली तरी डोळ्यांसमोर त्या इमारतींचे रूप उभे राहात नाही. शिवकालीन स्थापत्यासंबंधी यामुळेच काही निश्चित स्वरूपाचे विधान करणे शक्य होत नाही.

या माहितीपेक्षा थोडी वेगळी माहिती डॉ. माधव रामचंद्र कंटक यांनी (शहर, पुणे, खंड १, पृ. ५२) दिली आहे. 'लाल महाल' संदर्भात ते लिहितात. 'या वाड्यासाठी कसब्याच्या पश्चिम अंगाची जागा निवडण्यात आली होती. वाडा भक्कम असून त्यात पागा, गोशाळा, शिलेखाना, कचेरी, दफ्तरखाना, कोठी, राहण्याच्या खोल्या, देवघर वगैरे जागा होत्या. त्याचे जोते पूर्व-पश्चिम १७॥ गज लांब व दक्षिणोत्तर २७॥ गज रुंद (५२॥ × ८३। फूट) धरले होते. त्याची उंची १०। गज (३० ॥। फूट) होती. आत चौकात कारंजी होती. कारंज्यांच्या पश्चिमेला भव्य, प्रशस्त सदर होती. वाड्यात पाण्याचा मुबलक पुरवठा होता. वाड्यात तीन विहिरी तसेच तळघरेही होती. तळघरांची खोली ४॥ गज (१३॥ फूट) होती.

शिवराजेश्वर मंदिरे

शिवकालातील स्थापत्याचा एक वेगळा नमुना म्हणून या मंदिराचा उल्लेख करणे आवश्यक आहे. सिंधुदुर्ग किल्ल्यावरील श्रीशिवराजेश्वर मंदिर छत्रपती राजाराम महाराजांनी उभारले आहे. आपल्या पित्याच्या स्मृतिप्रीत्यर्थ मंदिरे उभारणे ही कल्पनाच वेगळेपण दर्शविणारी आहे. मूळ मंदिर १५ मीटर लांब व ७ मीटर रुंद आहे. नावाड्याच्या वेशातील आणि बिनदाढीची अशी शिवरायांची प्रतिमा येथे आहे. काळा दगड, वीरासनातील शिलामूर्ती असून महाराजांच्या दोन्ही पायांचे तळवे एकमेकांकडे केलेले आहेत. उजवा हात उजव्या मांडीवर व डावा हात गुडघ्यावर आहे. गळ्यात कंठा, डावा दंड आणि दोन्ही मनगटांत कडे, पायात वाळे, कमरेला मेखला व छातीवर रुळणारे यज्ञोपवीत कोरलेले आहे. नावाडी लोकांच्या पद्धतीनुसार डोक्याला टोपीसारखे शिरस्त्राण आहे. मूर्तीच्या मागील प्रभावळीत उजवीकडे सूर्य, डावीकडे चंद्रकोर, दोन्ही बाजूंस मोरचेले अशी अभिषिक्त राजाची चिन्हे आहेत. कोळी लोकांचा राजा, समुद्राशी आयुष्य निगडित असणारा राजा अशा कल्पनेतून ही मूर्ती तयार केली असावी. ज्याने स्वत: जलदुर्ग बांधले अशा राजाचे हे खरे स्मारक आहे.

स्थापत्य

स्थापत्याचा अभ्यास करताना शिवकाळातील सेरी-पर्वती धरणाचा उल्लेख डॉ. मा. रा. कंटक यांनी (शहर पुणे खंड १, पृ. ५१) शिवपूर्वकालीन – शिवकालीन पुणे या लेखात केला आहे. ते लिहितात, 'पुण्याच्या पाणीपुरवठ्याचा पहिला शास्त्रशुद्ध प्रयत्न दादोजीने केला. त्या काळात पुण्याचा प्रसिद्ध जुना अंबिल ओढा पुण्याच्या दक्षिणेकडील डोंगरातून येऊन पुण्याच्या मध्यभागातून वाहत असे. हल्लीच्या तुळशीबाग देवळाच्या जागेवरून

जोगेश्वरी देवळाच्या बाजूने शनिवारवाड्याच्या पश्चिमेकडील बाजूने अमृतेश्वराजवळून वाहत जाऊन तो मुठा नदीला मिळत असे. या अंबिल ओढ्यावर दादोजीने सेरी-पर्वती धरण बांधले. हे धरण म्हणजे सध्याच्या स्वारगेटवरील वॉटर वर्क्सपासून महापालिकेच्या क्रीडांगणापर्यंतचा सर्व प्रदेश होय. या धरणाचा उपयोग बागायतीसाठी करण्यात आला.

गढी

गढी या प्रकाराला शिवाजी महाराजांनी अजिबातच उत्तेजन दिले नाही. शिवपूर्वकालातच आपणास गढ्यांची बांधकामे झालेली दिसतात. शिवपूर्वकाळात प्रमुख सरदार, वतनदार मोठ मोठी निवासस्थाने बांधत. या निवासस्थानांची रचना प्रामुख्याने पूर्ण दगडी बांधकाम, त्याला भक्कम तटबंदीची जोड, पहाण्याच्या जागा, सहजासहजी कोणालाही प्रवेश करता येणार नाही अशी असे. अशा निवासस्थानाला गढी म्हणत असत.

अशा भरभक्कम निवासस्थानी राहणारे लोक पुढे सैन्य बाळगून राजसत्तेला विरोध करू लागले. राजसत्तेचे जोखड फेकून स्वत:च सर्वसत्ताधीश होऊ लागले. प्रजेवर अत्याचार करू लागले. त्यांच्याशिवाय कोणालाही गावात अशा स्वरूपाचे भक्कम बांधकाम करण्यास बंदी आली. यातूनच गावोगावी राजसत्तेचे विरोधक तयार झाले. त्यामुळे महाराजांनी असे वाडे-हुडे गढ्या बांधण्यात बंदी घातली. महाराष्ट्रातही आजही काही ठिकाणी 'गढ्या' शिल्लक आहेत. त्यांच्या आजच्या स्वरूपावरून आपणास तत्कालीन भव्य बांधकामांची कल्पना येऊ शकते.

शेवट

महाराष्ट्रातील शिल्पकलेला प्राचीन काळापर्यंतचा इतिहास आहे. भाजे (जि. पुणे) येथील बौद्ध लेणी इ.स.पू. दुसऱ्या शतकाच्या आसपासची आहेत. असा अभ्यासकांचा अंदाज आहे. सातवाहन, वाकाटक यांच्याही काळात शिल्पकलेची समृद्धी वाढली. अजिंठ्याची महायान लेणी पाचव्या शतकाच्या अखेरच्या काळात राजा हरिषेण याच्या कारकिर्दीतील आहेत. राजा कृष्ण (दुसरा) याने इ.स. ७५३ च्या सुमारास जगप्रसिद्ध कैलास लेणे वेरूळ येथे कोरले. यादवकाळात हेमाडपंथी मंदिरे उभारण्यात आली.

मध्ययुगात यवनी आक्रमकांमुळे या परंपरेला खीळ बसली. आक्रमकांनी आर्थिक नुकसानीबरोबरच मंदिरांवरही, स्थापत्यावरही हल्ले केले. त्यामुळे मंदिर अथवा स्थापत्य निर्मितीचा वेग मंदावला. शिवरायांचे सारे आयुष्य स्वराज्य स्थापण्यात, ते स्थिर-स्थावर करण्यात गेले. शत्रूंचा वेढा कायमच असल्यामुळे विद्या आणि कला यांना राजाश्रय देण्याबरोबर संरक्षण, हल्ले, दुर्गनिर्मिती वा दुर्गभक्कमीकरण यांना प्राधान्य देणे अपरिहार्य ठरले. शिवकाळातील एक दुर्मीळ शिल्प कर्नाटकातील धारवाडच्याजवळ यादवाड गावी

श्रीशनिमारुतीमंदिराजवळ सापडले. या शिल्पात शिवछत्रपती आणि बेलवडीची मल्लम्मा यांच्यातील चर्चेचा प्रसंग कोरला आहे. छत्रपती शिवाजी महाराजांच्या कर्नाटकच्या स्वारीत (१६७७-७८) मराठे आणि बेळवडीची मल्लम्मा यांच्यात चकमक उडाली. हा भाग तुंगभद्रा नदीच्या पलीकडे आहे. या भागात ईश्वरप्रभू राज्य करीत होता. मराठ्यांच्या विरुद्ध लढाईत तो मारला गेला. त्याची पत्नी मल्लम्मा शौर्याने लढली. महाराजांनी तिला आदराने वागविले. शिवछत्रपतींच्या औदार्याचे स्मारक म्हणून हे शिल्प कोरले असावे असा कयास शिल्पकलेचे अभ्यासक डॉ. म. के. ढवळीकर यांनी व्यक्त केला आहे. (मराठ्यांचा इतिहास खंड २, पृ. ४०३) महाराजांच्या जीवनावर त्यांच्या हयातीत कोणालाही महाराष्ट्रात असे शिल्प करावे वाटले नाही, याचे विशेष वाटते.

राजकीय स्थिरता आणि आर्थिक सुबत्ता एकत्र आल्यावर कलेचा विकास कसा होतो याची अनेक उदाहरणे आपल्याकडे प्राचीन आणि मध्ययुगात आहेतच.

स्वाध्याय

प्रकरण १ : लघुत्तरी प्रश्न

१) इतिहासाची व्याख्या सांगा.

२) 'संदर्भ साधने' व्याख्या स्पष्ट करा.

३) शिवकालाच्या अभ्यासासाठी उपयुक्त असणाऱ्या संस्कृत साधनांची माहिती द्या.

४) डच कागदपत्रांचे शिवकालाच्या अभ्यासासंदर्भातील महत्त्व सांगा.

५) 'परकीय प्रवाशांचे वृत्तांत' यावर टीप लिहा.

दीर्घोत्तरी प्रश्न

१) शिवकालाच्या अभ्यासासाठी उपयुक्त असणाऱ्या वाङ्मयीन साधनांची माहिती द्या.

२) शिवकाळाच्या अभ्यासासाठी उपयुक्त असणाऱ्या परकीय साधनांचे मूल्यमापन करा.

३) युरोपीय प्रवाशांच्या लेखनातून १७ व्या शतकाचा आढावा घ्या.

प्रकरण २ : लघुत्तरी प्रश्न

१) इतिहासाच्या अभ्यासातील संज्ञांचे महत्त्व सांगा.

२) 'भक्ती' संकल्पना स्पष्ट करा.

३) 'वतन' पद्धतीचे फायदे-तोटे लिहा.

४) 'गनिमी कावा' पद्धतीच्या गुण-दोषांची चर्चा करा.

दीर्घोतरी प्रश्न

१) 'जिझिया' कराचा सविस्तर आढावा घ्या.

२) 'महाराष्ट्र धर्म' संकल्पना स्पष्ट करा.

३) 'स्वराज्याची' व्याप्ती लिहा.

४) 'सरदेशमुखी' संज्ञा यावर टीपण लिहा.

प्रकरण : ३ लघुत्तरी प्रश्न

१) स्वराज्य स्थापनेचा थोडक्यात आढावा घ्या.

२) शिवरायांनी जावळीच्या मोऱ्यांचे पारिपत्य कसे केले?

३) शिवरायांनी शायिस्तेखानाला धडा कसा शिकविला?

४) राज्याभिषेक सोहळ्याचे वर्णन करा.

५) कुतुबशाही-मराठे संबंध यावर टीप लिहा.

दीर्घोत्तरी प्रश्न

१) शिवराय-अफजलखान भेटीचा सविस्तर आढावा घ्या.

२) शिवरायांनी पुरंदरचा तह मान्य का केला? परिणाम सांगा.

३) शिवरायांनी राज्याभिषेकाचा निर्णय का घेतला?

४) कर्नाटक स्वारीचे फायदे सांगा.

प्रकरण ४ : लघुत्तरी प्रश्न

१) अष्टप्रधान मंडळातील 'पेशवा' संकल्पना स्पष्ट करा.

२) प्रांताच्या सुभेदाराच्या कार्याचे वर्णन करा.

३) स्वारीच्या वेळी लष्कराला कोणती काळजी घ्यावी लागे?

४) न्यायव्यवस्थेतील 'दिव्य' स्पष्ट करा.

दीर्घोत्तरी प्रश्न

१) अष्टप्रधान मंडळाच्या रचनेवर टीप लिहा.

२) प्रशासनातील 'गाव' घटक स्पष्ट करा.

३) शिवकालीन लष्कर पद्धतीवर सविस्तर टिपण लिहा.

४) शिवकालीन न्यायव्यवस्थेचे वर्णन करा.

५) शिवकालीन आरमाराचे ऐतिहासिक महत्त्व सांगा.

प्रकरण ५ : लघुत्तरी प्रश्न

१) शिवकालातील पोर्तुगीज वसाहती कोठे-कोठे होत्या?

२) शिवकालातील डच वसाहती महाराष्ट्रात कोठे होत्या?

३) 'वखार' संकल्पना स्पष्ट करा.

४) इंग्लिश ईस्ट इंडिया कंपनीची माहिती द्या.

दीर्घोत्तरी प्रश्न

१) शिवराय विरुद्ध पोर्तुगीज संघर्षाचा आढावा घ्या.

२) फ्रेंच ईस्ट इंडिया कंपनीच्या भारतातील कार्याचा आढावा घ्या.

३) मराठे आणि डच संबंधांवर टिपण लिहा.

४) इंग्रज आणि मराठे यांच्यातील राजकीय-व्यापारी संबंध स्पष्ट करा.

प्रकरण ६ : लघुत्तरी प्रश्न

१) युवराज संभाजी राजांच्या कारकिर्दीचा थोडक्यात आढावा घ्या.

२) 'छत्रपतीपदाची' सूत्रे हाती घेतल्यावर राजांसमोरचे प्राधान्यक्रम सांगा.

३) छत्रपती संभाजी महाराज व अकबर संबंधाचा आढावा घ्या.

४) छत्रपती संभाजी महाराजांच्या गोवा स्वारीचे वर्णन करा.

दीर्घोत्तरी प्रश्न

१) छत्रपती संभाजी महाराज आणि मुघल संघर्षाचा आढावा घ्या.

२) छत्रपती संभाजी महाराज आणि पोर्तुगीज संबंध स्पष्ट करा.

३) छत्रपती संभाजी महाराज आणि इंग्रज संबंध यावर टीप लिहा.

४) 'छत्रपती संभाजी महाराजांचे कार्य इतिहासात अजरामर आहे.' या विधानाचे साधार विवेचन करा.

प्रकरण ७ : लघुत्तरी प्रश्न

१) छत्रपती राजाराम महाराजांसमोरची आव्हाने स्पष्ट करा.

२) महाराणी ताराबाईंचे कार्य सांगा.

३) संताजी घोरपडे यांच्या लष्करी कर्तृत्वाचा आढावा घ्या.

४) रामचंद्रपंत अमात्य यांचे कार्य लिहा.

दीर्घोत्तरी प्रश्न

१) छत्रपती राजाराम महाराजांच्या कारकिर्दीचा आढावा घ्या.

२) महाराणी ताराबाई विरुद्ध औरंगजेब संघर्ष वर्णन करा.

३) मराठ्यांचा स्वांतत्र्ययुद्धातील संताजी-धनाजी यांची कामगिरी लिहा.

४) रामचंद्रपंत अमात्यांचे कार्य सविस्तर सांगा.

प्रकरण ८ : लघुत्तरी प्रश्न

१) गावगाडा संकल्पना स्पष्ट करा.

२) शिवकालीन स्त्रीजीवन यावर टिपण लिहा.

३) शिवकालीन धार्मिक जीवनावर टीप लिहा.

दीर्घोत्तरी प्रश्न

१) शिवकालीन गावगाड्याचे गुण-दोष लिहा.

२) बलुतेदार-बलुतेदारांची कामे सांगा.

३) शिवकालीन समाज जीवनाची वैशिष्ट्ये लिहा.

प्रकरण ९ : लघुत्तरी प्रश्न

१) शिवकालीन शेती व्यवसायाचे वर्णन करा.

२) शिवकालीन महसूल पद्धतीचे गुणावगुण सांगा.

३) शिवकालीन समुद्री व्यापारावर टीप लिहा.

४) हीन चलनाची माहिती द्या.

दीर्घोत्तरी प्रश्न

१) शेती व शेतीशी निगडित असणाऱ्या व्यवस्थेवर टिपण लिहा.

२) शिवकालीन उत्पादनाची व उत्पन्नाची साधने लिहा.

३) शिवकालीन व्यापाराचा आढावा घ्या.

४) शिवकालीन चलन पद्धतीचे स्पष्टीकरण द्या.

प्रकरण १० : लघुत्तरी प्रश्न

१) शिवकालीन मंदिर पद्धतीवर टीप लिहा.

२) शिवकालीन गढी पद्धतीचे गुण-दोष सांगा.

३) रायगड किल्ल्याची निवड राजधानीसाठी का करण्यात आली?

४) सिंधुदुर्ग किल्ल्याच्या बांधकामाची वैशिष्ट्ये सांगा.

दीर्घोत्तरी प्रश्न

१) शिवकालीन कला व स्थापत्याचा सविस्तर आढावा घ्या.

२) शिवकालीन किल्ल्यांच्या प्रकाराचे वर्णन करून स्थलदुर्गांची वैशिष्ट्ये सांगा.

३) शिवकालीन जलदुर्ग – बांधकाम व महत्त्व यावर सविस्तर टिपण लिहा.

पारिभाषिक शब्दसूची

(अ)

अखत्यार - अधिकार
अंबरखाना - धान्यकोश
अमील - अंमलदार
अराबा - तोफेची गाडी, तोफखाना, बातेरी

(इ)

इजारा - मकता
इनायत - बक्षीस

(उ)

उंबरपट्टी - घरपट्टी
उष्टर - उंट
उभा मार्ग - राजरस्ता

(क)

कबिला - बायका-मुले
कमावीस - मामलत
कर्यात - प्रांतविभाग
कित्ता - सदरहूप्रमाणे
कुर्निसात - लऊन सलाम
कौल घेणे - स्वाधीन होणे

(ख)

खानदान - कुलीन

(ग)

गनीम - शत्रू
गरनाळ - रुंद तोंडाची तोफ
गुराब - जहाज

(च)

चौगुला - ग्रामणी

(छ)

छबिना - पहारा, रात्रिरक्षण

(ज)

जंजिरा - द्वीप, समुद्रातील किल्ला
जमदाड - तरवार
जंबूर - लहान तोफ
जंबुरा - तोफ
जीन - खोगीर
जिरेटोप - लोखंडी शिरस्त्राण

(झ)

झील - दलदलीची जागा

(ट)

टोपीकर - युरोपियन

(त)
ताम्र - मोगल, पठाण
तुरुक - मुसलमान

(थ)
थळ - ठिकाण

(द)
दंडक - प्रघात
दफन - पुरणे
दफे होणे - हाकलणे
दरक - अधिकार
दुमाला - स्वाधीन
देशक - अधिकारी

(ध)
धमधमा - मोर्चा, बातेरी
धारकरी - तरवारबहाद्दर

(न)
नाईकवाडी - हशमांचा मुख्य
नालबंदी - शिपायास आगाऊ
    दिलेला पैसा
निशाण - चिन्ह
नौबत - नगार

(प)
पाईक - प्यादा, शिपाई
पाटील - ग्रामरक्षक
पांढरी - गावठाणाची जागा
पील - हत्ती
पीलखाना - हत्तीखाना
पोतनीस - खजिनदार

पोते - खजिना

(फ)
फड - कचेरी
फराशीस - फ्रेंच
फर्मान - राजपत्र, सनद
फसकी - जकात
फिरंग - तरवार
फिरंगी - पोर्तुगीज
फेरिस्त - अनुक्रमणिका

(ब)
बखतर - चिलखत
बखर - हकिकत
बटाई - जमीन मोजणी
बदनामी - अपकीर्ती
बयान - तपशील
बरकंदाज - बंदुकवाला
बांका - बळकट
बाड - तंबूचे आवरण
बारगीर - धन्याच्या घोड्यावर स्वार
बिनी - आघाडी

(भ)
भीड - गर्दी

(म)
मरातब - पदवी
महजर - निवाडा पत्र
मालुमात - हकिकत
मिरासी - वंशपरंपरा
मुजुमदार - देशलेखक
मुलुखगिरी - स्वारी

मुशाहिरा - पगार
मेण - तरवारीचे म्यान
मोख्तसर - श्रेष्ठ
मोर्तब - शिक्का
मोहतर्फा - एक कर

(य)
येलगार - हल्ला

(र)
रसद - धान्य व वैरण
राऊत - स्वार
रिसाला - स्वारांचे पथक
रुस्तुमी - पराक्रम
रोजकीर्द - दिनचर्या
रोजमुरा - वेतन

(व)
वरात - हुंडी
वलंदेज - डच
विलायत - जनपद, मूळदेश

(श)
शागिर्द - शिष्य, सेवक
शाहजणे - मोठे नगारे
शाहजादा - राजपुत्र
शिकस्त - पराभूत
शिबंदी - स्थानिक फौज
शिंगोजी - पशुवरील कर
शेरणी - नजराणा
शेव - ऐन जिनसी कर

(स)
सदर - सभा
सफेजंग - मोठी लढाई
सरद - सरहद्द
सरनोबत - सेनापती
सरंजाम - सामुग्री
सराई - धर्मशाळा
संगिनात - हत्यारबंद लोक
सुतरनाल - उंटावरची तोफ
सुभेदार - देशाधिकारी
सुरत - चेहरा, प्रकार
सुर्नीस - सचिव

(ह)
हरकारा, हलकारा - जासूद
हशम - निवडक पायदळ
हातरोखा - हातचे पत्र
हाट - बाजार
हुजरात - खास फौज
हुडा - बुरुज
हेजीब - वकील
हौदा - हत्तीवरचे आसन

संदर्भसूची

१) हेरवाडकर र. वि. - मराठी बखर, व्हीनस प्रकाशन, पुणे, १९७५

२) भावे वा. कृ. - शिवकालीन महाराष्ट्र, वरदा प्रकाशन, पुणे, १९९८

३) चिटणीस कृ. ना. - मध्ययुगीन भारतीय संकल्पना व संस्था, भाग १ ते ४, प्रका.- सौ. आर. के. चिटणीस, पुणे, १९८५

४) पवार जयसिंगराव (संपा.) - छत्रपती शिवाजीमहाराज स्मृतिग्रंथ, महाराष्ट्र राज्य पाठ्यपुस्तक निर्मिती व अभ्यासक्रम संशोधन मंडळ, पुणे, २०११

५) गर्गे स. मा. (संपा.) - भारतीय समाजविज्ञान कोश, प्रका.- गर्गे स. मा. पुणे, १९८७, प्र. भा.

६) महाजन टी. टी. - शिवछत्रपतींची न्यायनीती-शुभदा-सारस्वत प्रकाशन, पुणे १९९९

७) पंडित भवानीशंकर - महाराष्ट्राच्या जीवनातील स्थित्यंतरे, प्रका.-पुणे विद्यापीठ, १९६८

८) सेन सुरेंद्रनाथ - मराठ्यांची प्रशासन व्यवस्था, अनुवादक-विजया कुलकर्णी, प्रका.-महाराष्ट्र राज्य साहित्य आणि संस्कृती मंडळ, मुंबई २००३

९) राऊत गणेश, राऊत ज्योती - महाराष्ट्रातील परिवर्तनाचा इतिहास

१०) पवार जयसिंग (संपादक) - छत्रपती संभाजी, स्मारक ग्रंथ, रिया पब्लिकेशन, कोल्हापूर, २००९, द्वि.आ.

११) प्रभुणे पद्माकर - महाराष्ट्रातील चलनाचा इतिहास, डायमंड पब्लिकेशन्स, २००७

१२) सावंत बी. एस., प्रा. जाधव व्ही. के. - मराठ्यांचा प्रशासकीय, सामाजिक व आर्थिक इतिहास, विद्या प्रकाशन, नागपूर, २००७

१३) डॉ. अनुराधा कुलकर्णी, अजित पटवर्धन- शिवचरित्र- साहित्य, डायमंड पब्लिकेशन्स, पुणे

१४) डॉ. एस. एन. सेन, अनु. डॉ. सदाशिव शिवदे - मराठ्यांची लष्करी व्यवस्था, डायमंड पब्लिकेशन्स, पुणे

१५) जदुनाथ सरकार - औरंगजेब, डायमंड पब्लिकेशन्स, पुणे

१६) वि. ना. होनप, प्रा. गणेश राऊत - महाराष्ट्र दिनविशेष १ जाने. ते ३१ डिसे., डायमंड पब्लिकेशन्स, पुणे

१७) अ. रा. कुलकर्णी – मध्ययुगीन महाराष्ट्र, डायमंड पब्लिकेशन्स, पुणे

१८) अ. रा. कुलकर्णी – महाराष्ट्र आणि मराठे, डायमंड पब्लिकेशन्स, पुणे

१९) अ. रा. कुलकर्णी – मराठ्यांचे इतिहासकार (इतिहास लेखन पद्धती), डायमंड पब्लिकेशन्स, पुणे

२०) अ. रा. कुलकर्णी – आज्ञापत्र, डायमंड पब्लिकेशन्स, पुणे

२१) अ. रा. कुलकर्णी – जेधेशकावली, डायमंड पब्लिकेशन्स, पुणे

२२) अ. रा. कुलकर्णी – महाराष्ट्र : समाज आणि संस्कृती, डायमंड पब्लिकेशन्स, पुणे

२३) अ. रा. कुलकर्णी – मराठ्यांचा इतिहास : साधन परिचय, डायमंड पब्लिकेशन्स, पुणे

२४) य. न. केळकर – ऐतिहासिक शब्दकोश, डायमंड पब्लिकेशन्स, पुणे

२५) गजानन मेहेंदळे – श्री. राजा शिवछत्रपती (भाग १ व २), डायमंड पब्लिकेशन्स, पुणे

२६) डॉ. सदाशिव शिवदे – सेनापती हंबीरराव मोहिते, डायमंड पब्लिकेशन्स, पुणे

२७) डॉ. सदाशिव शिवदे – शिवपत्नी सईबाई, डायमंड पब्लिकेशन्स, पुणे

२८) डॉ. सदाशिव शिवदे – ज्वलज्ज्वलनतेजस संभाजीराजा, डायमंड पब्लिकेशन्स, पुणे

२९) डॉ. बी. आर. जोशी – संज्ञाकोश : इतिहास व संरक्षणशास्त्रकोश, डायमंड पब्लिकेशन्स, पुणे

३०) अ. द. मराठे – राजकोश (छत्रपतींच्या प्रेरणेने झालेला), डायमंड पब्लिकेशन्स, पुणे

३१) सु. ह. जोशी (संपा.) – डायमंड इतिहास माहितीकोश, डायमंड पब्लिकेशन्स, पुणे

३२) दुर्गा दीक्षित (संपा.) – डायमंड महाराष्ट्र संस्कृतिकोश, डायमंड पब्लिकेशन्स, पुणे

३३) शुभांगना अत्रे, रायरीकर – महाराष्ट्र संस्कृती १८१८ पर्यंत, डायमंड पब्लिकेशन्स, पुणे

३४) डॉ. एम. आर. कुलकर्णी – महाराष्ट्रातील प्रसिद्ध सरदार घराणी, डायमंड पब्लिकेशन्स, पुणे

३५) डॉ. द. ग. देशपांडे – महाराष्ट्रातील किल्ले, डायमंड पब्लिकेशन्स, पुणे

३६) A. R. Kulkarni - Medieval Maharashtra, Diamond Publication, Pune

३७) A. R. Kulkarni - Medieval Maratha Country, Diamond Publication, Pune

३८) A. R. Kulkarni - The Marathas, Diamond Publication, Pune

३९) A. R. Kulkarni - Study's of Maratha History, Diamond Publication, Pune

४०) A. R. Kulkarni - Maharashtra in the Age of Shivaji, Diamond Publication, Pune

४१) A. R. Kulkarni - Maharashtra Society & Culture, Diamond Publication, Pune